INSIGHT PUBLICA®

INSIGHT PUBLICA®

Nadakkavu, Kozhikode, Kerala
Tel:0495–4020666
www.insightpublica.com
e-mail: insightpublica@gmail.com

Manthrika Kuthirayum Pathonpath Kadhakalum
Soviet Nattile Nadodikadhakal

Traslation: Gopalakrishnan & Omana
(Malayalam)
First Insight Edition: March 2020

ISBN 978-93-89804-15-7
Published by
Insightinpublica Publishers Pvt. Ltd.
Printed at Repro India Limited, India

മാന്ത്രിക കുതിരയും പത്തൊമ്പത് കഥകളും

സോവിയറ്റ് നാട്ടിലെ നാടോടിക്കഥകൾ

വിവർത്തനം: ഗോപാലകൃഷ്ണൻ & ഓമന

ചിത്രങ്ങൾ: വി. മിനായെവ്

INSIGHT PUBLICA ®

പ്രസാധകരിൽനിന്ന് രണ്ടുവാക്ക്[1]

സോവിയറ്റ് യൂണിയൻ ലോകത്തിലെ ഏറ്റവും വലിയ രാജ്യമാണെന്ന് നിങ്ങൾക്ക് അറിയാമല്ലോ. കിഴക്ക് അലാസ്ക്കയും പടിഞ്ഞാറ് സ്റ്റാൻഡിനേവിയയുമാണ് സോവിയറ്റ് യൂണിയന്റെ അയൽക്കാർ. തെക്ക് കോക്കസസ് പർവ്വതനിരകളും പാമീർ പർവ്വതനിരകളും വരെ അത് വ്യാപിച്ചു കിടക്കുന്നു. വടക്ക് ആർക്ടിക് സമുദ്രമാണ് അതിന്റെ അതിർത്തി. ഈ മഹാരാജ്യത്തിന്റെ തുടിക്കുന്ന ഹൃദയമാണ് മോസ്ക്കോ നഗരം.

വിദൂര പൂർവ്വ ദേശത്തുള്ള ഖബാറൊവ് സ്ക്കിൽ പ്രഭാതം പൊട്ടി വിരിയുമ്പോൾ പടിഞ്ഞാറുള്ള മിൻസ്ക്കിനോട്ടും കീവിനോട്ടും അസ്തമന സൂര്യൻ വിടപറയായിരിക്കും. യക്കുത്തിയയിൽ ഹിമക്കാറ്റ് വീശിക്കൊണ്ടിരിക്കുമ്പോൾ തഷ്കന്റിൽ പനീർപ്പൂക്കൾ വിടർന്നു നില്ക്കും. കരിങ്കടൽ തീരത്തെ മണൽത്തിട്ടകളിൽ കിടന്ന് ആളുകൾ വെയിൽ കായും.

ഈ മഹാരാജ്യത്ത് അനേകം ജനതകൾ അധിവസിക്കുന്നുണ്ട്. ഓരോ ജനതയ്ക്കും അവരവരുടേതായ ആചാരങ്ങളും പാരമ്പര്യങ്ങളും സ്വന്തം ഭാഷയുമുണ്ട്. ആ ഭാഷകളിൽ പലതും പരസ്പരം യാതൊരു സാദൃശ്യവുമില്ലാത്തവയാണ്. ഉദാഹരണത്തിന്, ഉസ്ബെക്ക് ഭാഷയും റഷ്യൻ ഭാഷയും തമ്മിൽ അറബിയും ഇംഗ്ലീഷും തമ്മിലു ള്ളത്ര സൗമ്യം പോലുമില്ല.

1 1971ൽ സോവിയറ്റ് യൂണിയനിൽ നിന്ന് അച്ചടിച്ചപ്പോൾ പ്രോഗ്രസ് പബ്ലിഷേർസ് എഴുതിയ പ്രസാധക കുറിപ്പ്

സോവിയറ്റ് നാട്ടിലെ എല്ലാ ജനതകൾക്കും അവരവരുടെ നാടോടിക്കഥകൾ ഉണ്ട്.

ചുക് ചികളുടേയും നെനെത്സ് കളുടേയും ഉത്തരറഷ്യയിൽ താമസിക്കുന്ന മറ്റു ജനതകളുടേയും കഥകൾ നമ്മെ മഞ്ഞുമൂടിയ തുന്ദ്രാപ്രദേശത്തേക്കു കൂട്ടിക്കൊണ്ടുപോകുന്നു. കൊടും ശൈത്യത്തിന്റെയും ഓരിയിടുന്ന ഹിമക്കൊടും കാറ്റുകളുടേയും നാടായ തുന്ദ്രയിൽ പട്ടികളും റെയിൻഡിയറുകളുമാണ് മനുഷ്യന്റെ ഉത്തമ സുഹൃത്തുക്കൾ. മദ്ധ്യേഷ്യൻ ജനതകളുടെ കഥകളിൽ ചുട്ടുപഴുത്ത മണലാരണ്യത്തിലൂടെ മെല്ലെ നീങ്ങുന്ന സാർത്ഥവാഹസംഘങ്ങളെ കാണാം. ഒടുങ്ങാത്ത ദാഹവുമായി വരണ്ടുകിടക്കുന്ന വയലുകൾക്ക് കുടിനീർ പകരുന്ന എണ്ണമറ്റ തോടുകളുടെ അവിരാമമായ കളകളാരവം കേൾക്കാം. റഷ്യൻ നാടോടിക്കഥകകൾ മറ്റൊരു ദൃശ്യമാണു കാഴ്ച വയ്ക്കുന്നത്. അവയിലെ ധീരന്മാരായ യുവനായകന്മാർ ഉശിരൻ കുതിരകളുടെ പുറത്തു കയറി വേനല്ക്കാലത്തു പച്ചപ്പട്ടണിഞ്ഞു നില്ക്കുകയും ശീതകാലത്തു മഞ്ഞിന്റെ തൂവെള്ള പുതപ്പിനടിയിൽ മയങ്ങുകയും ചെയ്യുന്ന കുന്നുകളും അടിവാരങ്ങളും പിന്നീട് തടികൊണ്ടുപണിത ഗോപുരങ്ങളിൽ തങ്ങളെ കാത്തിരിക്കുന്ന സുന്ദരിമാരായ രാജകുമാരികളുടെ അടുത്തെത്തുന്നു.

ഈ പുസ്തകം തുറന്നാൽ നിങ്ങൾ ഒരു മായാലോകത്തെത്തും. കർഷകപുത്രനായ ഇവാനോടൊപ്പം നിങ്ങളും തീ തുപ്പുന്ന ചൂദൊ-യൂദൊയോട് ഏറ്റുമുട്ടും. പയർമണിയോടൊപ്പം പാതാളത്തിലേക്കിറങ്ങി അവിടുന്ന് ഒരു കഴുകന്റെ പുറത്തു കയറി നിങ്ങൾ ഭൂമിയിൽ തിരിച്ചെത്തും. ദുഷ്ടനായ ഒരു ഷായെ നിലയ്ക്കു നിർത്തിയ സർനിയ്യാറിന്റെ ബുദ്ധിശക്തി നിങ്ങളെ അത്ഭുതപരതന്ത്രരാക്കും. തന്റെ നാട്ടുകാരെ രക്ഷിക്കാനായി സ്വന്തം മകന്റെ ജീവൻ പണയപ്പെടുത്താൻ പോലും മടിക്കാത്ത ആൾത്തായ് മലകളിലെ ബൊറോൾദോയ് മെർഗേൻ എന്ന നായാട്ടുകാരന്റെ ധീരതയെ നിങ്ങൾ പാടിപ്പുകഴ്ത്തും. ചക്രവർത്തിയുടെ കുശാഗ്രബുദ്ധികളായ ഉപദേഷ്ടാക്കളെപ്പോലും തോല്പിക്കാൻ കഴിഞ്ഞ ഒരു സാധാരണ നെയ്ത്തുകാരന്റെ ബുദ്ധിവൈഭവം കണ്ട് നിങ്ങൾ പുളകമണിയും. ഇവരുമായും ഇവരെപ്പോലുള്ള മറ്റു കഥാനായന്മാരുമായും പരിചയപ്പെടുമ്പോൾ നിങ്ങൾക്ക് അവരെ ഇഷ്ടമാകുമെന്നും അവർ നിങ്ങളുടെ ഉത്തമ സുഹൃത്തുക്കളായിത്തീരുമെന്നും പ്രതീക്ഷിക്കുന്നു.

ഉള്ളടക്കം

മാന്ത്രിക കുതിര

ഒരു റഷ്യൻ നാടോടിക്കഥ

പണ്ടൊരിക്കൽ ഒരിടത്ത് ഒരു വൃദ്ധനും മൂന്ന് ആൺമക്കളും പാർത്തിരുന്നു. മൂത്ത പുത്രന്മാർ രണ്ടുപേരും യോഗ്യന്മാരും നല്ല വസ്ത്രം ധരിക്കാൻ ഇഷ്ടമുള്ളവരും പിടിപ്പുള്ള കൃഷിക്കാരുമായിരുന്നു. എന്നാൽ ഇളയ പുത്രനായ മണ്ടൻ ഇവാൻ ഇങ്ങനെയൊന്നും ആയിരുന്നില്ല. അടുപ്പിൽ തിണ്ണയിൽ ചടഞ്ഞിരുന്നാണ് അവൻ അധിക സമയവും കഴിച്ചത്. അവൻ പുറത്തിറങ്ങുന്നത് കാട്ടിൽപ്പോയി കൂൺ ശേഖരിക്കാൻ മാത്രമായിരുന്നു.

വൃദ്ധൻ മരിക്കാറായപ്പോൾ മൂന്നു പുത്രന്മാരേയും അടുത്തു വിളിച്ച് ഇങ്ങനെ പറഞ്ഞു:

"ഞാൻ മരിച്ചുകഴിഞ്ഞാൽ മൂന്ന് ദിവസത്തേക്ക് എന്നും രാത്രി നിങ്ങൾ എന്റെ കുഴിമാടം സന്ദർശിച്ച് എനിക്ക് തിന്നാൻ കുറെ റൊട്ടി കൊണ്ടുവന്നു തരണം."

വൃദ്ധൻ മരിച്ചു. അയാളുടെ ശവസംസ്ക്കാരം കഴിഞ്ഞു. അന്നു രാത്രി കുഴിമാടത്തിൽ പോകേണ്ട ഊഴം ഏറ്റവും മൂത്തസഹോദരന്റേതായിരുന്നു. എന്നാൽ അലസതകൊണ്ടോ അതോ പേടികൊണ്ടോയെന്ന് തീർച്ചയില്ല. അയാൾ പോകാൻ മടിച്ചു. അയാൾ മണ്ടൻ ഇവാനെ വിളിച്ച് ഇങ്ങിനെ പറഞ്ഞു.

"ഇവാൻ, എനിക്കുപകരം നീ ഇന്ന് അച്ഛന്റെ കുഴിമാടത്തിൽ പോകാമെങ്കിൽ ഞാൻ നിനക്ക് ഒരു കേക്ക് വാങ്ങിത്തരാം."

ഇവാൻ ഉടൻ അതു സമ്മതിച്ചു. അവൻ കുറച്ചു റൊട്ടിയുംകൊണ്ട്

അച്ഛന്റെ കുഴിമാടത്തിനടുത്തെത്തി. എന്താണ് സംഭവിക്കുന്നതെന്ന് അറിയാൻ അവൻ കുഴിമാടത്തിനടുത്ത് കാത്തിരുന്നു. കൃത്യം പാതിരായായപ്പോൾ കുഴിമാടത്തിലെ മണ്ണ് ഇരുവശത്തേക്കും മാറി. വൃദ്ധൻ എഴുന്നേറ്റു വന്ന് ചോദിച്ചു.

"ആരാണത്? എന്റെ മൂത്തമകനാണോ? റഷ്യ എങ്ങനെയുണ്ട്? അവിടെ പട്ടികൾ കുരയ്ക്കുകയോ. ചെന്നായ്ക്കൾ ഓരിയിടുകയോ, കുട്ടികൾ കരയുകയോ ചെയ്യുന്നുണ്ടോ?"

ഇവാൻ മറുപടി പറഞ്ഞു.

"ഇത് അങ്ങയുടെ മകനാണ്. റഷ്യയിൽ എല്ലാം ശാന്തമാണ്."

അച്ഛൻ, ഇവാൻ കൊണ്ടുചെന്ന റൊട്ടി വയറുനിറയെ തിന്നിട്ട് കുഴിമാടത്തിനുള്ളിൽ കയറി കിടന്നു. വഴിക്ക് കുറേ കൂൺ ശേഖരിച്ചിട്ട് ഇവാൻ വീട്ടിലെത്തി.

ഏറ്റവും മൂത്ത സഹോദരൻ അവനോടു ചോദിച്ചു.

'നീ നമ്മുടെ അച്ഛനെ കണ്ടോ?"

"കണ്ടു." ഇവാൻ പറഞ്ഞു.

"നീ കൊണ്ടുപോയ റൊട്ടി അച്ഛൻ തിന്നോ?"

"വയറുനിറയുന്നതുവരെ തിന്നു."

പിറ്റേ ദിവസം രണ്ടാമത്തെ സഹോദരന്റെ ഊഴമായിരുന്നു. അലസത കൊണ്ടോ പേടികൊണ്ടോ, അയാളും പോകാൻ മടിച്ചു. അയാൾ ഇവാനെ വിളിച്ച് ഇങ്ങിനെ പറഞ്ഞു:

"എനിക്കു പകരം നീ ഇന്നു രാത്രി അച്ഛന്റെ കുഴിമാടത്തിൽ പോകാമെങ്കിൽ നിനക്ക് ഞാൻ ഒരു ജോടി ചെരിപ്പുണ്ടാക്കിത്തരാം."

"ശരി." ഇവാൻ പറഞ്ഞു. "ഞാൻ പോകാം"

അവൻ കുറെ റൊട്ടിയും കൊണ്ട് അച്ഛന്റെ കുഴിമാടത്തിനരികിൽ കാത്തിരുന്നു. കൃത്യം പാതിരായായപ്പോൾ കുഴിമാടത്തിൽനിന്നും മണ്ണ് ഇരുവശത്തേക്കും മാറി. വൃദ്ധൻ എണീറ്റു പുറത്തുവന്ന് ചോദിച്ചു:

" ആരാണത്? എന്റെ രണ്ടാമത്തെ മകനാണോ? റഷ്യ എങ്ങനെയുണ്ട്? പട്ടികൾ കുരയ്ക്കുകയോ ചെന്നായ്ക്കൾ ഓരിയിടുകയോ, കുട്ടികൾ കരയുകയോ ചെയ്യുന്നുണ്ടോ?"

"ഇത് അങ്ങയുടെ മകനാണ്. അച്ഛാ. റഷ്യയിൽ എല്ലാം ശാന്തമാണ്."

ഇവാൻ കൊണ്ടുചെന്ന റൊട്ടി വയർ നിറയെ തിന്നിട്ട് വൃദ്ധൻ കുഴിമാടത്തിൽ കയറിക്കിടന്നു. വഴിക്ക് കുറെ കൂണും പറിച്ചുകൊണ്ട് ഇവാൻ വീട്ടിലെത്തി

"അച്ഛൻ റൊട്ടിതിന്നോ?" രണ്ടാമത്തെ സഹോദരൻ ചോദിച്ചു.

"വയറുനിറച്ച് തിന്നു" ഇവാൻ മറുപടി പറഞ്ഞു.

മൂന്നാംദിവസം രാത്രി കുഴിമാടത്തിൽ പോകേണ്ടത് ഇവാനായിരുന്നു. അവൻ സഹോദരന്മാരോട് പറഞ്ഞു:

"രണ്ടുദിവസം ഞാൻ അച്ഛന്റെ കുഴിമാടത്തിൽ പോയി. ഇനി നിങ്ങളാരെങ്കിലും പോകണം. ഞാൻ വീട്ടിലിരുന്നു വിശ്രമിക്കട്ടെ."

"ഹേ, അതു പറ്റില്ല." സഹോദരന്മാർ പറഞ്ഞു. "നിനക്ക് പോയി പരിചയമുണ്ടല്ലോ. അതുകൊണ്ട് നീതന്നെ പോകണം."

"ശരി. എന്നാൽ ഞാൻ പോകാം. ഇവാൻ സമ്മതിച്ചു.

അവൻ റൊട്ടിയും കൊണ്ട് കുഴിമാടത്തിലെത്തി. കൃത്യം പാതിരയായപ്പോൾ കുഴിമാടത്തിലെ മണ്ണ് ഇരുവശത്തേക്കും മാറി. വൃദ്ധൻ എണീറ്റു പുറത്തുവന്ന് ചോദിച്ചു:

"ആരാണത്? എന്റെ ഇളയ മകനാണോ? റഷ്യ എങ്ങനെയുണ്ട്? പട്ടികൾ കുരയ്ക്കുകയോ ചെന്നായ്ക്കൾ ഓരിയിടുകയോ കുട്ടികൾ കുരയ്ക്കുകയോ ചെയ്യുന്നുണ്ടോ?"

"അച്ഛാ, ഇതു ഞാനാണ്. അങ്ങയുടെ പുത്രനായ ഇവാൻ. റഷ്യയിൽ എല്ലാം ശാന്തമാണ്."

ഇവാൻ കൊണ്ടുചെന്ന റൊട്ടി മതിയാവോളം ഭക്ഷിച്ചിട്ട് അച്ഛൻ പറഞ്ഞു.

"ഇവാൻ, എന്റെ ആജ്ഞ അനുസരിച്ചത് നീ മാത്രമാണ്. മൂന്നു രാത്രി എന്റെ കുഴിമാടത്തിൽ വരാൻ നിനക്ക് പേടിയില്ലായിരുന്നു. ഇപ്പോൾ നീ വെളിപ്രദേശത്തു പോയി ഇങ്ങനെ വിളിച്ചുപറയണം: 'മാന്ത്രിക കുതിരേ, കേട്ടാലും, വന്നാലും! അല്ലെങ്കിൽ ആപത്തു വന്നുഭവിച്ചിടും!' കുതിര അടുത്തെത്തിയാൽ നീ അതിന്റെ വലത്തെ ചെവിയിൽ കയറി ഇടത്തെ ചെവിയിലൂടെ പുറത്തിറങ്ങണം. അപ്പോൾ നീ മറ്റാരേക്കാളും സുന്ദരനായ ഒരു യുവാവായിത്തീരും. എന്നിട്ട് കുതിരപ്പുറത്തു കയറി ഇഷ്ടമുള്ളിടത്ത് പോകാം."

ഇവാൻ, അച്ഛൻ കൊടുത്ത കടിഞ്ഞാൺ വാങ്ങി അച്ഛനോട് കൃതജ്ഞത പ്രകടിപ്പിച്ചിട്ട് വീട്ടിലേക്കു പോയി. വഴിയിൽ നിന്ന് പതിവുപോലെ കൂൺ ശേഖരിച്ചുകൊണ്ടാണ് അവൻ വീട്ടിലെത്തിയത്. സഹോദരന്മാർ അവനോടു ചോദിച്ചു.

"നീ അച്ഛനെ കണ്ടോ?"

"കണ്ടു." ഇവാൻ മറുപടി പറഞ്ഞു.

"നീ കൊണ്ടുചെന്ന റൊട്ടി അച്ഛൻ തിന്നോ?"

"വയറുനിറച്ചു തിന്നു. ഇനി കുഴിമാടത്തിൽ ചെല്ലേണ്ടെന്ന് അദ്ദേഹം എന്നോട് പ്രത്യേകം പറഞ്ഞു."

ഇക്കാലത്താണ് രാജാവ് അവിവാഹിതരും സുന്ദരന്മാരുമായ യുവാക്കൾ എല്ലാവരും കൊട്ടാരത്തിലെത്തണമെന്നവിളംബരം ചെയ്തത്. രാജാവിന്റെ മകളായ സുന്ദരി എന്ന രാജകുമാരിക്കുവേണ്ടി ഓക്കുമരത്തടികൊണ്ട് പന്ത്രണ്ടുതൂണുകളും പന്ത്രണ്ടു നിലകളുമുള്ള ഒരു മാളിക പണിയിക്കപ്പെട്ടു. രാജകുമാരി ഏറ്റവും മുകളിലത്തെ നിലയിലുള്ള തന്റെ മുറിയുടെ ജനാലയ്ക്കരികുമ്പോൾ കുതിരപ്പുറത്ത് അത്രയും പൊക്കത്തിൽ ചാടി അവളുടെ ചുണ്ടിൽ ചുംബിക്കുന്നവൻ ഉന്നതകുലജാതനോ നീചനോ ആരുടെതന്നെ ആയാലും അയാൾക്ക് രാജകുമാരിയെ വിവാഹം ചെയ്തുകൊടുക്കുമെന്നായിരുന്നു രാജാവിന്റെ നിശ്ചയം. കൂടാതെ രാജ്യത്തിൽ പകുതിയെ അയാൾക്ക് നൽകപ്പെടും.

ഈ വാർത്ത ഇവാന്റെ സഹോദരന്മാരുടെ ചെവിയിലെത്തി. മറ്റുള്ളവരോടൊപ്പം തങ്ങളുടെ ഭാഗ്യം പരീക്ഷിക്കാൻ അവർ തീരുമാനിച്ചു.

അവർ അവരുടെ ഏറ്റവും നല്ല രണ്ടു കുതിരകൾക്ക് ഓട്സ് തിന്നാൻ കൊടുത്ത് ലായത്തിൽനിന്ന് പുറത്തിറങ്ങി. ഏറ്റവും നല്ല വസ്ത്രങ്ങൾ ധരിച്ചു. ചുരുണ്ട മുടി ചീകിമിനുക്കി. അടുപ്പിൽ തിണ്ണയിൽ പുകക്കുഴലിന്റെ പിന്നിൽ ഇരുന്നുകൊണ്ട് ഇവാൻ ജ്യേഷ്ഠന്മാരോട് പറഞ്ഞു:

"എന്നെക്കൂടെ കൊണ്ടുപോകൂ. ഞാൻ ഭാഗ്യം പരീക്ഷിക്കട്ടെ."

"അടുപ്പിൽതിണ്ണയിൽ പതുങ്ങിയിരിക്കുന്ന കൊള്ളരുതാത്തവനെ!' അവർ പരിഹസിച്ചു. "നീ ഞങ്ങളുടെ കൂടെ വന്നാൽ ആളുകൾ പരിഹസിക്കയേയുള്ളൂ. കാട്ടിൽപ്പോയി കൂണന്വേഷിക്കുന്നതാണ് നിനക്ക് നല്ലത്."

മൂത്ത സഹോദരന്മാർ രണ്ടുപേരും കുതിരകളുടെ പുറത്തു കയറി, തൊപ്പി ശരിയ്ക്കുവെച്ച്, ചൂളം വിളിച്ചുകൊണ്ട് പാഞ്ഞുപോയി. കുതിരകൾ വാഴയിൽ പൊടിപടലമുയർത്തിക്കൊണ്ട് മറഞ്ഞു. ഇവാൻ കടിഞ്ഞാൺ കയ്യിലെടുത്തുകൊണ്ട് വെളിപ്രദേശത്തു ചെന്ന് അച്ഛൻ പറഞ്ഞതുപോലെ വിളിച്ചുപറഞ്ഞു:

"മാന്ത്രിക കുതിരേ, കേട്ടാലും, വന്നാലും അല്ലെങ്കിലാപത്തു വന്നു ഭവിച്ചിടും."

അത്ഭുതം! ഉഗ്രനൊരു കുതിര അവന്റെ അടുത്തേക്ക് പാഞ്ഞുവന്നു. അതിന്റെ കുളമ്പടിയേറ്റ് ഭൂമി കിടിലംകൊണ്ടു. അതിന്റെ മൂക്കിൽ നിന്ന് തീപ്പൊരു ചിതറി. ചെവികളിൽനിന്ന് മേഘംപോലെ പുക വമിച്ചു.

കുതിര ഇവാന്റെ അടുത്തെത്തി അനങ്ങാതെ നിന്നുകൊണ്ട് ചോദിച്ചു.

"ഇവാൻ, എന്താണ് വേണ്ടത്?"

ഇവാൻ കുതിരയുടെ കഴുത്തിൽ തലോടി. അതിന് കടിഞ്ഞാണിട്ടിട്ട് അവൻ അതിന്റെ വലത്തെ ചെവിയിലൂടെ കയറി ഇടത്തെ ചെവിയിലൂടെ ഇറങ്ങി. അത്ഭുതം! അവൻ പുലർകാലത്തെ ആകാശംപോലെ ഭംഗിയുള്ള ഒരു യുവാവായിത്തീർന്നു. അത്ര സൗന്ദര്യമുള്ള ഒരു യുവാവ് അതിനു മുമ്പ് ജനിച്ചിട്ടില്ല. അവൻ മന്ത്രിക കുതിരയുടെ പുറത്തുകയറി കൊട്ടാരത്തിലേക്ക് പുറപ്പെട്ടു. മാന്ത്രിക കുതിര ഒരാഴ്ചയും ഒരു ദിവസവും സഞ്ചരിച്ചു. വാൽ വീശിക്കൊണ്ട് അത് പർവ്വതങ്ങളും താഴ്വരകളും കടന്നു. വായുവേഗത്തിൽ നാടുകളും

കാട്ടുകളും പിന്നിട്ടു.

ഇവാൻ കൊട്ടാരത്തിലെത്തിയപ്പോൾ കൊട്ടാരത്തിന്റെ മുറ്റം നിറയെ ആളായിരുന്നു. പന്ത്രണ്ടു തൂണുകളും പന്ത്രണ്ടു നിലകളുമുള്ള മാളികയുടെ ഏറ്റവും മുകളിലുള്ള സ്വകാര്യ മുറിയുടെ ജനാലയ്ക്കടുത്ത് സുന്ദരി രാജകുമാരി ഇരുന്നിരുന്നു.

രാജാവ് പൂമുഖത്തു വന്ന് നിന്നുകൊണ്ട് പറഞ്ഞു:

"കുതിരപ്പുറത്തു മുകളിലേക്കു ചാടി അക്കാണുന്ന ജനാലയ്ക്കു പിന്നിലിരിക്കുന്ന എന്റെ മകളുടെ ചുണ്ടിൽ ചുംബിക്കുന്ന യുവാവിന് ഞാൻ അവളെ കല്യാണം കഴിച്ചുകൊടുക്കും, പകുതി രാജ്യവും കൊടുക്കും."

സുന്ദരി രാജകുമാരിയെ കാംക്ഷിച്ചെത്തിയ യുവാക്കൾ ഓരോരുത്തരായി ചാടിനോക്കി. പക്ഷേ ജനാലയ്ക്കടുത്തെത്താൻ ആർക്കും കഴിഞ്ഞില്ല. ഇവാന്റെ ജ്യേഷ്ഠന്മാരും മറ്റുള്ളവരെപ്പോലെ ചാടിനോക്കി. പക്ഷേ ഫലമുണ്ടായില്ല.

ഇവാന്റെ ഊഴം വന്നു. അവൻ ഒരു പോർവിളിയോടെ മാന്ത്രിക കുതിരയെ ചാടിച്ചു. അതു കുതിച്ചുചാടി. ഏറ്റവും മുകളിൽനിന്നും രണ്ടു നിലകൾ താഴെവരെ എത്തി. ഇവാൻ രണ്ടാമതും ചാടിച്ചു. ഏറ്റവും മുകളിലത്തെ നിലയുടെ തൊട്ടുതാഴെവരെ കുതിര പൊങ്ങി. അവസാനത്തെ തവണ ചാടുന്നതിനുമുമ്പ് ഇവാൻ കുതിരയെ അതിന്റെ വായിൽനിന്ന് നുരയും പതയും വരുന്നതുവരെ വട്ടംകറക്കി. ഒടുവിൽ കുതിര ഒരു തീപ്പന്തംപോലെ മുകളിലേക്കു കുതിച്ചു. ഇവാൻ, രാജകുമാരിയുടെ തേൻചുണ്ടുകളിൽ ചുംബിച്ചു. തന്റെ മുദ്രമോതിരംകൊണ്ട് രാജകുമാരി ഇവാന്റെ നെറ്റിയിൽ മുദ്രകുത്തി. ജനങ്ങൾ ആർത്തുവിളിച്ചു. "തടഞ്ഞുനിർത്തൂ! പിടിച്ചുനിർത്തൂ!" പക്ഷേ ഇവാനും കുതിരയും പൊടിപടലമുയർത്തിക്കൊണ്ട് അപ്രത്യക്ഷമായി.

വെളിപ്രദേശത്തെത്തിയപ്പോൾ ഇവാൻ കുതിരയെ നിർത്തി. അതിന്റെ ഇടത്തെ ചെവിയിലൂടെ കയറി വലത്തെ ചെവിയിലൂടെ പുറത്തിറങ്ങി. അവൻ പോകുന്ന വഴിക്ക് കൂൺ പറിക്കാൻ അവൻ മറന്നില്ല.. അവൻ വീട്ടിലെത്തി ഒരു തുണിക്കഷ്ണമെടുത്ത് നെറ്റിയിൽ കെട്ടിവച്ചിട്ട് അടുപ്പിൻതിണ്ണയിൽ കയറി പഴയതുപോലെ കിടന്നു.

കുറെക്കഴിഞ്ഞ് ജ്യേഷ്ഠൻ തിരിച്ചെത്തി. തങ്ങൾ കണ്ടതും കേട്ടതും ഒക്കെ അവർ ഇവാനോടും വിവരിച്ചു.

"രാജകുമാരിയുടെ ആരാധകർ അനവധി പേരുണ്ടായിരുന്നു.

അവർ സുമുഖന്മാരുമായിരുന്നു." അവർ പറഞ്ഞു. "എന്നാൽ എല്ലാവരേയും അതിശയിപ്പിക്കുന്ന ഒരാൾ അക്കൂട്ടത്തിലുണ്ടായിരുന്നു. ജ്വലിക്കുന്ന തന്റെ കുതിരപ്പുറത്ത് അയാൾ ചാടി രാജകുമാരിയെ ചുംബിച്ചു. അയാൾ വരുന്നത് എല്ലാവരും കണ്ടു. പക്ഷേ തിരിച്ചുപോകുന്നത് ആരും കണ്ടില്ല."

പുകക്കുഴലിന്റെ പിന്നിൽനിന്ന് ഇവാൻ പറഞ്ഞു:

"ഒരു പക്ഷേ നിങ്ങൾ കണ്ടത് എന്നെയായിരിക്കും"

ജ്യേഷ്ഠന്മാർ രോഷാകുലരായി പറഞ്ഞു:

"മണ്ടാ! നീ ഇങ്ങനെ വിഡ്ഢിത്തം പുലമ്പാതിരിക്ക്. അടുപ്പിൻ തിണ്ണയിൽ കൂണും തിന്നുകൊണ്ട് അടങ്ങിയിരിക്ക്.

രാജകുമാരിയുടെ മോതിരം പതിപ്പിച്ച മുദ്ര മറയ്ക്കാനായി കെട്ടിയിരുന്ന തുണി ഇവാൻ അഴിച്ചുമാറ്റി. പെട്ടെന്ന് അതിന്റെ തിളക്കം വീട്ടിലാകമാനം പ്രകാശംപരത്തി. ജ്യേഷ്ഠന്മാർ പേടിച്ച് വിളിച്ചുപറഞ്ഞു.

"മണ്ടാ, നീ എന്താണു ചെയ്യുന്നത്? നീ ഈ വീടിന് തീപിടിപ്പിക്കും!"

പിറ്റേ ദിവസം രാജാവ് ഒരു വിരുന്നുസൽക്കാരത്തിന് പ്രജകളെ എല്ലാവരേയും ക്ഷണിച്ചു. അടിയാന്മാരേയും പ്രഭുക്കന്മാരേയും സാധാരണക്കാരേയും ധനവാന്മാരേയും ദരിദ്രരേയും യുവാക്കളേയും വൃദ്ധന്മാരേയും എന്നു വേണ്ട രാജ്യത്തുള്ള സകലരേയും അദ്ദേഹം വിരുന്നു ക്ഷണിച്ചിരുന്നു.

ഇവാന്റെ സഹോദരന്മാരും സദ്യയ്ക്ക് പോകാൻ വട്ടം കൂട്ടി.

"എന്നെക്കൂടെ കൊണ്ടു പോകൂ ജ്യേഷ്ഠന്മാരേ." ഇവാൻ കെഞ്ചി.

"നിന്നെയോ?" അവർ ചിരിച്ചു. "കാണുന്നവരെല്ലാം നിന്നെ പരിഹസിക്കും. കൂണും തിന്നുകൊണ്ട് നീ ഈ അടുപ്പിൻതിണ്ണയിൽ ഇരുന്നോ."

ജ്യേഷ്ഠന്മാർ കുതിരപ്പുറത്ത് കയറി ഓടിച്ചുപോയി. ഇവാൻ കാൽനടയായി പുറപ്പെട്ടു. അവൻ കൊട്ടാരത്തിലെത്തി ഒരു ഒഴിഞ്ഞ മൂലയിൽ ഇരുന്നു. സുന്ദരി രാജകുമാരി അതിഥികളെ എല്ലാവരേയും കാണ്ട് ചുറ്റി നടന്നു. അവൾ കയ്യിൽ പിടിച്ചിരുന്ന കപ്പിൽനിന്നും ഓരോരുത്തരേയും കുറേശ്ശെ മധുരപാനീയം കുടിപ്പിച്ചു. അവൾ തന്റെ മുദ്രയുണ്ടോയെന്നറിയാൻ ഓരോരുത്തരുടേയും നെറ്റിയിൽ സൂക്ഷിച്ചുനോക്കി.

അവൾ ഇവാനെ ഒഴിച്ച് മറ്റെല്ലാവരേയും പരിശോധിച്ചുകഴിഞ്ഞു. അവനെ സമീപിച്ചപ്പോൾ അവളുടെ മനസ്സിടിഞ്ഞു. അവന്റെ ദേഹം മുഴുവൻ കരിപുരണ്ടിരുന്നു. മുള്ളൻപന്നിയുടെ മുള്ളുപോലുള്ള തലമുടിയായിരുന്നു അവന്റേത്.

സുന്ദരി രാജകുമാരി ചോദിച്ചു:

"നീ ആരാണ്? എവിടുന്നു വരുന്നു? ആ പഴന്തുണി നീ നെറ്റിയിൽ കെട്ടിവച്ചിരിക്കുന്നതെന്തിനാണ്?"

"ഉരുണ്ടുവീണ് എന്റെ നെറ്റി അല്പം മുറിഞ്ഞു." ഇവാൻ പറഞ്ഞു. രാജകുമാരി തുണി അഴിച്ചുമാറ്റി. ഉജ്ജ്വലമായ ഒരു പ്രകാശം കൊട്ടാരത്തിലാകെ പരന്നു.

"ഇത് എന്റെ മുദ്രയാണ്!" അവൾ വിളിച്ചു പറഞ്ഞു. "ഇതാണ് എന്റെ വരൻ!"

രാജാവ് ഇവാന്റെ അടുത്തെത്തി അവനെ ഒന്നു നോക്കിയിട്ടു പറഞ്ഞു:

"അല്ല, രാജകുമാരി! നിന്റെ വരൻ ഇവാനായിരിക്കയില്ല! ഇവാൻ ആകെ കരിപുരണ്ട ഒരു വെറും സാധാരണക്കാരനാണ്."

ഇവാൻ രാജാവിനോടു പറഞ്ഞു:

"മുഖം കഴുകിയിട്ടുവരാൻ എന്നെ അനുവദിക്കൂ"

രാജാവ് അതിന് അനുവാദം കൊടുത്തു. ഇവാൻ മുറ്റത്തിറങ്ങി അച്ഛൻ പഠിപ്പിച്ചിട്ടുള്ള വാക്കുകൾ വിളിച്ചു പറഞ്ഞു:

"മാന്ത്രിക കുതിരേ കേട്ടാലും, വന്നാലും!

അല്ലെങ്കിലാപത്തു വന്നുഭവിച്ചാക്കും."

മാന്ത്രിക കുതിര അവന്റെയടുത്തേക്ക് പാഞ്ഞുവന്നു. ഭൂമി അതിന്റെ കുളമ്പടിയേറ്റ് കിടിലം കൊണ്ടു. അതിന്റെ മൂക്കിൽനിന്നും തീപ്പൊരി ചിതറി. ചെവിയിലൂടെ കയറി ഇടത്തേ ചെവിയിലൂടെ ഇവാൻ പുറത്തിറങ്ങി. പുലർകാലത്തെ ആകാശംപോലെ സൗന്ദര്യമുള്ള ഒരു യുവാവായി അവൻ മാറി. അതിനുമുമ്പ് അത്ര സൗന്ദര്യമുള്ള ആരും ഭൂമിയിൽ ഉണ്ടായിട്ടില്ല. അവനെ കണ്ടയുടൻ കൊട്ടാരത്തിൽ കൂടിയിരുന്നവർ അത്ഭുതസ്തബ്ധരായി.

പിന്നീട് ഇവാൻ സുന്ദരി രാജകുമാരിയെ വിവാഹം ചെയ്തു. തുടർന്ന് ഗംഭീരമായൊരു സദ്യയും കൊട്ടാരത്തിൽ നടത്തപ്പെട്ടു.

തവളരാജകുമാരി

ഒരു റഷ്യൻ നാടോടിക്കഥ

പണ്ടു പണ്ട് ഒരു രാജാവിന് മൂന്ന് പുത്രന്മാർ ഉണ്ടായിരുന്നു. പുത്രന്മാർക്ക് വിവാഹപ്രായമെത്തിയപ്പോൾ രാജാവ് അവരെ വിളിച്ച് ഇങ്ങനെ പറഞ്ഞു.

"മക്കളെ, എനിക്ക് പേരക്കിടാങ്ങളെ കണ്ടിട്ടു വേണം മരിക്കാൻ, അതുകൊണ്ട് നിങ്ങൾ വിവാഹം ചെയ്യണം."

പുത്രന്മാർ പറഞ്ഞു: "അങ്ങനെയാകട്ടെ, അച്ഛാ, ഞങ്ങൾ ആരെയാണ് കല്യാണം കഴിക്കേണ്ടത്?"

"നിങ്ങൾ ഓരോരുത്തരും ഓരോ അമ്പ് എടുത്തുകൊണ്ട് പുൽത്തകിടിയിൽ പോയി എയ്യണം. അമ്പു ചെന്നു വീഴുന്നിടത്ത് നിങ്ങൾ വധുക്കളെ കണ്ടുമുട്ടും."

മക്കൾ പിതാവിനെ വന്ദിച്ചിട്ട് ഓരോ അമ്പുമെടുത്തുകൊണ്ട് പൂൽത്തകിടിയിലേക്കു പോയി. അവിടെ അവർ ഞാൺ വലിച്ച് അമ്പെയ്തു. മൂത്തമകന്റെ അമ്പു വീണത് ഒരു പ്രഭുവിന്റെ മുറ്റത്താണ്. പ്രഭുവിന്റെ മകൾ അത് കയ്യിലെടുത്തു. രണ്ടാമത്തെ മകന്റെ അമ്പു വീണത് ഒരു കച്ചവടക്കാരന്റെ വീട്ടുമുറ്റത്താണ്. കച്ചവടക്കാരന്റെ പുത്രി അതെടുത്തു.

എന്നാൽ ഇളയമകനായ ഇവാൻ രാജകുമാരന്റെ അമ്പ് പാഞ്ഞുപോയി എവിടെയോ അപ്രത്യക്ഷമായി. രാജകുമാരൻ അതന്വേഷിച്ച് വളരെ ദൂരം നടന്നു. ഒടുവിൽ അയാൾ ഒരു ചതുപ്പു നിലത്തിലെത്തിച്ചേർന്നു. അവിടെ ഒരു ഇലയിൽ തന്റെ അമ്പും കടിച്ചുപിടിച്ചുകൊണ്ട് ഒരു തവള ഇരിക്കുന്നത് രാജകുമാരൻ കണ്ടു. ഇവാൻ രാജകുമാരൻ തവളയോട് ഇങ്ങനെ പറഞ്ഞു:

"തവളേ, തവളേ, എന്റെ അമ്പ് മടക്കിത്തരൂ"

തവള പറഞ്ഞു:

"എന്നെ കല്യാണം കഴിക്കൂ!"

"ഞാൻ ഒരു തവളയെ കല്യാണം കഴിക്കുന്നത് എങ്ങനെയാണ്!"

"എന്നെ കല്യാണം കഴിക്കൂ. അതാണ് നിങ്ങളുടെ തലയിലെഴുത്ത്."

ഇവാൻ രാജകുമാരൻ കഠിനമായ ദുഃഖവും നിരാശയും തോന്നിയെങ്കിലും മറ്റു മാർഗ്ഗമൊന്നുമില്ലായിരുന്നു. അവൻ തവളയെ എടുത്ത് വീട്ടിൽ കൊണ്ടുപോയി. രാജാവ് മൂന്ന് വിവാഹങ്ങൾ ആഘോഷിച്ചു. മൂത്തമകൻ പ്രഭുകുമാരിയെ വിവാഹം ചെയ്തു. രണ്ടാമൻ ഒരു കച്ചവടക്കാരന്റെ പുത്രിയെ വിവാഹം ചെയ്തു, പാവം ഇവാൻ രാജകുമാരൻ തവളയെ വിവാഹം ചെയ്തു.

ഒരു ദിവസം രാജാവ് പുത്രന്മാരെ വിളിച്ചു പറഞ്ഞു:

"നിങ്ങളിൽ ആരുടെ ഭാര്യയ്ക്കാണ് തുന്നൽപ്പണിയിൽ കൂടുതൽ വൈദഗ്ദ്ധ്യം എന്നു ഞാൻ നോക്കട്ടെ. നാളെ നേരം വെളുക്കുമ്പോഴേക്ക് അവർ ഓരോരുത്തരും എനിക്ക് ഓരോ കുപ്പായം തുന്നണം."

പുത്രന്മാർ അച്ഛനെ വന്ദിച്ചിട്ട് അവിടുന്നിറങ്ങി.

ഇവാൻ രാജകുമാരൻ വീട്ടിൽ ചെന്ന് ദുഃഖിതനായി ഒരു മൂലയിൽ ഇരുന്നു. തവള ചാടി ചാടി വന്ന് ചോദിച്ചു.

"ഇവാൻ രാജകുമാരാ, നിങ്ങൾക്ക് എന്താണിത്ര ദുഃഖം? എന്തെങ്കിലും ആപത്തിലകപ്പെട്ടോ?"

"നാളെ നേരം വെളുക്കുമ്പോൾ നീ എന്റെ അച്ഛന് ഒരു കുപ്പായം തുന്നിക്കൊടുക്കണമെന്ന് അദ്ദേഹം ആവശ്യപ്പെട്ടിരിക്കുന്നു."

തവള പറഞ്ഞു.

"വ്യസനിക്കേണ്ട. ഇവാൻ രാജകുമാര. പോയീ ഉറങ്ങൂ. രാത്രിയിൽ എന്തെങ്കിലും വഴിയുണ്ടാകും."

ഇവാൻ രാജകുമാരൻ ഉറങ്ങി. തവള വാതിൽപ്പടിയിന്മേൽ ചാടിക്കയറിയിട്ട് അതിന്റെ തൊലി അഴിച്ചുമാറ്റി. ഉടൻതന്നെ അത് ബുദ്ധിമതിയായ വസീലിസ രാജകുമാരിയായി മാറി. അവൾ അതീ സുന്ദരിയായിരുന്നു.

അവൾ കൈകൊട്ടിക്കൊണ്ട് വിളിച്ചുപറഞ്ഞു.

"ദാസിമാരെ, തയ്യാറെടുക്കൂ. പണിയെടുക്കൂ! നാളെ നേരം വെളുക്കുമ്പോഴേക്കും എന്റെ അച്ഛൻ ധരിച്ചിരിക്കുന്ന മാതിരിയുള്ള ഒരു കുപ്പായം തുന്നി എന്നെ ഏല്പിക്കണം!"

പിറ്റേന്ന് രാവിലെ ഇവാൻ രാജകുമാരൻ ഉണർന്നപ്പോൾ തവള പതിവുപോലെ തറയിൽ ചാടി ചാടി നടക്കുന്നുണ്ടായിരുന്നു. മേശപ്പുറത്ത് ഒരു ലിനൻ തുവാലയിൽ ഒരു കുപ്പായം ഇരുന്നിരുന്നു. ഇവാൻ രാജകുമാരന് സന്തോഷമായി. അവൻ കുപ്പായമെടുത്തുകൊണ്ട് പിതാവിന്റെയടുത്തേക്ക് പോയി. അവൻ അവിടെയത്തിയപ്പോൾ രാജാവ് മറ്റു രണ്ടു പുത്രന്മാർ സമ്മാനം സ്വീകരിക്കുകയായിരുന്നു. മൂത്തമകൻ കൊണ്ടുചെന്ന കുപ്പായം നോക്കിയിട്ട് രാജാവ് പറഞ്ഞു:

"എന്റെ ഭൃത്യന്മാരിലൊരുവന് ഇടാൻ കൊള്ളാം."

രണ്ടാമത്തെ മകൻ കൊണ്ടുചെന്ന് കുപ്പായം നോക്കിയിട്ട് രാജാവു പറഞ്ഞു:

"ഇതു വല്ല കുളിപ്പുരയിലും ഉപയോഗിക്കാനേ കൊള്ളൂ."

ഇവാൻ രാജകുമാരൻ കുപ്പായം നിവർത്തി. സ്വർണ്ണനൂലും വെള്ളിനൂലും കൊണ്ട് പൂക്കൾ തുന്നിപ്പിടിപ്പിച്ചിട്ട ആ കുപ്പായം ഒന്നു നോക്കിയിട്ട് രാജാവു പറഞ്ഞു.

"ഇതു നല്ലൊരു കുപ്പായമാണ്! വിശേഷാവസരങ്ങളിൽ ഞാനിതു ധരിക്കും."

മൂത്തസഹോദരന്മാർ ഇരുവരും വീട്ടിലേക്കു മടങ്ങും വഴി സംസാരിച്ചു:

“ഇവാന്റെ ഭാര്യയെ നമ്മൾ പരിഹസിച്ചതു വെറുതെയാണ്- അവൾ ഒരു തവളയല്ല. ഒരു മന്ത്രവാദിനിയാണ്.”

രാജാവ് വീണ്ടും പുത്രന്മാരെ വിളിച്ചു.

“നാളെ രാവിലെ നിങ്ങളുടെ ഭാര്യമാരോട് എനിക്ക് ഓരോ അപ്പം ചുട്ടു തരാൻ പറയണം.” അദ്ദേഹം പറഞ്ഞു. “ആരാണ് നല്ല പാചക ക്കാരിയെന്ന് നോക്കട്ടെ.”

ഇവാൻ കൂടുതൽ ദുഃഖിതനായാണ് വീട്ടിലെത്തിയത്. തവള ചോദിച്ചു:

“നിങ്ങൾക്ക് എന്താണ് ഇത്ര സങ്കടം, രാജകുമാരാ?”

“നാളെ രാവിലെ നീ രാജാവിന് ഒരപ്പം ചുട്ടുകൊടുക്കണം.” ഭർത്താവ് പറഞ്ഞു.

“വ്യസനിക്കേണ്ട. രാജകുമാരാ. ഉറങ്ങിക്കോളൂ. രാത്രി എന്തെങ്കിലും ഒരു വഴിയുണ്ടാകും.”

മറ്റു രണ്ടു വധുക്കളും ആദ്യം തവളയെ കളിയാക്കിയെങ്കിലും ഇപ്പോൾ തവള അപ്പം ചുടുന്നതെങ്ങിനെയെന്നു നോക്കി പഠിക്കാൻ ഒരു വൃദ്ധയെ നിയോഗിച്ചു.

തവള സൂത്രശാലിനിയായിരുന്നു. അവരുടെ ഉദ്ദേശം അതിനു മനസ്സിലായി. അത് കുറെ മാവു കുഴച്ച് അടുപ്പിലേക്ക് കമഴ്ത്തി. വൃദ്ധ മൂത്ത വധുക്കളുടെ അടുത്ത് ഓടിയെത്തി. ഈ വിവരം പറഞ്ഞു. തവള ചെയ്തുപോലെതന്നെ അവരും ചെയ്തു.

പിന്നീട് തവള വാതിൽപ്പിടിയിന്മേൽ ചാടിക്കയറി. ബുദ്ധിമതിയായ വസിലീയയായി മാറി. അവൾ കൈകൊട്ടിയിട്ട് വിളിച്ചു പറഞ്ഞു.

“ദാസിമാരെ, തയ്യാറെടുക്കൂ.. പണിയെടുക്കൂ! ഞാൻ വീട്ടിൽ വെച്ച് തിന്നാറുള്ള തരം ഒരപ്പം നാളെ രാവിലെ തയ്യാറായിരിക്കണം.”

രാവിലെ ഇവാൻ രാജകുമാരൻ ഉണർന്നപ്പോൾ മേശപ്പുറത്ത് വളരെ മനോഹരമായി അലങ്കരിച്ച ഒരപ്പം ഇരിക്കുന്നതു കണ്ടു. അതിന്റെ വശങ്ങൾ വിചിത്ര രൂപങ്ങളെക്കൊണ്ടും മുകൾഭാഗം മനോഹരമായ നഗരങ്ങളുടെ ചിത്രങ്ങളെക്കൊണ്ടും സമാലംകൃതമായിരുന്നു.

ഇവാൻ രാജകുമാരൻ അതിയായി സന്തോഷിച്ചു. ഒരു ലിനൻ ഉവാലയിൽ പൊതിഞ്ഞ് അപ്പം അവൻ അച്ഛന്റെയടുത്തു കൊണ്ടു ചെന്നു. രാജാവ് ആ സമയത്ത് മൂത്ത രണ്ടു പുത്രന്മാരുടെ അപ്പങ്ങൾ സ്വീകരിക്കയായിരുന്നു. അവരുടെ ഭാര്യമാർ വൃദ്ധ പറഞ്ഞതിനുസ രിച്ച് മാവു കുഴച്ച് അടുപ്പിലിട്ടു. കരിഞ്ഞ കുറെ മാവാണ് അവർക്ക് അപ്പത്തിനു പകരം ലഭിച്ചത്. മൂത്ത മകൻ കൊണ്ടുചെന്ന അപ്പം ഒന്നു നോക്കിയിട്ട് രാജാവ് അതു ഭൃത്യന്മാരുടെ പാർപ്പിടത്തിലേ ക്കു കൊണ്ടുപോകാൻ കല്പിച്ചു. രണ്ടാമത്തെ മകൻ കൊണ്ടുചെന്ന അപ്പവും അദ്ദേഹം അങ്ങനെതന്നെ ചെയ്തു. എന്നാൽ ഇവാൻ രാജകു മാരൻ കൊണ്ടുചെന്ന അപ്പം വാങ്ങിയിട്ട് രാജാവ് ഇങ്ങനെ പറഞ്ഞു..

"ഇതാ ഇത് ഒന്നാന്തരം ഒരപ്പമാണ്. വിശേഷദിവസങ്ങളിൽ മാത്രം തിന്നാനുള്ള വിശിഷ്ടമായ ഒരപ്പം."

പിറ്റേദിവസം ഒരു വിരുന്നിന് ഭാര്യമാരേയും കൂട്ടി വരാൻ അദ്ദേഹം പുത്രന്മാരോട് പറഞ്ഞു.

ഇവാൻ രാജകുമാരൻ വിഷാദഭരിതനായിട്ടാണ് വീണ്ടും വീട്ടിലെ ത്തിയത്. തവള ചാടി അടുത്തുചെന്ന് ചോദിച്ചു.

"ക്ര, ക്ര, ഇവാൻ രാജകുമാരന് എന്താണിത്ര സങ്കടം? അച്ഛൻ എന്തെങ്കിലും വഴക്കു പറഞ്ഞോ?"

"തവളേ, എന്റെ തവളേ, ഞാൻ എങ്ങനെ സങ്കടപ്പെടാതിരിക്കും? നാളത്തെ സദ്യക്കു നിന്നേയുംകൂടെ കൊണ്ടുചെല്ലണമെന്നാണ് അച്ഛൻ കല്പിച്ചിരിക്കുന്നത്. പക്ഷേ, നീ എങ്ങനെയാണ് എന്റെ ഭാര്യയായി ആളുകളുടെ മുമ്പിൽ പ്രത്യക്ഷപ്പെടുന്നത്?"

"വിഷമിക്കേണ്ട. ഇവാൻ രാജകുമാരാ." തവള പറഞ്ഞു. "നിങ്ങൾ ഒറ്റയ്ക്കു വിരുന്നിനു പോകണം. ഞാൻ പിന്നീട് വന്നുകൊള്ളാം. ഭയങ്കര തട്ടലും മുട്ടലും കേൾക്കുകയാണെങ്കിൽ അങ്ങ് പേടിക്കേണ്ട. തവള പെട്ടിയിൽക്കയറി വരുന്ന ശബ്ദമാണെന്ന് ആരെങ്കിലും ചോദിച്ചാൽ പറയണം."

പിറ്റേന്ന് ഇവാൻ ഒറ്റയ്ക്ക് പോയി. കവിളിൽ ചായവും പൗഡറും പൂശി. വിലപിടിച്ച വസ്ത്രങ്ങൾ ധരിച്ച് അണിഞ്ഞൊരുങ്ങിയ ഭാര്യ മാരോടൊപ്പം, അവന്റെ സഹോദരന്മാർ കുതിരവണ്ടികളിൽ വന്നി റങ്ങി. അവർ ഇവാൻ രാജകുമാരനെ പരിഹസിച്ചു.

"നീ എന്താ ഭാര്യയെ കൊണ്ടുവരാതിരുന്നത്? ഉറുമാലിൽ

പൊതിഞ്ഞ് നിനക്കവളെ കൊണ്ടുവരാമായിരുന്നു. ആ സുന്ദരിയെ നിനക്ക് എവിടുന്ന് കിട്ടി? നീ ചതുപ്പായ ചതുപ്പുമുഴുവൻ അവൾക്കുവേണ്ടി തിരഞ്ഞെന്നു തോന്നുന്നു."

ഓക്കുതടികൊണ്ടുണ്ടാക്കിയ ഭംഗിയുള്ള വിരിപ്പിട്ട മേശയ്ക്കു ചുറ്റും രാജാവും പുത്രന്മാരും പുത്രവധുക്കളും അതിഥികളും ഇരുന്നു. പെട്ടെന്ന് തട്ടലും മുട്ടലും കൊണ്ട് കൊട്ടാരം ആകെ കുലുങ്ങി. അതിഥികൾ പേടിച്ച് എഴുന്നേറ്റു. അപ്പോൾ ഇവാൻ രാജകുമാരൻ പറഞ്ഞു:

"മാന്യരെ, ആരും പേടിക്കേണ്ട. ഇത് എന്റെ തവള അവളുടെ പെട്ടിയിൽക്കയറി വരുന്ന ശബ്ദമാണ്."

ആറു വെള്ളക്കുതിരകളെ പൂട്ടിയ സ്വർണ്ണം പൂശിയ ഒരു രഥം കൊട്ടാരത്തിന്റെ കവാടത്തിൽ എത്തി. ബുദ്ധിമതിയായ വസീലിസ അതിൽനിന്നിറങ്ങി. ആകാശനീലിമയാർന്ന അവളുടെ കുപ്പായം നക്ഷത്രഖചിതമായിരുന്നു. അവളുടെ തലമുടിയിൽ ഇരുന്ന് ചന്ദ്രക്കല പ്രകാശിച്ചു. അവൾ പുലർക്കാലത്തെ ആകാശംപോലെ മനോഹരിയായിരുന്നു. അത്ര സുന്ദരിയായ മറ്റൊരുവൾ അന്നോളം ജനിച്ചിട്ടില്ല. അവൾ ഇവാൻ രാജകുമാരനെ കൈപിടിച്ച് ഭംഗിയുള്ള വിരിപ്പിട്ട ഓക്കുമേശയ്ക്കരികിലേക്ക് കൊണ്ടുപോയി.

അതിഥികൾ തീറ്റയും കുടിയും തുടങ്ങി. ബുദ്ധിമതിയായ വസിലീസ ഗ്ലാസിൽനിന്ന് വീഞ്ഞ് കുടിച്ചിട്ട് മട്ട് കുപ്പായത്തിന്റെ ഇടത്തെ കയ്യുടെ ഉള്ളിലേക്ക് ഒഴിച്ചു. പിന്നീട് അവൾ കുറച്ച് അരയന്നമാംസം ഭക്ഷിച്ചിട്ട് എല്ലുകൾ വലത്തെ കുപ്പായക്കയ്യിൽ ഇട്ടു.

മൂത്തരാജകുമാരന്മാരുടെ ഭാര്യമാർ ഇതു കണ്ടു അവരും അങ്ങനെ ചെയ്തു.

തീനും കുടിയും കഴിഞ്ഞ് എല്ലാവരും നൃത്തത്തിനു തയ്യാറായി. ബുദ്ധിമതിയായ വസിലീസ ഇവാൻ രാജകുമാരനൊടൊപ്പം നൃത്തം ചെയ്തു. അവളുടെ നൃത്തം കണ്ട് എല്ലാവരും അത്ഭുതപ്പെട്ടു. അവൾ ഇടത്തു കൈവീശി. അവിടെ ഒരു തടാകം ഉണ്ടായി. അവൾ വലതുകൈ വീശി-ഉടൻതന്നെ വെളുത്ത അരയന്നങ്ങൾ തടാകത്തിൽ നീന്തിക്കളിച്ചുതുടങ്ങി. രാജാവും അതിഥികളും വിസ്മയസ്തബ്ധരായി.

പിന്നീട് മൂത്ത വധുക്കൾ രണ്ടുപേരും നൃത്തത്തിനിറങ്ങി. അവർ ഒരു കൈ വീശി, പക്ഷേ വീഞ്ഞ് അതിഥികളുടെ മേൽ തെറിക്കുക മാത്രമാണ് ഉണ്ടായത്.

അവർ മറ്റേ കൈ വീശിയപ്പോൾ എല്ലു കഷ്ണങ്ങൾ തെറിച്ചു വീണു. ഒരെല്ല് രാജാവിന്റെ കണ്ണിൽ ചെന്നുകൊണ്ടു. അദ്ദേഹം കോപിച്ച് അവരെ രണ്ടുപേരെയും അവിടെനിന്ന് ഓടിച്ചു.

ഇതിനിടയ്ക്ക് ഇവാൻ രാജകുമാരൻ ആരും കാണാതെ വീട്ടിലേക്കു പോയി. അവിടെ കണ്ട തവളത്തൊലി അവൻ തീയിലിട്ട് കരിച്ചു കളഞ്ഞു.

ബുദ്ധിമതിയായ വസിലീസ മടങ്ങിയെത്തി തവളത്തൊലി തിരഞ്ഞു. അവൾക്ക് അതു കണ്ടുകിട്ടിയില്ല. അവൾ ഒരു ബെഞ്ചിലിരുന്ന് കണ്ണുനീർ തൂകിക്കൊണ്ട് ഇവാനോട് പറഞ്ഞു.

"ഹാ, ഇവാൻ രാജകുമാരാ! നിങ്ങളെന്താണീ ചെയ്തത്! മൂന്നു ദിവസം കൂടി ക്ഷമിച്ചിരുന്നെങ്കിൽ ഞാൻ എന്നെന്നേയ്ക്കും നിങ്ങളുടേതാകുമായിരുന്നു. പക്ഷേ ഇപ്പോൾ ഇതാ എനിക്ക് പിരിഞ്ഞുപോകേണ്ടിയിരിക്കുന്നു. ഒമ്പതാം കരയ്ക്കപ്പുറമുള്ള മുപ്പതാം രാജ്യത്ത് എന്നേ തിരയൂ. ചിരംജീവിയായ കൊഷ്ചേയുടെ നാടാണ് അത്..."

ഇങ്ങനെ പറഞ്ഞിട്ട് വസിലീസ ഒരു കരിങ്കുയിലായി ജനലിലൂടെ പുറത്തേക്കു പറന്നുപോയി. ഇവാൻ രാജകുമാരൻ വളരെനേരം ഇരുന്നു കരഞ്ഞു. പിന്നീട് എഴുന്നേറ്റ് നാലുദിക്കുകളേയും തലകുനിച്ച് വന്ദിച്ചിട്ട് ഭാര്യയെ അന്വേഷിച്ച് മുമ്പോട്ടു നടന്നു. താൻ പോകുന്നത് എങ്ങോട്ടാണെന്ന് അവനു തന്നെ നിശ്ചയമില്ലായിരുന്നു. അവൻ എത്ര കാലം നടന്നുവെന്നോ എത്ര ദൂരം നടന്നുവെന്നോ പറയാൻ കഴിയുകയില്ല. എന്നാൽ അവന്റെ ബൂട്ടുകളുടെ അടിവശം മുഴുവൻ തേഞ്ഞുപോയെന്നും കുപ്പായത്തിന്റെ കയ്യുട്ടുകളുടെ ഭാഗത്തെ നൂലുകൾ മുഴുവൻ പൊട്ടിപ്പോയെന്നും മഴനനഞ്ഞ് തൊപ്പി കീറിപ്പറഞ്ഞെന്നും നമുക്ക് അറിയാം. ഒടുവിൽ ഒരു പടുവൃദ്ധനെ കണ്ടുമുട്ടി. വൃദ്ധന് വലിപ്പം തീരെ കുറവായിരുന്നു.

"എങ്ങോട്ടാണ്?" വൃദ്ധൻ ഇവാനോടു ചോദിച്ചു. "എന്താണ് നിന്റെ ഉദ്ദേശം?"

ഇവാൻ രാജകുമാരൻ തനിക്ക് നേരിട്ട വിപത്തിനെപ്പറ്റി വൃദ്ധനോടു പറഞ്ഞു.

"ഇവാൻ രാജകുമാരാ, അങ്ങെന്തിനാണ് ആ തവളത്തൊലി കത്തിച്ചുകളഞ്ഞത്?" കൊച്ചു വൃദ്ധൻ ചോദിച്ചു."അതു സൂക്ഷിച്ചു വയ്ക്കാനോ കളയാനോ അങ്ങേക്ക് അവകാശമെന്തിരിക്കുന്നു? ബുദ്ധിമതിയായ

വസിലീസ ബുദ്ധിശക്തിയിൽ അവളുടെ പിതാവിനെ അതിശയി പ്പിച്ചു. അത് അദ്ദേഹത്തെ ശുണ്ഠിപിടിപ്പിച്ചു. അദ്ദേഹം മകളെ മൂന്നു വർഷക്കാലത്തേക്ക് തവളയാക്കി മാറ്റി. അല്ലെങ്കിൽ ഇനി അതേപ്പറ്റി പറഞ്ഞിട്ടു കാര്യമില്ലല്ലോ. ഈ ഉണ്ട നൂൽ എടുത്തോളൂ. അത് ഉരു ണ്ടുപോകുന്ന വഴിയെ നിർഭയം അങ്ങു സഞ്ചരിക്കൂ"

ഇവാൻ രാജകുമാരൻ വൃദ്ധനോട് നന്ദി പറഞ്ഞിട്ട് ഉണ്ടനൂൽ ഉരു ണ്ടുപോയ വഴിയെ നടന്നു തുടങ്ങി. അത് വളരെ ദൂരം ഉരുണ്ടുപോയി. ഇവാനും പിറകെ പോയി. വെളിപ്രദേശത്ത് ഒരു കരടി നിൽക്കുന്നത് അവൻ കണ്ടു. അവൻ ഉന്നം പിടിച്ച് അതിനെ കൊല്ലാൻ തയ്യാറായി. ഉടൻതന്നെ അത് മനുഷ്യശബ്ദത്തിൽ ഇങ്ങനെ പറഞ്ഞു.

“ഇവാൻ രാജകുമാരാ. എന്നെ കൊല്ലരുതേ, എന്നെങ്കിലുമൊരി ക്കൽ എന്നെക്കൊണ്ട് അങ്ങേക്ക് ഉപകാരമുണ്ടാകും.”

ഇവാൻ കരടിയെ ഉപദ്രവിക്കാതെ മുമ്പോട്ടു പോയി. പെട്ടെന്ന് മുകളിൽ ഒരു പൂവൻതാറാവു പറന്നുപോകുന്നത് അവൻ കണ്ടു. അതിനെ എയ്തു വീഴ്ത്താൻ ഉന്നം പിടിച്ചപ്പോൾ അതു മനുഷ്യശബ്ദ ത്തിൽ ഇങ്ങനെ പറഞ്ഞു:

“ഇവാൻ രാജകുമാരാ, എന്നെ കൊല്ലരുതേ. എന്നെക്കൊണ്ട് എന്നെങ്കിലും അങ്ങേക്ക് ഉപകാരമുണ്ടാകും.”

അവൻ താറാവിനെ കൊല്ലാതെ മുമ്പോട്ടു പോയി. ഒരു മുയൽ ആ വഴി ഓടി. അതിനെ കൊല്ലാനായി ഇവാൻ വില്ലും അമ്പും കയ്യി ലെടുത്തു. ഉടൻ തന്നെ മുയൽ മനുഷ്യശബ്ദത്തിൽ ഇങ്ങനെ പറഞ്ഞു:

“ഇവാൻ രാജകുമാരാ, എന്നെ കൊല്ലരുതേ, എന്നെങ്കിലും എന്നെ ക്കൊണ്ട് ഉപകാരമുണ്ടാകും.”

അവൻ മുയലിനെ കൊല്ലാതെ വീണ്ടും നടന്നു. അവൻ നടന്നു നടന്ന് നീല സമുദ്രത്തിന്റെ കരയിലെത്തി. അവിടെ മണലിൽ ഒരു പൈക്കു മത്സ്യം കിടന്ന് പിടയ്ക്കുന്നുണ്ടായിരുന്നു.

“ഹാ, ഇവാൻ രാജകുമാരാ!” പൈക്കു പറഞ്ഞു. “എന്നോട് കരുണ കാണിക്കണേ! എന്നെ നീലസമുദ്രത്തിലേക്ക് എടുത്തിടൂ!”

ഇവാൻ പൈക്കിനെ വെള്ളത്തിലേക്കിട്ടിട്ട് സമുദ്രതീരത്തുകൂടെ നടന്നു. ഒടുവിൽ ഉണ്ടനൂൽ ഒരു കാട്ടിലെത്തി. അവിടെ കോഴിക്കാ ലിന്മേൽ തിരിഞ്ഞു കൊണ്ടിരിക്കുന്ന ഒരു കുടിൽ ഉണ്ടായിരുന്നു.

“കുഞ്ഞിക്കുടിലേ, കുഞ്ഞിക്കുടിലേ, നിന്റെ പുറകുവശം മരങ്ങളുടെ നേരെ തിരിച്ചിട്ട് മുൻവശം എന്റെ നേരെ തിരിക്കു.”

കുടിൽ പുറകുവശം മരങ്ങളുടെ നേരെ തിരിച്ചിട്ട് മുൻവശം ഇവാന്റെ നേർക്ക് തിരിച്ചു. ഇവാൻ രാജകുമാരൻ കുടിലിനുള്ളിലേയ്ക്കു കയറി. അവിടെ പുകക്കുഴലിന്റെ അടുത്ത് ബാബ-യഗാ എന്ന മന്ത്രവാദിനി ഇരുന്നിരുന്നു. അവളുടെ കയ്യിൽ ഒരു ചൂലും ഒരു ചുള്ളിക്കമ്പും ഉണ്ടായിരുന്നു. മരക്കുറ്റിപോലെയുള്ള മൂക്കുള്ള ഒരു കിഴവിയായിരുന്നു അവൾ. ഇവാനെ കണ്ടയുടൻ ബാബ- യഗ പറഞ്ഞു:

“ഹൗ, ഹൗ, റഷ്യൻ രക്തം ഞാനിതുവരെ കണ്ടുമുട്ടിയിട്ടില്ലാത്തത്. ഇപ്പോൾ എന്റെ വാതുക്കൽ എനിക്ക് അതിന്റെ മണം വരുന്നു. ആരാണ് വന്നിരിക്കുന്നത്? എവിടുന്നാണ്? എങ്ങോട്ടാണ്?”

“മര്യാദകെട്ട കിഴവി.” ഇവാൻ തിരിച്ചടിച്ചു. “നീ എനിക്ക് തിന്നാനും കുടിക്കാനും തന്ന് കുളിമുറിയിൽ കയറ്റി ആവിയിൽ കുളിപ്പിച്ചുകഴിഞ്ഞിട്ടുവേണം ഇങ്ങനെ ചോദ്യങ്ങൾ ചോദിക്കാൻ.”

ബാബ-യാഗാ അവനെ ആവിയിൽ കുളിപ്പിച്ച് അവന് മാംസവും പാനീയങ്ങളും കൊടുത്തിട്ട് വിശ്രമിക്കാൻ കിടക്കയിൽ കിടത്തി. താൻ തന്റെ ഭാര്യയെ, ബുദ്ധിമതിയായ വസിലിയെ അന്വേഷിച്ചു നടക്കുകയാണെന്ന് ഇവാൻ ബാബ-യാഗയോടു പറഞ്ഞു.

“നിന്റെ ഭാര്യ ഇപ്പോൾ ചിരംജീവിയായ കൊഷ്ചേയുടെ അധീനത്തിലാണ്.” ബാബ-യാഗാ പറഞ്ഞു. “അവളെ തിരിച്ചുകൊണ്ടുവരാൻ വളരെ പ്രയാസമാണ്. കൊഷ്ചേയ് നിന്നേക്കാൾ ശക്തനായ എതിരാളിയാണ്. കോഷ്ചേയുടെ ജിവൻ കുടിക്കൊള്ളുന്നത് ഒരു സൂചിയുടെ അറ്റത്താണ്. ആ സൂചി ഒരു മുട്ടയുടെ ഉള്ളിലും മുട്ട ഒരു പിടത്താറാവിന്റെ ഉള്ളിലും താറാവ് ഒരു മുയലിന്റെ ഉള്ളിലും മുയൽ കല്ലുകൊണ്ടുണ്ടാക്കിയ ഒരു പേടകത്തിലും പേടകം ഒരു പൊക്കമുള്ള ഓക്കുമരത്തിന്റെ മുകളിലുമാണ് സ്ഥിതി ചെയ്യുന്നത്. ചിരംജീവിയായ കോഷ് ചേയ് ആ മരം കണ്ണിലെ കൃഷ്ണമണിയെപ്പോലെ കാത്തുസൂക്ഷിക്കുന്നു.”

ഇവാൻ രാജകുമാൻ അന്നു രാത്രി ബാബ-യഗായുടെ വീട്ടിൽ താമസിച്ചു. പിറ്റേന്നു രാവിലെ ബാബ- യഗാ അവന് പൊക്കമുള്ള ഓക്കുമരത്തിനടുത്തെത്താനുള്ള വഴി പറഞ്ഞുകൊടുത്തു. അവൻ എത്രദൂരം നടന്നെന്ന് നമുക്കറിയില്ല. ഒടുവിൽ അവൻ ആ പൊക്കമുള്ള

ഓക്കു മരത്തിന്റെ ചുവട്ടിലെത്തി. അതിന്റെ മുകളിൽ പേടകം ഇരുന്നിരുന്നു. പക്ഷേ അതെടുക്കാൻ നിവൃത്തിയുണ്ടായിരുന്നില്ല.

മുമ്പു കണ്ട കരടി പെട്ടെന്ന് അവിടെയെത്തി ആ മരം വേരോടെ പിഴുതു താഴെയിട്ടു. പേടകം താഴെ വീണ് താനേ തുറന്നു. പേടകത്തിനുള്ളിൽ നിന്ന് ഒരു മുയൽ ചാടിയിറങ്ങി അതിവേഗം ഓടിത്തുടങ്ങി. എന്നാൽ ആദ്യം ഇവാൻ കണ്ട മുയൽ ഓടി അതിനെ പിടിച്ച് പിച്ചിച്ചീന്തി. അതിന്റെ വയറ്റിൽനിന്ന് ഒരു പിടത്താറാവ് പുറത്തു കടന്ന് ആകാശത്തിൽ പറന്നുയർന്നു. പൂവൻ താറാവ് മിന്നൽ വേഗത്തതിൽ അതിന്റെ അടുത്തു പറന്നെത്തി അതിനെ ശക്തിയായി അടിച്ചു. ഉടൻതന്നെ പിടത്താറാവ് മുട്ടയിട്ടു. ആ മുട്ട ചെന്നു വീണത് നീല സമുദ്രത്തിലായിരുനന്നു.

അതു കണ്ട് ഇവാൻ രാജകുമാരൻ അതിയായി ദുഃഖിച്ചു. കടലിൽ നിന്നും മുട്ട എങ്ങനെ കണ്ടുപിടിക്കാനാണ്? എന്നാൽ പെട്ടന്ന് പൈക്ക് മത്സ്യം മുട്ടയും കടിച്ചുപിടിച്ചുകൊണ്ട് പൊങ്ങിവന്നു. ഇവാൻ മുട്ട പൊട്ടിച്ച് സൂചി പുറത്തെടുത്തു. അവൻ അതു ഒടിക്കാൻ ശ്രമിച്ചുതുടങ്ങി. അതു വളയുന്നതിനനുസരിച്ച് ചിരംജീവിയായ കൊഷ്ചേയ് ഞെളിയുകയും പുളയുകയും അലറുകയും ചെയ്തുകൊണ്ടിരുന്നു. ഒടുവിൽ ഇവാൻ രാജകുമാരൻ സൂചിയുടെ മുന ഒടിച്ചു താഴെയിട്ടു. കൊഷ് ചേയ് മരിച്ച് നിലംപതിച്ചു.

ഇവാൻ കൊഷ്ചേയുടെ വെള്ളക്കൽക്കൊട്ടാരത്തിലേക്ക് പോയി. ബുദ്ധിമതിയായ വസിലീസ ഓടി വന്ന് അവന്റെ ചുണ്ടുകളിൽ ചുംബിച്ചു. ഇവാൻ രാജകുമാരനും ബുദ്ധിമതിയായ വസിലീസയും അവരുടെ വീട്ടിൽ തിരിച്ചെത്തി സുഖമായി താമസിച്ചു.

കോടാലിക്കഞ്ഞി

ഒരു റഷ്യൻ നാടോടിക്കഥ

ഒരിക്കൽ ഒരു പട്ടാളക്കാരൻ അവധിയെടുത്ത് വീട്ടിലേക്കു പോവുകയായിരുന്നു. നടന്നു നടന്ന് അയാളുടെ കാലുകൾ കഴച്ചു. പോരെങ്കിൽ നല്ല വിശപ്പും. ഒരു ഗ്രാമത്തിലെത്തിയപ്പോൾ ആദ്യം കണ്ട കുടിലിന്റെ വാതിലിൽ അയാൾ മുട്ടി.

"അകത്തുവന്ന് കുറച്ചു വിശ്രമിക്കാൻ എന്നെ അനുവദിക്കുമോ?" അയാൾ ചോദിച്ചു.

ഒരു വൃദ്ധ വാതിൽ തുറന്നു.

"വരൂ പട്ടാളക്കാരാ," അവർ പറഞ്ഞു.

"തിന്നാൻ വല്ലതും ഉണ്ടോ, അമ്മേ?"

വൃദ്ധയ്ക്ക് ഒന്നിന്റെയും കുറവുണ്ടായിരുന്നില്ല. പക്ഷേ അവർ ഒരു പിശുക്കിയായിരുന്നു. അതുകൊണ്ട് താൻ ഒരു ദരിദ്രയാണെന്ന് അവർ ഭാവിച്ചു.

"ഹാ, നല്ലവനായ മനുഷ്യ, ഇന്നലെ മുതൽ ഞാൻ തന്നെ പട്ടിണിയാണ്!"

"നിങ്ങളുടെ കയ്യിൽ ഇല്ലെങ്കിൽ ഇല്ലാതെ കഴിക്കുകതന്നെ," പട്ടാളക്കാരൻ പറഞ്ഞു. പിടി ഊരിപ്പോയ ഒരു കോടാലി ബഞ്ചിനടിയിൽ കിടക്കുന്നത് അപ്പോഴാണ് അയാൾ കണ്ടത്.

"മറ്റൊന്നുമില്ലെങ്കിൽ ഈ കോടാലികൊണ്ട് കഞ്ഞി വെയ്ക്കാം," അയാൾ പറഞ്ഞു.

"കോടാലികൊണ്ട് കഞ്ഞിയോ?"

"അതുതന്നെ, ഒരു കലം തന്നാൽ മാത്രം മതി."

വൃദ്ധ കലം കൊണ്ടുവന്നു. പട്ടാളക്കാരൻ കോടാലി വൃത്തിയായി കഴുകി കലത്തിൽ ഇട്ട് അതിൽ കുറച്ച് വെള്ളവുമൊഴിച്ച് അടുപ്പത്തുവച്ചു.

അത്ഭുതംകൊണ്ട് അമ്മൂമ്മയയുടെ കണ്ണുകൾ തള്ളി. പട്ടാളക്കാരൻ ഒരു തവിയെടുത്ത് ഇളക്കിത്തുടങ്ങി. കുറച്ചു കഴിഞ്ഞ് അയാൾ കലത്തിലെ വെള്ളം കുറച്ച് രുചിച്ചു നോക്കി.

"ഇതു ഉടനെ കാലമാകും." പട്ടാളക്കാരൻ പറഞ്ഞു. "എന്റെ കയ്യിൽ ഉപ്പില്ലാതെ പോയത് കഷ്ടമായിപ്പോയി."

'എന്റെ കയ്യിൽ കുറച്ച് ഉപ്പുണ്ട്. " വൃദ്ധ പറഞ്ഞു. "ഇതാ എടുത്തോളൂ"

പട്ടാളക്കാരൻ കലത്തിൽ ഉപ്പിട്ടിട്ട് വീണ്ടും സ്വാദുനോക്കി.

"ഒരു പിടി ഗോതമ്പുണ്ടെങ്കിൽ കഞ്ഞി ഒന്നാന്തരമാകും." അയാൾ അഭിപ്രായപ്പെട്ടു.

വൃദ്ധ കലവറയിൽനിന്നും ഗോതമ്പു നിറച്ച ഒരു ചെറിയ സഞ്ചി എടുത്തു കൊണ്ടുവന്നു.

"ഇതാ, കഞ്ഞിക്കു കൊഴുപ്പുവരുത്താൻ വേണ്ടത് എടുത്തുകൊള്ളൂ."

പട്ടാളക്കാരൻ വളരെ നേരം അത് തിളപ്പിക്കുകയും ഇളക്കുകയും ചെയ്തുകൊണ്ടിരുന്നു. വീണ്ടും അയാൾ സ്വാദുനോക്കി.

അമ്മൂമ്മ അയാളെത്തന്നെ നോക്കിക്കൊണ്ടിരിക്കുകയായിരുന്നു.

“ഒന്നാന്തരം കഞ്ഞി.” പട്ടാളക്കാരൻ പറഞ്ഞു. “ഒരു തിരി വെണ്ണക്കൂടി ഇട്ടാൻ ഇവൻ വിളിച്ചാൽ വിളി കേൾക്കും.”

വൃദ്ധ കുറച്ചു വെണ്ണ കൊണ്ടുവന്നു.

“അമ്മേ, ഇനി ഒരു തവി കൊണ്ടുവന്ന് ഇത് കുറച്ച് കുടിച്ചുനോക്കിയാട്ടെ.”

അവർ കഞ്ഞി കുടിച്ചു തുടങ്ങി. അതിന്റെ സ്വാദിനെപ്പറ്റി എത്ര പറഞ്ഞിട്ടും അമ്മൂമ്മയ്ക്ക് മതിയായില്ല.

“അത്ഭുതം, അത്ഭുതം,” അവർ പറഞ്ഞു. “ഒരു കോടാലികൊണ്ട് ഇത്ര സ്വാദുള്ള കഞ്ഞി ഉണ്ടാക്കാമെന്ന് ഞാൻ സ്വപ്നത്തിൽപ്പോലും വിചാരിച്ചിട്ടില്ല.”

പട്ടാളക്കാരൻ ഉള്ളിൽ ചിരിച്ചുകൊണ്ട് കഞ്ഞികുടി തുടർന്നു.

കർഷകപുത്രനായ ഇവാനും മൂന്നു ചൂദൊ – യൂദൊമാരും

ഒരു റഷ്യൻ നാടോടിക്കഥ

പണ്ടു പണ്ടൊരു രാജ്യത്ത്, ഒരു ദേശത്ത്, ഒരപ്പൂപ്പനും അമ്മൂമ്മയും അവരുടെ മൂന്നു പുത്രന്മാരും താമസിച്ചിരുന്നു. ഇവാനെന്നായിരുന്നു ഇളയമകന്റെ പേര്. കുട്ടികൾ മടിയന്മാരായിട്ടല്ല വളർന്നത്. അവർ അദ്ധ്വാനശീലരായിരുന്നു. പ്രഭാതം മുതൽ പ്രദോഷം വരെ അവർ നിലമുഴുതുപോന്നു.

രാക്ഷസന്മാരിൽ ഭയങ്കരനായ ചൂദൊ-യൂദൊ ഭൂമിയെ ആക്രമിച്ച് ജനങ്ങളെ കൊന്നൊടുക്കാനും പട്ടണങ്ങളും ഗ്രാമങ്ങളും തീവെച്ചു നശിപ്പിക്കാനും പോകുന്നുവെന്നൊരു ശ്രുതി ആ രാജ്യത്തു പരന്നു. അപ്പൂപ്പനും അമ്മൂമ്മയും ദുഃഖിതരായി. അവരെ ആശ്വസിപ്പിക്കുവാൻ ശ്രമിച്ചുകൊണ്ട് മൂത്ത മക്കൾ രണ്ടുപേരും ഇങ്ങനെ പറഞ്ഞു:

"അമ്മേ ദുഃഖിക്കേണ്ട, അച്ഛാ, ദുഃഖിക്കേണ്ട! രാക്ഷസന്മാരിൽ ഭയങ്കരനായ ചൂദൊ-യൂദൊയെ നേരിടാൻ ഞങ്ങൾ പോകാം, അവനെ കൊന്നിട്ടേ ഞങ്ങൾ മടങ്ങുകയുള്ളു! നിങ്ങൾക്കു തുണയ്ക്കായി ഇവാനെ ഇവിടെ നിർത്തിയേക്കാം. ഞങ്ങളുടെ കൂടെ യുദ്ധത്തിനു പോവാൻ അവനു പ്രായമായിട്ടില്ല."

"അതു പറ്റില്ല," ഇവാൻ പറഞ്ഞു. "വീട്ടിൽ നിങ്ങളേയും കാത്തിരിക്കാൻ എനിക്കുവയ്യ.

ചൂദൊ- യൂദൊയോടു യുദ്ധം ചെയ്യാൻ ഞാനും വരുന്നു!"

അപ്പൂപ്പനും അമ്മൂമ്മയും അവനെ തടയുകയും എതിർത്ത് എന്തെങ്കിലും പറയുകയോ ഉണ്ടായില്ല. അവർ മക്കൾ മൂന്നുപേരുടെയും യാത്രയ്ക്കു വേണ്ട ഒരുക്കങ്ങൾ ചെയ്തു.

സഹോദരന്മാർ മൂന്നുപേരും ഘനമുള്ള ഓരോ കുറുവടി കരുതി, സഞ്ചിയിൽ കുറച്ചു റൊട്ടിയും യാത്രയ്ക്കുത്യാവശ്യമായ ചുരുക്കം ചില സാധനങ്ങളും എടുത്തുവച്ചു. അവർ തങ്ങളുടെ ഉഗ്രൻ കുതിരകളുടെ പുറത്തു കയറി യാത്രതിരിച്ചു.

അവർ എത്ര ദൂരം സഞ്ചരിച്ചുവെന്ന് ആർക്കും നിശ്ചയമില്ല. വഴിയിൽ ഒരു വൃദ്ധനെ അവർ കണ്ടുമുട്ടിയെന്നു മാത്രമറിയാം.

“നല്ലവരായ യുവാക്കളെ, വന്ദനം!” വൃദ്ധൻ പറഞ്ഞു.

“വന്ദനം.. അപ്പൂപ്പാ!”

“എങ്ങോട്ടാണ്?”

“രാക്ഷസന്മാരിൽ ഭയങ്കരനായ ചൂദൊ-യൂദൊയോടു യുദ്ധം ചെയ്ത് സ്വദേശത്തെ രക്ഷിക്കുവാൻ പോവുകയാണ് ഞങ്ങൾ!”

“നല്ല കാര്യത്തിനാണ് നിങ്ങളുടെ പുറപ്പാട്! പക്ഷേ കുറുവടി കൊണ്ട് ചൂദൊ-യൂദൊയോടു യുദ്ധം ചെയ്യാൻ പറ്റില്ല, അതിന് ഡമാസ്കസ് ഉരുക്കുകൊണ്ടുണ്ടാക്കിയ വാളുകളാണു വേണ്ടത്.”

“അതെവിടെക്കിട്ടും, അപ്പൂപ്പാ?”

“അതു ഞാൻ പറഞ്ഞുതരാം. നല്ലവരായ യുവാക്കളെ, നിങ്ങൾ നേരെ മുമ്പോട്ടു കുതിരയോടിച്ചുപോവുക. അപ്പോൾ ഒരു വലിയ

മല കാണും. ആ മലയിൽ ഒരു വൻഗുഹയുണ്ട്. അതിന്റെ മുഖം ഒരു വലിയ പാറകൊണ്ട് മൂടിയിരിക്കയാണ്. ആ പാറ ഉരുട്ടിമാറ്റി നിങ്ങൾ ഗുഹയിൽ പ്രവേശിക്കണം.. അവിടെനിന്നും നിങ്ങൾക്ക് വാളുകൾ കിട്ടും."

സഹോദരന്മാർ വൃദ്ധനോട് നന്ദി പറഞ്ഞിട്ട് അയാൾ പറഞ്ഞതു പോലെ നേരെ മുമ്പോട്ട് കുതിരയോടിച്ചു പോയി. ഒരു പൊക്കമുള്ള മല അവരുടെ ദൃഷ്ടിയിൽപ്പെട്ടു. അതിന്റെ ഒരു വശത്ത് ചാരനിറത്തിലുള്ള ഒരു വലിയ പാറ ഉണ്ടായിരുന്നു. സഹോദരന്മാർ പാറ ഉരുട്ടിമാറ്റി ഗുഹയ്ക്കുള്ളിൽ പ്രവേശിച്ചു. അവിടെ അവർ കണ്ടത് പലതലത്തിലുള്ള അസംഖ്യം ആയുധങ്ങളല്ലാതെ മറ്റൊന്നുമല്ല! അവർ ഓരോരുത്തരും ഓരോ വാൾ എടുത്തുകൊണ്ട് വീണ്ടും യാത്രയായി.

"വൃദ്ധൻ നമ്മോട് വളരെ കരുണ കാണിച്ചു, അദ്ദേഹത്തിനു നന്ദി", അവർ പറഞ്ഞു. "ഈ വാളുകൾകൊണ്ട് യുദ്ധം ചെയ്യാൻ നമുക്ക് വളരെ എളുപ്പമായിരിക്കും!"

അവർ പിന്നെയും കുതിരപ്പുറത്ത് സഞ്ചരിച്ചുകൊണ്ടിരുന്നു, ഒരു ഗ്രാമത്തിലെത്തുന്നതുവരെ. അവർ ചുറ്റും നോക്കി. ഒരൊറ്റ ജീവിയെപ്പോലും അവിടെയെങ്ങും കണ്ടില്ല. ഒരു ചെറിയ കുടിലൊഴികെ മറ്റെല്ലാം കത്തി ചാമ്പലായി കിടന്നിരുന്നു. സഹോദരന്മാർ മൂവരും കുടിലിനുള്ളിൽ പ്രവേശിച്ചു. അടുപ്പിന്റെ തട്ടിൽ ഞരങ്ങിക്കൊണ്ടു കിടന്നിരുന്നു. ഒരു വൃദ്ധയെയാണ് അവർ കണ്ടത്.

"വന്ദനം, അമ്മൂമ്മേ!" സഹോദരന്മാർ പറഞ്ഞു.

"വന്ദനം, നല്ലവരായ യുവാക്കളെ! എങ്ങോട്ടാണ്?"

"ഞങ്ങൾ മുന്തിരപ്പുഴയിലുള്ള ഞാവൽപ്പാലത്തിലേക്കു പോവുകയാണ്. രാക്ഷസന്മാരിൽ ഭയങ്കരനായ ചൂദൊ- യൂദാ ഞങ്ങളുടെ രാജ്യം ആക്രമിക്കാതിരിക്കുവാൻ അയാളോട് യുദ്ധം ചെയ്യാനാണ് ഞങ്ങൾ പുറപ്പെട്ടിരിക്കുന്നത്."

"ഹ, എന്റെ നല്ലവരായ യുവാക്കളെ, ഒരു നല്ല കാര്യത്തിനാണ് നിങ്ങളുടെ പുറപ്പാട്! കറുത്ത ഹൃദയമുള്ള ആ ഭയങ്കരൻ കൊലയും കൊള്ളയും നടത്തുകയും ചെല്ലുന്നേടമെല്ലാം നശിപ്പിക്കുകയും ചെയ്യുന്നു. ഇവിടെയും അതുതന്നെയാണ് സംഭവിച്ചത്. ജീവനോടെ ശേഷിക്കുന്നത് ഞാൻ മാത്രമാണ്..."

സഹോദരന്മാർ ആ രാത്രി വൃദ്ധയുടെ വീട്ടിൽ താമസിച്ചു. പിറ്റേന്ന്

വെളുപ്പിനുതന്നെ അവർ എഴുന്നേറ്റ് യാത്ര തുടർന്നു.

മുന്തിരിപ്പുഴയിലെ ഞാവൽപ്പാലത്തിനടുത്ത് അവരെത്തി. പുഴയുടെ തീരത്ത് ഒടിഞ്ഞ വാളുകൾ, ഒടിഞ്ഞ വില്ലുകൾ, മനുഷ്യരുടെ അസ്ഥികൾ എന്നിവ ചിതറിക്കിടന്നിരുന്നു...

അടുത്തൊരിടത്ത് ഒടിഞ്ഞു കിടന്നിരുന്ന കുടിലിൽ താമസിക്കാമെന്ന് അവർ നിശ്ചയിച്ചു.

"ഞാൻ പറയുന്നത് ശ്രദ്ധിക്കു. സഹോദരന്മാരെ," ഇവാൻ പറഞ്ഞു. "വിദൂരവും അപരിചിതവുമായ ഒരു രാജ്യത്താണ് നാം എത്തിയിരിക്കുന്നത്. നാം വളരെ കരുതലോടെ ഇരിക്കുകയും ഓരോ ശബ്ദവും എന്താണെന്ന് ശ്രദ്ധിക്കുകയും വേണം. രാക്ഷസന്മാരിൽ ഭയങ്കരനായ ചൂദൊ-യൂദൊ ഞാവൽപ്പാലത്തിനിപ്പുറം കടക്കാതിരിക്കുവാൻ നാം മാറിമാറി കാവൽ നില്ക്കണം."

ആദ്യത്തെ രാത്രിയിൽ മൂത്ത സഹോദരൻ കാവലിനു പോയി. അവൻ നദീതീരം മുഴുവൻ നടന്നു പരിശോധിക്കുകയും മുന്തിരിപ്പുഴയുടെ മറുകരയിലേക്ക് കണ്ണോടിക്കുകയും ചെയ്തു. എല്ലാം ശാന്തം, യാതൊരനക്കവും ഒച്ചയും ഇല്ല. അതുകൊണ്ട് അവൻ ഒരു കുറ്റിച്ചെടിയുടെ അടിയിൽ പോയിക്കിടക്കുകയും തൽക്ഷണം കൂർക്കം വലിച്ച് ഉറങ്ങുകയും ചെയ്തു.

ഇവാനാകട്ടെ കുടിലിൽ ഉറങ്ങാതെ കിടക്കുകയായിരുന്നു. അവൻ ഒന്നു മയങ്ങുകപോലും ചെയ്തില്ല. പാതിരാ കഴിഞ്ഞപ്പോൾ അവൻ ഡമാസ്ക്കസ് ഉരുക്കുകൊണ്ടുള്ള വാളും എടുത്തുകൊണ്ട് മുന്തിരപ്പുഴയിലേക്കു പോയി.

ഒരു കുറ്റിച്ചെടിയുടെ ചുവട്ടിൽ ഉറക്കെ കൂർക്കം വലിച്ചുകൊണ്ട് തന്റെ മൂത്ത സഹോദരൻ സുഖമായി ഉറങ്ങുന്നതാണ് അവൻ അവിടെ കണ്ടത്. എന്നാൽ ഇവാൻ അയാളെ ഉണർത്തിയില്ല. ഞാവൽപ്പാലത്തിന്റെ അടിയിൽ ഒളിച്ചിരുന്നുകൊണ്ട് കടവ് കാക്കുകയാണ് അവൻ ചെയ്തത്.

പെട്ടെന്ന് പുഴയിലെ വെള്ളം പതയുകയും തിളയ്ക്കുകയും ചെയ്തു തുടങ്ങി. ഓക്കുമരങ്ങളിൽ ഇരുന്ന് കഴുകന്മാർ കരഞ്ഞു. രക്ഷസന്മാരിൽ ഭയങ്കരനായ ആറുതലയൻ ചൂദൊ-യൂദൗ കുതിരപ്പുറത്ത് അവിടെ എത്തി. ഞാവൽപ്പാലത്തിന്റെ മദ്ധ്യത്തിലേക്ക് അയാൾ കുതിരയോടിച്ചു. കുതിര കാൽതട്ടി വീഴാൻ തുടങ്ങി. അയാളുടെ തോളിലിരുന്ന

മലങ്കാക്ക ചിറകിട്ടടിച്ചു. അയാളുടെ പിറകേ വന്ന കറുത്ത പട്ടി മുറുമുറുത്തു.

ആറു തലയൻ ചൂദ-യൂദൊ പറഞ്ഞു:

"എന്റെ കുതിര, നീ എന്തിനാണ് തട്ടിവീഴുന്നത്.? മലങ്കാക്കേ, നീ ചിറകിട്ടടിക്കുന്നതെന്തിനാണ്? കറുത്ത പട്ടീ, നീയെന്തിനാണ് മുറുമുറുക്കുന്നത്? കർഷകപുത്രനായ ഇവാന്റെ സാന്നിദ്ധ്യം നിങ്ങൾ മണത്തറിയുന്നുണ്ടോ? പക്ഷേ അവൻ ഇതേവരെ ജനിച്ചിട്ടില്ല, അഥവാ ഉണ്ടെങ്കിൽത്തന്നെ എന്റെ മുമ്പിൽ അവൻ നിസ്സാര നാണ്. അവനെ ഞാൻ ഒരു കൈ കൊണ്ട് പൊക്കിയെടുത്ത് മറ്റേ കൈകൊണ്ട് ഞെരിച്ചുകൊല്ലും.!"

ഇതു കേട്ടമാത്രയിൽ കർഷകപുത്രനായ ഇവാൻ പാലത്തിനടി യിൽ നിന്നും പുറത്തുവന്നു.

"നീചനായ ചൂദൊ-യൂദൊ വീമ്പടിക്കേണ്ട!" ഇവാൻ വിളിച്ചു പറഞ്ഞു.

"നിറപ്പകിട്ടുള്ള പരുന്തിനെ നീ വെടിവെച്ചു വീഴ്ത്തിയിട്ടില്ല, അതുകൊണ്ട് അതിന്റെ തൂവൽ പറിക്കാൻ ശ്രമിക്കേണ്ട! നല്ലൊരു ചെറുപ്പക്കാരനായ എന്നെ നിനക്കറിഞ്ഞുകൂടാ. അതുകൊണ്ട് എന്റെ നേരെ പരിഹസിക്കേണ്ട. ഒരു ബലപരീക്ഷണം നടത്തിനോക്കാം. അതിൽ ജയിക്കുന്നയാൾക്ക് മതിയാവോളം വീമ്പടിക്കാം."

അവർ പരസ്പരം അടുത്തു. വാളുകൾ കൂട്ടിമുട്ടുന്ന ശക്തികൊണ്ട് ഭൂമി കുലുങ്ങി. ഇടിമുഴങ്ങി.

ചൂദൊ-യൂദൊയ്ക്കാണ് കൂടുതൽ നഷ്ടം സംഭവിച്ചത്, കാരണം ഒരൊറ്റ വീശിന് അയാളുടെ തലകളിൽ മൂന്നെണ്ണം ഇവാൻ അരിഞ്ഞുവീഴ്ത്തി.

"നിൽക്ക്, കർഷകപുത്രനായ ഇവാൻ!" ചൂദൊ-യൂദൊ അപേക്ഷിച്ചു.

"ഞാനല്പം വിശ്രമിക്കട്ടെ!"

"ഇല്ല, ഇപ്പോൾ വിശ്രമത്തെപ്പറ്റി പറയുകയേ വേണ്ട! എടോ ചൂദൊ-യൂദൊ, തനിക്ക് മൂന്നു തലയുണ്ട്, എനിക്ക് ഒരു തലയേ ഉള്ളൂ. തനിക്ക് ഒരു തലമാത്രം അവശേഷിക്കുമ്പോൾ നമുക്ക് വിശ്രമിക്കാം."

അവർ വീണ്ടും അടുത്തു. വാൾപ്പയറ്റുതുടങ്ങി. കർഷകപുത്രനായ ഇവാൻ ചൂദൊ-യൂദൊയുടെ ശേഷിച്ച മൂന്നു തലകളും വെട്ടിവീഴ്ത്തി. അനന്തരം ചൂദൊ-യൂദൊയുടെ ദേഹം ചെറിയ കഷ്ണങ്ങളായി വെട്ടി

നുറുക്കി. മുന്തിരിപ്പുഴയിലേക്ക് എറിഞ്ഞു. ആറു തലകളും ഞാവൽപ്പാലത്തിനടിയിൽ കൊണ്ടു പോയി ഇട്ടിട്ട് ഇവാൻ കടലിൽ തിരിച്ചെത്തി കിടന്നുറങ്ങി.

പിറ്റേന്നു രാവിലെ മൂത്ത ചേട്ടൻ കടലിൽ തിരിച്ചെത്തി. അതുകണ്ട് ഇവാൻ ചോദിച്ചു.

"ശരി എന്തെങ്കിലും കണ്ടോ?"

"ഇല്ല," ചേട്ടൻ മറുപടി പറഞ്ഞു. "ഒരു ഈച്ചപോലും എന്നെക്കടന്നു പോയിട്ടില്ല."

ഇതു കേട്ടിട്ട് ഇവാൻ ഒരക്ഷരം മിണ്ടിയില്ല.

രണ്ടാമത്തെ രാത്രി കാവലിനു പോയത് നടുവിലത്തെ സഹോദരനാണ്. അവൻ അവിടെയും ഇവിടെയും പോയി നോക്കി, തന്റെ നാലുവശവും നോക്കി: എല്ലാ ശാന്തമാണെന്ന് നിശ്ചയിച്ചു. അതുകൊണ്ട് ഒരു കൂട്ടം കുറ്റിച്ചെടികളുടെ അടിയിലേക്കു ഇഴഞ്ഞു കയറി നിലത്തു ചുരുണ്ടുകൂടിക്കിടന്ന് ഉറക്കമായി.

മൂത്ത സഹോദരനെ വിശ്വസിക്കാതിരുന്നതുപോലെതന്നെ രണ്ടാമത്തെ സഹോദരനേയും ഇവാൻ വിശ്വസിച്ചില്ല. പാതിരാ കഴിഞ്ഞപ്പോൾ ഇവാൻ പെട്ടെന്നെഴുന്നേറ്റ് വാളും എടുത്തുകൊണ്ട് മുന്തിരിപ്പുഴയിലേക്കു പോയി. അവൻ ഞാവൽപ്പാലത്തിനടിയിൽ മറഞ്ഞിരുന്നു.

പെട്ടെന്ന് പുഴയിലെ വെള്ളം പതയുകയും തിളയ്ക്കുകയും ചെയ്തു തുടങ്ങി. ഓക്കുമരങ്ങളിൽ ഇരുന്ന് കഴുകന്മാർ കരഞ്ഞു. രാക്ഷസന്മാരിൽ ഭയങ്കരനായ ഒമ്പതു തലയൻ ചൂദൊ-യൂദൊ കുതിരപ്പുറത്ത് അവിടെ എത്തി. അയാൾ ഞാവൽപ്പാലത്തിലേക്ക് കുതിരയെ പായിച്ചു. കുതിര കാൽ തട്ടി വീഴാൻ തുടങ്ങി. അയാളുടെ തോളിലിരുന്ന മലങ്കാക്ക ചിറകിട്ടടിച്ചു, അയാളുടെ പിറകേ വന്ന കറുത്ത പട്ടി മുറുമുറുത്തു. ചൂദൊ-യൂദൊ ചാട്ട വീശി കുതിരയുടെ പള്ളയിലും മലങ്കാക്കയുടെ ചിറകുകളിലും പട്ടിയുടെ ചെവികളിലും അടിച്ചു.

അയാൾ പറഞ്ഞു: "എന്റെ കുതിരേ, നീയെന്തിനാണ് തട്ടിവീഴുന്നത്? മലങ്കാക്കേ, നീ ചിറകിട്ടടിക്കുന്നത് എന്തിനാണ്? കറുത്ത പട്ടി, നീ എന്തിനാണ് മുറുമുറുക്കുന്നത്? കർഷകപുത്രനായ ഇവാന്റെ സാന്നിധ്യം നിങ്ങൾ മണത്തറിയുന്നുണ്ടോ? പക്ഷേ അവൻ ഇനിയും ജനിച്ചിട്ടില്ലോ. അഥവാ ജനിച്ചിട്ടുണ്ടെങ്കിൽത്തന്നെ ശരിയായി യുദ്ധം

ചെയ്യാൻ അവനു കഴിയില്ല, കാരണം എന്റെ ഒരു വിരൽകൊണ്ട് ഞാനവനെ ഞെരിച്ചുകളയും!"

ഇതുകേട്ട് കർഷകപുത്രനായ ഇവാൻ ഞാവൽപ്പാലത്തിനിടയിൽ നിന്നും ചാടിപുറത്തു വന്നു.

"നിർത്ത്, ചൂദൊ-യൂദൊ," ഇവാൻ വിളിച്ചു പറഞ്ഞു. "വാളുകൾ കൂട്ടിമുട്ടുന്നതിമുമ്പേ വീമ്പിളക്കേണ്ട. ആര് ആരെ വകവരുത്തുമെന്ന് നമുക്ക് നോക്കാം!"

ഇവാൻ ചൂദൊ-യൂദൊയുടെ മേൽ ചാടിവീണ്, ഡമാസ്ക്കസ് ഉരുക്കുകൊണ്ട് നിർമ്മിച്ച വാൾ ഒരു പ്രാവശ്യം വീശി, പിന്നെ രണ്ടാമതൊരിക്കൽക്കൂടി വീശി, അയാളുടെ ആറു തലകൾ വെട്ടിനിലത്തിട്ടു. അപ്പോൾ ചൂദൊ യൂദൊയുടെ ഒരടി ഇവാന്റെ മേൽ പതിക്കുകയും അവൻ മുട്ടറ്റം മണ്ണിൽ പൂണ്ടുപോവുകയും ചെയ്തു. എന്നാൽ ഈ സമയം കർഷകപുത്രനായ ഇവാൻ ഒരുപിടി മണ്ണു വാരി തന്റെ ശത്രുവിന്റെ തീപ്പൊരി പറക്കുന്ന കണ്ണുകളുടെ നേരെ എറിഞ്ഞു. മണ്ണു വീണ് കണ്ണു കാണാൻ പാടില്ലാതായ ചൂദൊ-യൂദൊ മണ്ണു കളയാൻ വേണ്ടി കണ്ണുകൾ തിരുമ്മിക്കൊണ്ടിരിക്കെ ഇവാൻ അയാളുടെ ശേഷിച്ച മൂന്നു തലകളും അരിഞ്ഞു വീഴ്ത്തി. ചൂദൊ-യൂദൊയുടെ ദേഹം കഷ്ണം കഷ്ണമായി നുറുക്കി അവൻ മുന്തിരിപ്പുഴയിലേക്ക് എറിഞ്ഞു. രാക്ഷസന്റെ തലകൾ ഒമ്പതും ഞാവൽപ്പാലത്തിനടിയിൽ ഇട്ടിട്ട് ഇവാൻ കുടിലിലേക്ക് തിരിച്ചു പോയി. ഒന്നും സംഭവിക്കാത്ത മട്ടിൽ അവൻ സുഖമായി കിടന്നുറങ്ങി.

നേരം വെളുത്തപ്പോൾ രണ്ടാമത്തെ സഹോദരൻ തിരിച്ചെത്തി.

"രാത്രിയിൽ എന്തെങ്കിലും കണ്ടോ?" ഇവാൻ ചോദിച്ചു.

"ഇല്ല" ചേട്ടൻ പറഞ്ഞു. "ഒരു ഈച്ചയോ കൊതുകോ പറന്നുപോവുക പോലും ചെയ്തിട്ടില്ല."

"അങ്ങനെയാണെങ്കിൽ, എന്റെ പൊന്നുചേട്ടന്മാർ, എന്റെ കൂടെ ഒന്നുവരൂ." ഇവാൻ പറഞ്ഞു. "ഞാൻ ഈച്ചയേയും കൊതുകിനേയും കാട്ടിത്തരാം."

ഇവാൻ അവരെ ഞാവൽപ്പാലത്തിനടിയിലേക്കു കൂട്ടിക്കൊണ്ടു പോയി, രണ്ടു രാക്ഷസൻമാരുടേയും തലകൾ കാട്ടിക്കൊടുത്തു.

"രാത്രിയിൽ ഇവിടെ പറന്നുനടക്കുന്ന ഈച്ചകളും കൊതുകുകളും ഇത്തരമാണ്," ഇവാൻ പറഞ്ഞു. "എന്റെ ചേട്ടന്മാരെ, യുദ്ധം ചെയ്യാൻ

നിങ്ങളെക്കൊണ്ടുപറ്റില്ല. അടുപ്പിന്റെ മുകളിൽ തീ കാഞ്ഞുകൊണ്ടിരിക്കാനേ നിങ്ങളെക്കൊണ്ടുപറ്റൂ."

ചേട്ടന്മാർ നാണിച്ചു തലതാഴ്ത്തി.

"ഉറക്കം ഞങ്ങളെ കീഴടക്കി." അവർ പറഞ്ഞു.

മൂന്നാമത്തെ രാത്രി ഇവാൻ തന്നെ കാവലിനു പോകാൻ തയ്യാറായി.

"ഇന്ന് അതിഭയങ്കരമായ ഒരു യുദ്ധമാണ് എനിക്ക് നേരിടേണ്ടത്." അവൻ പറഞ്ഞു. "എന്റെ ചേട്ടന്മാർ ഉറങ്ങിക്കളയരുത്. ഞാൻ ചൂളമടിക്കുന്നുണ്ടോ എന്ന് ശ്രദ്ധിച്ചിരിക്കണം. അതു കേട്ടാലുടൻ എന്റെ കുതിരയെ എന്റെയടുത്തേക്കു വിടുകയും സഹായത്തിന് നിങ്ങൾ ഓടിവരികയും വേണം."

ഇങ്ങനെ പറഞ്ഞിട്ട് കർഷകപുത്രനായ ഇവാൻ ഞാവൽപ്പാലത്തിനടിയിൽ പോയി കാത്തിരുന്നു.

പാതിരാത്രി കഴിഞ്ഞയുടൻ ഭൂമി കുലുങ്ങുകയും ആടുകയും ചെയ്തു തുടങ്ങി. പുഴയിലെ വെള്ളം തിളച്ചുമറിഞ്ഞു, കൊടുംകാറ്റ് ഓരിയിട്ടു, ഓക്കുമരങ്ങളിലിരുന്ന കഴുകന്മാർ കരഞ്ഞു. രാക്ഷസന്മാരിൽ ഭയങ്കരനായ പന്ത്രണ്ടുതലയൻ ചൂദൊ-യൂദൊ മുന്തിരിപ്പുഴയിലേക്ക് കുതിരയോടിച്ചു വന്നു. ചൂദൊ-യൂദൊയുടെ പന്ത്രണ്ടു തലകളും ചൂളം വിളിച്ചുകൊണ്ടിരിക്കുകയും തീ തുപ്പിക്കൊണ്ടിരിക്കുകയും ചെയ്തു. അയാളുടെ കുതിരയ്ക്ക് പന്ത്രണ്ട് ചിറകുകളും ചെമ്പുകൊണ്ടുള്ള രോമങ്ങളും ഇരുമ്പുകൊണ്ടുള്ള കുഞ്ചിരോമവും ഇരുമ്പു വാലും ഉണ്ടായിരുന്നു. ചൂദൊ- യൂദൊ ഞാവൽപ്പാലത്തിലേക്ക് പ്രവേശിച്ചയുടൻ കുതിര തട്ടിവീഴാൻ ഭാവിച്ചു. തോളിലിരുന്ന മലങ്കാക്ക ചിറകിട്ടടിച്ചു. പിറകേ വന്ന കറുത്ത പട്ടി ചെവി കൂർപ്പിച്ചു. കുതിരയുടെ പള്ളയിലും മലങ്കാക്കയുടെചിറകുകളിലും കറുത്ത പട്ടിയുടെ ചെവികളിലും ചൂദൊ-യൂദൊ ചാട്ടകൊണ്ടടിച്ചു.

"എന്റെ കുതിരേ, നീയെന്തിനാണ് വീഴാൻ തുടങ്ങുന്നത്?" അയാൾ ചോദിച്ചു. "മലങ്കാക്കേ, നീ ചിറകിട്ടടിക്കുന്നത് എന്തിനാണ്? കറുത്ത പട്ടീ, നീ എന്തിനാണ് മുറുമുറുക്കുന്നത്? കർഷകപുത്രനായ ഇവാന്റെ സാന്നിദ്ധ്യം നിങ്ങൾ മണത്തറിയുന്നുണ്ടോ? പക്ഷേ അവൻ ഇനിയും ജനിച്ചിട്ടില്ല. അഥവാ ഉണ്ടെങ്കിൽത്തന്നെ അവന് എന്നെ എതിർക്കാൻ സാദ്ധ്യമല്ല. ഞാൻ ഒന്ന് ഊതിയാൽ അവന്റെ പൊടിപോലും മിച്ചം കാണുകയില്ല."

ഇതു കേട്ടമാത്രയിൽ കർഷകപുത്രനായ ഇവാൻ പാലത്തിനടിയിൽനിന്ന് പുറത്തുവന്നു.

"നിൽക്കൂ, ചൂദൊ-യൂദൊ," ഇവാൻ വിളിച്ചുപറഞ്ഞു. "വീരവാദം മുഴക്കിയാൽ ഒടുവിൽ നാണക്കേടു സഹിക്കേണ്ടിവരും!"

"ഹ, നീ കർഷകപുത്രനായ ഇവാനാണ്! നീയെന്തിനിവിടെ വന്നു?"

"നീചരാക്ഷസാ, നിന്നെ മതിയാവോളം കാണുവാനും നിന്റെ ധൈര്യം പരീക്ഷിക്കുവാനുമാണ് ഞാനിവിടെ വന്നിരിക്കുന്നത്!"

"എന്റെ ധൈര്യം പരീക്ഷിക്കാൻപോലും! എന്റെ മുമ്പിൽ നീ വെറുമൊരു ഈച്ചയാണ്." ഇവാൻ പറഞ്ഞു.

"ഞാൻ ഇവിടെ വന്നിരിക്കുന്നത് നിന്നോടു കഥ പറയാനോ നിന്റെ കഥ കേട്ടു രസിക്കാനോ അല്ല, ശപിക്കപ്പെട്ട രാക്ഷസാ, നിന്നെ യുദ്ധത്തിൽ വധിച്ച് സജ്ജനങ്ങളെ നിന്നിൽ നിന്നും മോചിപ്പിക്കാനാണ് ഞാൻ വന്നിരിക്കുന്നത്!"

കർഷകപുത്രനായ ഇവാൻ വാൾ വീശി ചൂദൊ-യൂദൊയുടെ മൂന്നു തലകൾ വെട്ടിവീഴ്ത്തി. എന്നാൽ ചൂദൊ-യൂദൊ ആ തലകൾക്കു മുകളിൽക്കൂടി തന്റെ തീവിരലുകൊണ്ട് ഉഴിഞ്ഞശേഷം തലകൾ കഴുത്തുകളിൽ ഉറപ്പിച്ചുവച്ചു. തലകൾ അവിടെനിന്ന് ഒരിക്കലും വെട്ടിമാറ്റിയിട്ടില്ലെന്നു തോന്നുംവിധം യഥാസ്ഥാനത്ത് ഉറച്ചിരുന്നു.

ഇത്രയുമായപ്പോഴേക്കും ഇവാന്റെ നില പരിതാപകരമായിത്തീർന്നു. ചൂദൊ-യൂദൊയുടെ ചൂളം വിളികൾ മൂലം അവന്റെ ചെവികൾ കൊട്ടിയടച്ചു. തീ നാക്ക് അവനെ പൊള്ളലേല്പിച്ചു. ചൂദൊ-യൂദൊ അവന്റെ മേൽ തീപ്പൊരി വർഷിച്ചു. അവനെ മുട്ടോളം മണ്ണിൽ ആഴ്ത്തി.

"കർഷകപുത്രനായ ഇവാൻ, നിനക്ക് അല്പം വിശ്രമിക്കണോ?" ചൂദൊ-യൂദൊ പരിഹാസത്തോടെ ചോദിച്ചു.

"വിശ്രമത്തെപ്പറ്റി സംസാരിക്കേണ്ട", ഇവാൻ മറുപടി പറഞ്ഞു. "നിർദ്ദാക്ഷിണ്യം കുത്തുകയും വെട്ടുകയും ചെയ്യുക എന്നതാണ് എന്റെ മാർഗ്ഗം."

ഇങ്ങനെ പറഞ്ഞിട്ട് ഇവാൻ ഉറക്കെ ചൂളം വിളിക്കുകയും തന്റെ വലത്തെ കയ്യുറ സഹോദരന്മാർ താമസിക്കുന്ന കുടിലിനെ ലക്ഷ്യമാക്കി എറിയുകയും ചെയ്തു. കയ്യുറ വന്നു വീണതിന്റെ ശക്തിയിൽ എല്ലാ

ജനാലകളും തകർന്നുപോയാലെങ്കിലും സഹോദരന്മാർ ഇതൊന്നുമ റിയാതെ ഉറക്കം തുടർന്നു.

കർഷകപുത്രനായ ഇവാൻ തന്റെ സർവ്വശക്തിയുപയോഗിച്ച് വാൾ വീശി ചൂദൊ-യൂദൊയുടെ ആറു തലകൾ വെട്ടിവീഴ്ത്തി. എന്നാൽ ചൂദൊ-യൂദൊ അറ്റു പോയതലകൾ എടുത്ത് തീവിരലുകൊണ്ട് ഉഴിഞ്ഞ് കഴുത്തുകളിൽ ഉറപ്പിച്ചു. ഒരിക്കലും സ്വസ്ഥാനത്തുനിന്ന് വെട്ടിമാറ്റപ്പെട്ടില്ല എന്നു തോന്നുംവിധം തലകൾ ഉറച്ചിരുന്നു. ഉടനെ ചൂദൊ-യൂദൊ ഇവാന്റെ മേൽ ചാടിവീണ് അവനെ കഴുത്തോളം മണ്ണിൽ ആഴ്ത്തിക്കളഞ്ഞു.

തന്റെ നില പരുങ്ങലിലാണെന്ന് ഇവാനു മനസ്സിലായി. അവൻ ഇടത്തെ കയ്യുറ കുടിലിനു നേരെ എറിഞ്ഞു. ഏത് മേൽക്കൂര തകർത്തു അകത്തു വീണു. എന്നിട്ടും സഹോദരന്മാർ ഉറക്കമുണർന്നില്ല.

ഇവാൻ മൂന്നാമത്തെത്തവണ വാൾ വീശി. ചൂദൊ-യൂദൊയുടെ ഒമ്പതു തലകൾ അരിഞ്ഞു വീഴ്ത്തി. എന്നാൽ ചൂദൊ-യൂദൊ ഈ പ്രാവശ്യം തലകൾ എടുത്ത് തീവരലുകൊണ്ട് ഉഴിഞ്ഞ് കഴുത്തുകളിൽ പിടിപ്പിച്ചു. ഒരിക്കലും സ്വസ്ഥാനത്തുനിന്ന് വെട്ടിമാറ്റപ്പെട്ടില്ലെന്നും തോന്നും വിധം അവ കഴുത്തുകളിൽ ഉറച്ചിരുന്നു. അനന്തരം ചൂദൊ-യൂദൊ ഇവാന്റെ മേൽ ചാടി വീണ് അവനെ കഴുത്തോളം മണ്ണിൽ ആഴ്ത്തി.

ഈ സമയം ഇവാൻ തന്റെ തൊപ്പിയൂരി കുടലിനെ ലാക്കാക്കി എറിഞ്ഞു. കുടിൽ ശക്തിയായി കുലുങ്ങുകയും നിലംപതിക്കാറാകുക യും ചെയ്തു. അപ്പോൾ മാത്രമാണ് ഇവാന്റെ സഹോദരന്മാർ ഉണർ ന്നത്. ഇവാന്റെ കുതിര ചിനയ്ക്കുകയും ചങ്ങല വലിച്ചു പൊട്ടിക്കാൻ ശ്രമിക്കുകയും ചെയ്യുന്ന ശബ്ദം അവർ കേട്ടു.

അവർ ലായത്തിലേക്ക് ഓടിച്ചെന്ന് കുതിരയെ അഴിച്ചുവിട്ടിട്ട് അതിന്റെ പിന്നാലെ ഓടി.

കുതിര ഇവാന്റെയടുത്തേക്ക് ഓടിയെത്തുകയും ചൂദൊ-യൂദൊയുടെ നേരെ തൊഴിച്ചുതുടങ്ങുകയും ചെയ്തു. ചൂദൊ-യൂദൊ ചൂളംവിളിക്കുകയും ചീറ്റുകയും ചെയ്തുകൊണ്ട് കുതിരയുടെമേൽ തീപ്പൊരി വർഷിച്ചു.

ഇവാൻ മണ്ണിൽ നിന്നും മുകളിലേക്കു വന്ന് ചൂദൊ-യൂദൊയുടെ തീവിരൽ വെട്ടി വീഴ്ത്തി. അതിനുശേഷം അവന്റെ തല ഓരോന്നായി എല്ലാം വെട്ടിക്കളഞ്ഞു. അവന്റെ ദേഹം ഇവാൻ വെട്ടിനുറുക്കി

മുന്തിരിപ്പുഴയിലെറിഞ്ഞു.

ഈ സമയം ചേട്ടന്മാർ രണ്ടുപേരും അവിടെയെത്തി.

“കൊള്ളരുതാത്ത രണ്ടുപേർ!” ഇവാൻ പറഞ്ഞു. “ഉറക്കത്തോടു ള്ള നിങ്ങളുടെ പ്രേമം കാരണം എനിക്കെന്റെ ജീവൻ നഷ്ടപ്പെട്ടേനെ.”

ചേട്ടൻമാർ ഇവാനെ കുടിലിലേക്കു കൂട്ടിക്കൊണ്ടുപോയി. അവനെ കുളിപ്പിച്ച് ആഹാരവും കൊടുത്തു കിടത്തി ഉറക്കി.

രാവിലെ ഇവാൻ നേരത്തേ ഉണർന്ന് വസ്ത്രം ധരിച്ചു.

“നീ എന്തിനാണ് ഇത്ര നേരത്തെ എണീക്കുന്നത്?” ചേട്ടന്മാർ ചോദിച്ചു. “ഇന്നലെത്തെ ഭയങ്കരമായ ഏറ്റുമുട്ടലിനുശേഷം നിനക്ക് വിശ്രമം ആവശ്യമാണ്.”

“എനിക്ക് വിശ്രമിക്കാൻ സമയമില്ല.” ഇവാൻ പറഞ്ഞു. “മുന്തി രിപ്പുഴയുടെ കരയിലെവിടെയോ എന്റെ അരപ്പട്ട വീണുപോയി. അതെടുക്കാൻ എനിക്കങ്ങോട്ടു പോകണം.”

“അതെന്തിനാണ്?” ചേട്ടന്മാർ ചോദിച്ചു. “നമുക്ക് പട്ടണത്തിൽ പോയി ഒരു പുതിയ അരപ്പട്ട വാങ്ങാം.”

“വേണ്ട ! എനിക്ക് എന്റെ പഴയ അരപ്പട്ടതന്നെ വേണം!”

ഇവാൻ തനിച്ച് മുന്തിരിപ്പുഴയിലേക്കു പുറപ്പെട്ടു. എന്നാൽ അവൻ അവിടെ അരപ്പട്ട നോക്കിയെടുക്കാൻ നിന്നില്ല. ഞാവൽപ്പാലത്തിൽ ക്കൂടി അവൻ മുന്തിരിപ്പുഴയുടെ മറുകരയിലെത്തി. ചൂദൊ-യൂദൊ മാരുടെ കല്ലുകൊണ്ടു പണിത കൊട്ടാരത്തിന്റെ നേരെ ചെന്നു. തുറന്നുകിടന്ന ഒരു ജനാലയുടെയടുത്തേക്ക് ഇഴഞ്ഞു ചെന്ന് അവൻ അതിനു ചുവട്ടിൽ പുതുങ്ങിയിരുന്ന് ശ്രദ്ധിച്ചു. അവിടെ എന്തെങ്കിലും ഗൂഢാലോചന നടക്കുന്നുണ്ടെങ്കിൽ അതറിയണം. എന്നായിരുന്നു. ഇവാന്റെ ഉദ്ദേശ്യം.

ചൂദൊ-യൂദൊമാർ മൂവരുടേയും ഭാര്യമാരും അവരുടെ മാതാവായ സർപ്പവും മുറിക്കുള്ളിലിരിക്കുന്നത് ഇവാൻ കണ്ടു. അവർ ഇരുന്ന് സംസാരിക്കുകയായിരുന്നു.

ഒന്നാമത്തെ ചൂദൊ-യൂദൊയുടെ ഭാര്യ പറഞ്ഞു.

“എന്റെ ഭർത്താവിനെ കൊന്നതിന് ഞാൻ കർഷകപുത്രനായ ഇവാനോട് പകവീട്ടും. ഇവാനും അവന്റെ സഹോദരന്മാരും വീട്ടി ലേക്കു മടങ്ങുന്ന വഴിയിൽ ഞാൻ നേരത്തെ ഓടിയെത്തി ഒരു

കിണറായിത്തീരും. ആ ദിവസത്തെ ചൂട് ഞാൻ ദുസ്സഹമാക്കിത്തീർക്കും. ദാഹിച്ച് വലഞ്ഞ് അവർ കണറ്റിൽ നിന്ന് വെള്ളം കുടിക്കും. ആദ്യത്തെ തുള്ളി കുടിക്കുമ്പോൾത്തന്നെ അവർ മരിച്ചുവീഴും!"

"അപ്പറഞ്ഞതു ന്യായമാണ്." പെൺസർപ്പം ശരിവച്ചു.

രണ്ടാമന്റെ ഭാര്യ പറഞ്ഞു.

"ഞാൻ അവരുടെ വഴിയിൽ ഓടിയെത്തി ഒരു ആപ്പിൾമരമായി നിൽക്കും, അവരോരോരുത്തരും ഓരോ ആപ്പിൾ തിന്നാൻ കൊതിക്കും. പക്ഷേ ആപ്പിൾ കടിക്കുമ്പോൾത്തന്നെ അവർ മരിച്ചു വീഴും.!"

"അപ്പറഞ്ഞതും ന്യായമാണ്." പെൺസർപ്പം അമറി.

മൂന്നാമന്റെ ഭാര്യ പറഞ്ഞു.

"ഞാൻ അവരെ നിദ്രാബാധിതരാക്കും. പട്ടുതലയിണകളോട്ടുകൂടിയ മാർദ്ദവമുള്ള ഒരു പരവതാനിയായി ഞാൻ അവരുടെ വഴിയിൽ കിടക്കും. സഹോദരന്മാർ മൂന്നുപേരും കിടന്ന് വിശ്രമിക്കുമ്പോൾ അവർ കത്തി കനലാകും!"

"അപ്പറഞ്ഞതും ഒട്ടും അന്യായമല്ല," പെൺസർപ്പം അമറി. "അവരെ കൊല്ലുന്നതിൽ നിങ്ങൾ മൂന്നുപേരും പരാജയപ്പെടുകയാണെങ്കിൽ ഞാൻ തന്നെ രംഗത്തു വരും. ഞാനൊരു കാട്ടുപന്നിയായിച്ചെന്ന് അവരെ പിടിച്ചു വിഴുങ്ങും.!"

ഇവരുടെ സംസാരം മുഴുവൻ കേട്ടശേഷം കർഷകപുത്രനായ ഇവാൻ തിടുക്കത്തിൽ സഹോദരന്മാരുടേയടുക്കലേക്കു മടങ്ങി.

"നിന്റെ അരപ്പട്ട കിട്ടിയോ?" അവർ തിരക്കി.

"കിട്ടി"

"നിന്റെ സമയം പാഴാക്കാൻ മാത്രം വിലപ്പെട്ടതാണോ അത്?"

"അതെ, സഹോദന്മാരെ, അത് അങ്ങേയറ്റം വിലപ്പെട്ടതാണ്."

അനന്തരം മൂന്നു സഹോദരന്മാരും തയ്യാറായി വീട്ടിലേക്കു പുറപ്പെട്ടു. പുൽപ്രദേശങ്ങളിലും മൈതാനങ്ങളിലും കൂടി അവർ കുതിരയോടിച്ചു പോയി. അന്നത്തെ ചൂട് അതിദുസ്സഹമായിരുന്നു. കുറച്ചു വെള്ളം കിട്ടിയില്ലെങ്കിൽ മരിച്ചു വീഴുമെന്ന് അവർക്കു തോന്നി. അവർ ചുറ്റുപാടും നോക്കിയപ്പോൾ ഒരു കിണറു കണ്ടു. അതിലെ ജലപ്പരപ്പിൽ മുകളിൽ ഒരു വെള്ളിമൊന്ത പൊങ്ങിക്കിടന്നിരുന്നു.

"ഇവാൻ, നമുക്കിവിടെ ഇറങ്ങി കുറച്ചു തണുത്ത വെള്ളം കുടിക്കാം. കുതിരകൾക്കും വെള്ളം കൊടുക്കാം."

"അതിലെ വെള്ളം ഒരു പക്ഷേ ദൂഷിച്ചതായിരിക്കും. ആർക്കറിയാം," ഇവാൻ പറഞ്ഞു.

ഇവാൻ കുതിരപ്പുറത്തിനിന്നിറങ്ങി തന്റെ വാളുകൊണ്ട് കിണറ്റിനിട്ട് വെട്ടുകയും കുത്തുകയും ചെയ്തു തുടങ്ങി, കിണറ്റിൽനിന്നും ഉച്ചത്തിലുള്ള ഒരു മോങ്ങലും നിലവിളിയും ഉയരുന്നതു കേൾക്കാറായി. ഉടൻതന്നെ അവിടമാകെ മൂടൽമഞ്ഞു വ്യാപിക്കുകയും ചൂട് കുറയുകയും ചെയ്തു. ഇപ്പോൾ അവർക്ക് ഒട്ടും ദാഹം തോന്നിയില്ല.

"ചേട്ടന്മാരേ, അതിലെ വെള്ളം എങ്ങനെയുള്ളതായിരുന്നുവെന്ന് ഇപ്പോൾ മനസ്സിലായോ? ഇവാൻ ചോദിച്ചു.

അവർ വീണ്ടും കുതിരയോടിച്ചു പോയി. അവർ എത്രനേരം കുതിരയോടിച്ചുപോയെന്നോ എത്രദൂരം പോയെന്നോ അർക്കും നിശ്ചയമില്ല. റോസ് നിറത്തിലുള്ള ആപ്പിളുകൾ പഴുത്തു നിൽക്കുന്ന ഒരു ആപ്പിൾമരത്തിനടുത്ത് അവർ എത്തിച്ചേർന്നു.

മൂത്ത സഹോദരന്മാർ രണ്ടുപേരും കുതിരപ്പുറത്തുനിന്ന് ചാടി ആപ്പിൾ പറിക്കാൻ കൈ നീട്ടി. അവർക്ക് ആപ്പിൾ പറിക്കാൻ ഇടകിട്ടുന്നതിനുമുമ്പേ ഇവാൻ വാളെടുത്ത് ആപ്പിൾമരത്തിന്റെ വേരിനിട്ടു തന്നെ വെട്ടിത്തുടങ്ങി. ആപ്പിൾമരം മോങ്ങാനും നിലവിളിക്കാനും തുടങ്ങി.

"ചേട്ടന്മാരെ, എങ്ങനെയുള്ള ആപ്പിൾമരമാണെന്നു കണ്ടോ? അതിലുള്ള ആപ്പിളുകൾ നമുക്കു തിന്നാൽ കൊള്ളുകയില്ല.!" ഇവാൻ പറഞ്ഞു.

മൂന്നു പേരും കുതിരപ്പുറത്തു കയറി യാത്ര തുടർന്നു.

അവർ ദീർഘനേരം യാത്രചെയ്തു ക്ഷീണിച്ചു. ചുറ്റുപാടും നോക്കിയപ്പോൾ അടുത്തൊരു വയലിൽ വർണ്ണപ്പകിട്ടും മാർദ്ദവവുമുള്ള ഒരു പരവതാനിയും പട്ടുതലയിണകളും കിടക്കുന്നതുകണ്ടു.

"നമുക്ക് ആ പരവതാനിയിൽ കിടന്ന് നമ്മുടെ ക്ഷീണിച്ച കൈകാലുകൾക്കു വിശ്രമം കൊടുക്കാം," മൂത്ത സഹോദരന്മാർ പറഞ്ഞു.

"വേണ്ട. ചേട്ടന്മാരേ, ആ പരവതാനി നിങ്ങൾ വിചാരിക്കും പോലെ മാർദ്ദവമുള്ളതായിരിക്കുകയില്ല," ഇവാൻ പറഞ്ഞു.

ഇതു കേട്ടപ്പോൾ ചേട്ടന്മാർക്ക രണ്ടു പേർക്കും കലശലായ കോപം വന്നു.

"നീ ഞങ്ങളോട് വേദോപദേശം ചെയ്യുന്നതെന്തിനാണ്?" അവർ ചോദിച്ചു. "ഞങ്ങൾ ഇതു ചെയ്യാൻ പാടില്ല, അതു ചെയ്യാൻ പാടില്ല.!"

ഇവാൻ ഇതിന് മറുപടിയായി ഒരക്ഷരവും മിണ്ടിയില്ല, അവൻ തന്റെ അരപ്പട്ട ഊരി പരവതാനിയുടെ മുകളിലേക്കെറിഞ്ഞു. അരപ്പട്ട തൽക്ഷണം കത്തിയെരിഞ്ഞ് ഒരു കനൽക്കട്ടയായിത്തീർന്നു.

"നിങ്ങൾക്കും അതു തന്നെ സംഭവിക്കുമായിരുന്നു," ഇവാൻ പറഞ്ഞു. അവൻ അടുത്തുചെന്ന് പരവതാനിയും തലയിണകളും വാളുകൊണ്ട് കുത്തിക്കീറിത്തുടങ്ങി. അവ തുണ്ടുതുണ്ടാക്കി അവൻ ദൂരെ വലിച്ചെറിഞ്ഞു.

"ചേട്ടന്മാരെ, നിങ്ങൾ എന്നോട് മുറുമുറുക്കാൻ പാടില്ലായിരുന്നു. കാരണം. നാം കണ്ട കിണറും, ആപ്പിൾമരവും, പരവതാനിയും മൂന്നു ചൂദെ-യൂദൊമാരുടെ ഭാര്യമാരായിരുന്നു. അവർ നമ്മെ കൊല്ലാൻ ശ്രമിച്ചു. പക്ഷേ അവർ തന്നെ നശിക്കുകയാണുണ്ടായത്!"

അവർ വീണ്ടും യാത്ര തുടർന്നു. അവർ എത്രദൂരം പോയെന്നോ എത്ര നേരം യാത്രചെയ്തെന്നോ നമുക്കറിവില്ല. വഴിമദ്ധ്യേ പെട്ടെന്ന് ആകാശം ഇരുളുകയും കാറ്റ് ഓരിയിടുകയും ഭൂമി കുലുങ്ങുകയും ചെയ്തു. ഒരു വലിയ കാട്ടുപന്നി പിന്നാലെ പാഞ്ഞു വരുന്നത് അവർ കണ്ടു. അത് വായ് പിളർന്ന് ഇവാനെയും സഹോദരന്മാരെയും വായ്ക്കുള്ളി ലാക്കാൻ തുനിഞ്ഞു. എന്നാൽ വെറും മണ്ടന്മാരല്ലാത്തതുകൊണ്ട് അവർ തങ്ങളുടെ സഞ്ചികളിൽനിന്നും ഉപ്പ് എടുത്ത് കാട്ടുപന്നിയുടെ പിളർന്ന വായിലേക്ക് എറിഞ്ഞു.

ഇവാനും രണ്ടു സഹോദരന്മാരും വായിലായെന്നു വിചാരിച്ച് പന്നി സന്തോഷിച്ചു. അത് ഓട്ടം നിർത്തി ഉപ്പു ചവച്ചു തുടങ്ങി. എന്നാൽ സ്വാദുകൊണ്ട് താൻ ചവയ്ക്കുന്നത് ഉപ്പാണെന്നു മനസ്സിലായപ്പോൾ കാട്ടുപന്നി അവരുടെ പിന്നാലെ വീണ്ടും ഓടിത്തുടങ്ങി.

ദേഷ്യംകൊണ്ട് കാട്ടുപന്നിയുടെ രോമം എഴുന്നുനിന്നു. പല്ലിറു മ്മിക്കൊണ്ട് അത് ഓടി അവരുടെയടുത്തെത്തി, അവരെ ഏതു നിമിഷവും പിടിക്കുമെന്നായി.

ഇതു കണ്ട്, ഇവാൻ സഹോദരന്മാരോട് ഒരാൾ വലത്തോട്ടും മറ്റെയാൾ ഇടത്തോട്ടും കുതിരയോടിച്ചുപോവാൻ പറഞ്ഞു. ഇവാൻ

നേരെ മുമ്പോട്ട് കുതിരയോടിച്ചു.

ഓടിവന്ന കാട്ടുപന്നി ഇവരിൽ ആദ്യം ആരെ പിൻതുടരണമെന്ന് നിശ്ചയമില്ലാതെ സംശയിച്ചു നിന്നു.

കാട്ടുപന്നി ഇരുവശത്തേക്കും മാറി മാറി മുഖം തിരിച്ച് മണം പിടിച്ചു കൊണ്ട് ശങ്കിച്ചു നിന്ന നിമിഷം ഇവാൻ അതിനെ പൊക്കിയെടുത്ത് ശക്തിയോടെ നിലത്തടിച്ചു. കാട്ടുപന്നി തവിടുപൊടിയായി കാറ്റിൽ പറന്നുപോയി.

അതിനുശേഷം രാക്ഷസന്മാരോ സർപ്പങ്ങളോ ആ നാട്ടിലെങ്ങും പ്രത്യക്ഷപ്പെട്ടിട്ടില്ല. ജനങ്ങൾ ഭയമില്ലാതെ ജീവിച്ചു.

ഇവാനും സഹോദരന്മാരും എന്തു ചെയ്തെന്ന് നമുക്കു നോക്കാം. അവർ അച്ഛനമ്മമാരുടെയടുത്തെത്തി. നിലമുഴുകയും ഗോതമ്പു വിതയ്ക്കുകയും സുഖമായി ആഹാരം കഴിക്കുകയും ചെയ്തുകൊണ്ട് അവരെല്ലാവരും ഇപ്പോഴും സസന്തോഷം കഴിയുന്നു.

അസാധാരണമായ ഒരു വിചാരണ

ഒരു റഷ്യൻ നാടോടിക്കഥ

പണ്ട് ഒരിടത്ത് രണ്ട് സഹോദരന്മാരുണ്ടായിരുന്നു. ഒരാൾ ദരിദ്രനും മറ്റേയാൾ ധനികനുമായിരുന്നു.

ഒരു ദിവസം ദരിദ്രനായ സഹോദരന്റെ വിറക് തീർന്നു. വീട്ടു ചൂടാക്കാനുള്ള അടുപ്പു കത്തിക്കാൻ ഒന്നുമില്ല. അയാളുടെ കുടിലിൽ കഠിനമായ തണുപ്പ് അനുഭവപ്പെട്ടു.

അയാൾ കാട്ടിൽ പോയി കുറെ മരം മുറിച്ചുവിറകാക്കി. പക്ഷേ, അതു വീട്ടിൽ കൊണ്ടുവരാൻ കുതിരയില്ല.

"സഹോദരന്റെയടുക്കൽ പോയി ഒരു കുതിരയെ തരാൻ പറയാം," അയാൾ സ്വഗതമായി പറഞ്ഞു.

അയാൾ സഹോദരന്റെ അടുക്കൽ പോയി. പക്ഷേ ഒരു തണുത്ത സ്വീകരണമാണു ലഭിച്ചത്.

"ഈയൊരു തവണ കുതിരയെ കൊണ്ടുപോയ്ക്കോ. പക്ഷേ ഒരുപാടു ഭാരം കയറ്റാതെ നോക്കണം." സഹോദരൻ പറഞ്ഞു. "ഇതു പോലെ ഓരോന്നു പറഞ്ഞ് വീണ്ടും എന്റെ അടുക്കൽ വരാമെന്നു കരുതേണ്ട. ഓരോ ദിവസവും ഓരോ ആവശ്യവുമായി വരും. ഇങ്ങനെ പോയാൽ എനിക്കു താമസിയാതെ കുത്തുപാള എടുക്കേണ്ടിവരും."

ദരിദ്രനായ സഹോദരൻ കുതിരയുമായി വീട്ടിലേക്കു മടങ്ങി. പക്ഷേ അപ്പോഴാണ് താൻ കുതിരക്കോപ്പു ചോദിക്കാൻ വിട്ടുപോയ കാര്യം ഓർത്തത്.

"ഇനിയിപ്പോൾ അതിനുവേണ്ടി പോയിട്ടു കാര്യമില്ല. ജ്യേഷ്ഠൻ അതെനിക്കു തരികയില്ല." അയാൾ സ്വയം പറഞ്ഞു.

അയാൾ തെന്നുവണ്ടി കുതിരയുടെ വാലിൽ കഴിയുന്നത്ര ബലമായി കെട്ടി കാട്ടിലേക്കോടിച്ചുപോയി.

മടങ്ങുന്നവഴി തെന്നുവണ്ടി ഒരു മരമുട്ടിയിൽ ഉടക്കി. പക്ഷേ ആ പാവം അതറിഞ്ഞില്ല. അയാൾ കുതിരയെ ചാട്ടകൊണ്ട് ഒന്നടിച്ചു.

കുതിര നല്ല ചുറുചുറുക്കുള്ളതായിരുന്നു. അത് മുമ്പോട്ടു കുതിച്ചു. അതാ! അതിന്റെ വാൽ അടർന്നുപോയി.

തന്റെ കുതിരയ്ക്കു വാലില്ലെന്നു കണ്ടപ്പോൾ ധനികനായ സഹോദരൻ തന്റെ ദരിദ്രനായ അനുജനെ പ്രാകാനും ശകാരിക്കാനും തുടങ്ങി.

"നീ എന്റെ കുതിരയെ ഒന്നിനും കൊള്ളാത്തതാക്കി!" അയാൾ പറഞ്ഞു.

"ഞാൻ ഇത് അങ്ങനെ വിട്ടുകളയുമെന്നു വിചാരിക്കേണ്ട!"

അയാൾ തന്റെ സഹോദരനെതിരായി കേസുകൊടുത്തു.

ദിവസങ്ങൾ പലതു കഴിഞ്ഞു. അവസാനം സഹോദരന്മാർ കോടതിയിൽ ഹാജരാകണമെന്ന കല്പന വന്നു.

അവർ പട്ടണത്തിലേക്കു പുറപ്പെട്ടു. വളരെ ദൂരം നടന്നു. അപ്പോൾ ദരിദ്രനായ സഹോദരൻ വിചാരിക്കുകയായിരുന്നു:

"ഒരു പാവപ്പെട്ടവൻ പണക്കാരനെതിരെ വ്യവഹാരത്തിൽ ഏർപ്പെടുന്നത് ഒരു ദുർബ്ബലൻ ബലവാനുമായി മല്ലിടുന്നതുപോലെ യാണ്. ജയിക്കാൻ സാദ്ധ്യമല്ല. ഞാൻ കുറ്റക്കാരനാണെന്ന് അവർ വിധി കല്പിക്കുമെന്നതു തീർച്ചയാണ്."

ആ സമയത്ത് അവർ ഒരു പാലം കടക്കുകയായിരുന്നു. പാലത്തിന് കൈപ്പിടിയില്ലാതിരുന്നതിനാൽ ദരിദ്രനായ സഹോദരൻ കാൽ തെറ്റി താഴോട്ടുവീണു.

അതേനിമിഷം താഴെ വെള്ളം ഉറഞ്ഞുകിടന്നിരുന്ന പുഴയിലൂടെ ഒരു വ്യാപാരി ഒരു തെന്നുവണ്ടി ഓടിച്ചുപോകാനിടയായി. അയാൾ തന്റെ വൃദ്ധ പിതാവിനെ ഡോക്ടറെ കാണിക്കാൻ കൊണ്ടുപോവു കയായിരുന്നു. ദരിദ്രനായ സഹോദരൻ നേരെ ചെന്നുവീണത് വ്യാപാരിയുടെ വണ്ടിയിലുണ്ടായിരുന്ന വൃദ്ധന്റെ പുറത്തേക്കാണ്. വൃദ്ധൻ തൽക്ഷണം മൃതിയടഞ്ഞു. പക്ഷേ അയാളുടെ പുറത്തു വീണു വീണയാൾക്ക് യാതൊരു പരുക്കുമേറ്റില്ല.

വ്യാപാരി ദരിദ്രനായ സഹോദരനെ പിടികൂടി.

"നീ എന്റെ കൂടെ ന്യായാധിപന്റെ അടുത്തേക്കുവാ!" അയാൾ പറഞ്ഞു.

അങ്ങനെ അവർ മൂന്നുപേരും രണ്ടു സഹോദരന്മാരും വ്യാപാരി യും-പട്ടണത്തിലേക്കു പോയി.

ദരിദ്രനായ സഹോദരന് പൂർവാധികം വിഷാദവും നിരാശയും തോന്നി.

"ഇപ്പോൾ ഞാൻ കുറ്റക്കാരനാണെന്ന് അവർ വിധിക്കുമെന്ന് തീർച്ച" അയാൾ സ്വയം പറഞ്ഞു.

പെട്ടെന്ന് ഒരു വലിയ കല്ല് റോഡിൽ കിടക്കുന്നത് അയാൾ കണ്ടു. അയാളതെടുത്ത് ഒരു പഴന്തുണിയിൽ പൊതിഞ്ഞ് കോട്ടി നടിയിൽ തിരുകി.

"ഏതായാലും എനിക്ക് ഒരിക്കലേ മരിക്കേണ്ടിവരികയുള്ളു", അയാൾ വിചാരിച്ചു. "ന്യായാധിപൻ എന്നെ കുറ്റക്കാരനാണെന്നു കണ്ട് അന്യായമായി ശിക്ഷിച്ചാൽ ഞാൻ അയാളേയും കൊല്ലും."

അവർ ന്യായാധിപന്റെ മുമ്പിൽ ഹാജരായി. ഇപ്പോൾ ദരിദ്രനായ സഹോദരനെതിരെ ഒന്നല്ല രണ്ടു കേസുകളാണുണ്ടായിരുന്നത്. ന്യായാധിപൻ കേസുവിസ്താരം തുടങ്ങി, ചോദ്യങ്ങൾ ആരംഭിച്ചു.

ദരിദ്രനായ സഹോദരൻ ഇടയ്ക്കിടെ പഴന്തുണിയിൽ പൊതിഞ്ഞ കല്ലു പുറത്തെടുത്ത് ഇങ്ങനെ മന്ത്രിക്കും:

"ന്യായാധിപാ, അങ്ങ് വിസ്തരിക്കു, വിസ്തരിക്കു, പക്ഷേ, ഞാനിന്നു കോടതിയിൽ കൊണ്ടുവന്നിരിക്കുന്നത് എന്താണെന്നു കണ്ടോ!"

അയാൾ അത് ഒരിക്കൽ പറഞ്ഞു. വീണ്ടും പറഞ്ഞു. മൂന്നാമതും പറഞ്ഞു. അയാളെ സൂക്ഷിച്ചുനോക്കിയ ന്യായാധിപൻ വിചാരിച്ചു:

"ആ കൃഷിക്കാരൻ ഒരു സ്വർണ്ണക്കട്ടി എന്നെ കാണിക്കുകയായിരിക്കുമോ?"

ഒന്നുകൂടി നോക്കിയപ്പോൾ പ്രലോഭനം സഹിക്കാതായി.

"അതു വെള്ളിയാണെങ്കിൽത്തന്നെ അതിൽനിന്നും നല്ലൊരു തുക കിട്ടും." അദ്ദേഹം വിചാരിച്ചു.

അദ്ദേഹം വിധി പ്രസ്താവിച്ചു. വാലില്ലാക്കുതിരയ്ക്ക് വീണ്ടും വാലു വളരുന്നതുവരെ അതിനെ ദരിദ്രനായ സഹോദരൻ സൂക്ഷിക്കണമെന്നതായിരുന്നു വിധി.

വ്യാപാരിയോട് അദ്ദേഹം പറഞ്ഞു:

"നിങ്ങളുടെ അച്ഛനെ കൊന്നതിനുശിക്ഷയായി ഇയാൾ അതേ പാലത്തിന്റെ ചുവട്ടിൽ ഉറഞ്ഞുകിടക്കുന്ന വെള്ളത്തിന്റെ മുകളിൽ ചെന്നു നിൽക്കണം. നിങ്ങൾ പാലത്തിന്റെ മുകളിൽ നിന്ന് അയാളുടെ നേരെ അട്ടുത്തുചാടണം. അങ്ങനെ അയാൾ നിങ്ങളുടെ അച്ഛനെ കൊന്നതുപോലെതന്നെ നിങ്ങൾ അയാളേയും കൊല്ലണം."

അങ്ങനെ വിചാരണ തീർന്നു.

ധനികസഹോദരൻ ദരിദ്രനായ സഹോദരനോടു പറഞ്ഞു:

"സാരമില്ല, എനിക്കു വാലില്ലാക്കുതിരയെ തന്നാൽ മതി."

"അതു പാടില്ല, സഹോദരാ," ദരിദ്രൻ പറഞ്ഞു. "ന്യായാധിപൻ വിധിച്ചതുപോലെതന്നെ നടക്കട്ടെ. വാലു വളരുന്നതുവരെ ജ്യേഷ്ഠന്റെ കുതിരയെ ഞാൻ സൂക്ഷിച്ചുകൊള്ളാം."

അപ്പോൾ ധനികസഹോദരൻ അനുജനോട് യാചിക്കാൻ തുടങ്ങി.

“ഞാൻ നിനക്ക് മുപ്പതു റൂബിൾ തരാം. എന്റെ കുതിരയെ തിരികെ തന്നാൽമാത്രം മതി.” അയാൾ പറഞ്ഞു.

“ശരി, ജ്യേഷ്ഠന്റെ ആഗ്രഹംപോലെ.” ദരിദ്രനായ സഹോദരൻ സമ്മതിച്ചു.

ധനികസഹോദരൻ പണം എണ്ണിക്കൊടുത്തു അങ്ങനെ അവർ കാര്യം ഒതുക്കി.

വ്യാപാരിയും താണുകേണു പറയാൻ തുടങ്ങി.

“നടന്നതു മുഴുവൻ നമുക്ക് മറക്കാം. നല്ലവനായ മനുഷ്യാ”, അയാൾ പറഞ്ഞു. “ഞാൻ ക്ഷമിച്ചിരിക്കുന്നു. ക്ഷമിച്ചില്ലെങ്കിലും എനിക്ക് എന്റെ അച്ഛനെ തിരിച്ചുകിട്ടുകയില്ല.”

“വേണ്ട വേണ്ട, നമുക്കു പോയി ന്യായാധിപൻ പറഞ്ഞതുപോലെ ചെയ്യാം. പാലത്തിന്റെ മുകളിൽനിന്നും എന്റെനേരെ എടുത്തുചാടൂ.”

“ഞാൻ നിങ്ങളെ കൊല്ലാൻ ആഗ്രഹിക്കുന്നില്ല. നമുക്കു സ്നേഹത്തിൽ പിരിയാം. ഞാൻ നിങ്ങൾക്കു നൂറു റൂബിൾ തരാം.” വ്യാപാരി യാചിച്ചു. ദരിദ്രനായ സഹോദരൻ നൂറ് റൂബിളും വാങ്ങി അവിടുന്നിറങ്ങാൻ തുടങ്ങുമ്പോൾ ന്യായാധിപൻ അയാളെ വിളിച്ചു.

“നിങ്ങൾ തരാമെന്നു പറഞ്ഞത് തരൂ.” അദ്ദേഹം പറഞ്ഞു.

ദരിദ്രനായ സഹോദരൻ കോട്ടിനടിയിൽനിന്നും ഭാണ്ഡമെടുത്തിട്ട് പഴന്തുണി മാറ്റി ന്യായാധിപനെ കല്ലു കാണിച്ചു.

“ന്യായാധിപാ, അങ്ങ് വിസ്തരിക്കൂ, വിസ്തരിക്കൂ, പക്ഷേ ഞാൻ ഇന്നു കോടതിയിൽ കൊണ്ടുവന്നിരിക്കുന്നത് എന്താണെന്നു കണ്ടോ!' എന്നു ഞാൻ പറഞ്ഞപ്പോൾ ഞാൻ അങ്ങയെ കാണിച്ചത് ഇതാണ്. അങ്ങയുടെ വിധി വ്യത്യസ്തമായിരുന്നെങ്കിൽ ഞാൻ അങ്ങയെ ഈ കല്ലുകൊണ്ട് കൊന്നേനെ.”

“ഞാൻ അങ്ങനെ വിധിച്ചതു നന്നായി.” ന്യായാധിപൻ സ്വഗതമായി പറഞ്ഞു. “അല്ലെങ്കിൽ ഞാനിപ്പോൾ ജീവിച്ചിരിക്കുമായിരുന്നില്ല.”

ദരിദ്രനാകട്ടെ, അങ്ങേയറ്റം ഉന്മേഷഭരിതനായി, ഉച്ചത്തിൽ ഒരു പാട്ടും പാടിക്കൊണ്ട് വീട്ടിലേക്കു മടങ്ങി.

പയർമണി

ഒരു ഉക്രേനിയൻ നാടോടിക്കഥ

പണ്ടൊരിക്കൽ ഒരു മനുഷ്യന് ആറു പുത്രന്മാരും അല്യോൻക എന്ന പേരുള്ള ഒരു പുത്രിയും ഉണ്ടായിരുന്നു. പുത്രന്മാർ ആറുപേരും നിലമുഴാൻ പാടത്തേക്കു പോയി. ഉച്ചഭക്ഷണം വയലിലേക്കുകൊണ്ടുചെല്ലണമെന്ന് പുറപ്പെടുന്നതിനു മുമ്പ് അവർ സഹോദരിയോട് പറഞ്ഞു.

"ഞാൻ നിങ്ങളെ എങ്ങനെ കണ്ടുപിടിക്കും?" അല്യോൻക ചോദിച്ചു. ചേട്ടന്മാർ മറുപടി പറഞ്ഞു:

"കുടിലു മുതൽ ഉഴവു നടത്തുന്ന പാടം വരെ ഞങ്ങൾ ഒരു ചാലുണ്ടാക്കും നീ അതു നോക്കി വന്നാൽ മതി." ഇതു പറഞ്ഞിട്ട് ആങ്ങളമാർ പുറപ്പെട്ടു.

പാടത്തിനപ്പുറമുള്ള കാട്ടിൽ ഒരു ഭയങ്കരനായ സർപ്പം താമസിച്ചിരുന്നു. അവൻ വന്ന് ആങ്ങളമാരുണ്ടാക്കിയ ചാല് മണ്ണിട്ടു മൂടിയിട്ട് അവന്റെ വീട്ടിലേക്കു നീണ്ടുപോകുന്ന മറ്റൊരു ചാൽ ഉണ്ടാക്കി. അല്യോൻക ആങ്ങളമാർക്കുള്ള ഭക്ഷണവുമായി ചാലിന്റെ ചുവടു പിടിച്ച് നടന്നു. അവൾ സർപ്പത്തിന്റെ മുറ്റത്താണ് ചെന്നു പെട്ടത്. സർപ്പം അപ്പോൾ തന്നെ അവളെ പിടികൂടി.

വൈകുന്നേരം ആങ്ങളമാർ വീട്ടിലേക്കു മടങ്ങി. അവർ അമ്മയോടു ചോദിച്ചു:

"ഞങ്ങൾ പകൽ മുഴുവൻ നിലമുഴുകയായിരുന്നു. ഞങ്ങൾക്ക് തിന്നാൻ ഒന്നും കൊടുത്തയയ്ക്കാതിരുന്നതെന്താ?"

“കൊടുത്തയച്ചല്ലോ!” അമ്മ പറഞ്ഞു. “ഞാൻ നിങ്ങൾക്കുള്ള ഭക്ഷണവുമായി അല്യോൻകയെ വയലിലേക്കയച്ചു. അവൾ നിങ്ങളുടെ കൂടെ തിരിച്ചുവരുമെന്നാണ് ഞാൻ വിചാരിച്ചത്. അവൾക്ക് വഴി തെറ്റിയെന്നു തോന്നുന്നു”

“ഞങ്ങൾ പോയി അന്വേഷിച്ചിട്ടു വരാം.”

ആങ്ങളമാർ ആറുപേരും പെങ്ങളെ തിരക്കി ഇറങ്ങി. അവരും സർപ്പത്തിന്റെ ചാലിനടുത്തുകൂടി നടന്ന് അവന്റെ മുറ്റത്ത് എത്തിച്ചേർന്നു. അവർ ഗയിറ്റു കടന്നു വരുന്നതു കണ്ടയുടൻ പെങ്ങൾ അവരുടെ അടുത്തേക്ക് ഓടിച്ചെന്നു.

“എന്റെ പൊന്നാങ്ങളമാരെ, ഞാൻ നിങ്ങളെ എവിടെ ഒളിപ്പിക്കും?”

അല്യോൻക പറഞ്ഞു. “സർപ്പം പുറത്തു പോയിരിക്കയാണ്. അവൻ വന്നാലുടൻ നിങ്ങളെ തിന്നും.”

അവൾ പറഞ്ഞുതീരും മുമ്പ് ചീറ്റിക്കൊണ്ട് സർപ്പം അവിടെ പറന്നെത്തി.

“മനുഷ്യന്റെ മണം! മനുഷ്യന്റെ മണം! നിങ്ങൾ ഇണങ്ങാൻ വന്നവരോ പിണങ്ങാൻ വന്നവരോ?” സർപ്പം വിളിച്ചു ചോദിച്ചു.

“പിണങ്ങാൻ വന്നവർ”

“എന്നാൽ ഇരുമ്പുതറയിലേക്കു പോകാം.”

അവർ ഇരുമ്പുതറയിലേക്കു പോയി. എന്നാൽ അധികനേരം അവർക്ക് യുദ്ധം ചെയ്യാൻ കഴിഞ്ഞില്ല. സർപ്പം അവരെ അടിച്ചു താഴെയിട്ടു. ബോധം കെട്ടു കിടന്ന അവരെ സർപ്പം വലിച്ചിഴച്ച് ഒരു ഇരുട്ടറയിൽ കൊണ്ടുചെന്നിട്ടു.

മക്കളുടെ വരവും കാത്ത് അച്ഛനും അമ്മയും നോക്കിയിരുന്നു. പക്ഷേ ആരും തിരിച്ചെത്തിയില്ല.

ഒരു ദിവസം അമ്മ നനയ്ക്കാനുള്ള തുണികളുമായി പുഴക്കരയിലേക്കു നടന്നു. ചെറിയ ഒരു പയർമണി വഴിയിലൂടെ തന്റെ നേർക്ക് ഉരുണ്ടുവരുന്നത് അവൾ കണ്ടു. അവൾ അതെടുത്തു തിന്നു. പത്തുമാസം കഴിഞ്ഞപ്പോൾ അവൾ ഒരാൺകുട്ടിയെ പ്രസവിച്ചു. പയർമണി എന്ന് അവൾ അവനു പേരിട്ടു.

പയർമണി വളരെ വേഗം വളർന്നു. വയസ്സു കുറവും വളർച്ച കൂടുതലുമായിരുന്ന അവൻ അതിശക്തനായിരുന്നു.

ഒരു ദിവസം അവനും അച്ഛനും കൂടി ഒരു കിണർ കുഴിച്ചുകൊണ്ടിരിക്കുകയായിരുന്നു. അവരുടെ തൂമ്പ ഒരു കല്ലിൽ ചെന്നു മുട്ടി. അതൊരു കൂറ്റൻ പാറക്കല്ലായിരുന്നു. അയല്ക്കാരുടെ സഹായത്തോടെ അതെടുത്തു മാറ്റാമെന്നു കരുതി അച്ഛൻ അയൽക്കാരെ വിളിച്ചു വരുമ്പോഴേക്കും പയർമണി ഒറ്റയ്ക്ക് അതെടുത്ത് മാറ്റിയിരുന്നു. അയല്ക്കാർ അത്ഭുതസത്ബ്ധരായി. അവന്റെ അമാനുഷിക ശക്തി അവരെ ഭയവിഹ്വലരാക്കി. അവനെ കൊല്ലുന്നതാണ് നല്ലതെന്ന് അവർ തീരുമാനിച്ചു. എന്നാൽ അവൻ ആ പാറ എടുത്ത് അമ്മാനമാടിക്കൊണ്ടിരുന്നു. അതു കണ്ട് അവർ ഓടിപ്പോയി.

അച്ഛനും മകനും കൂടി പിന്നേയും കുഴിച്ചുകൊണ്ടിരുന്നു. അവരുടെ തൂമ്പ ഒരു വലിയ ഇരുമ്പു കഷ്ണത്തിൽ ചെന്നു മുട്ടി. പയർമണി അതു പൊക്കിയെടുത്ത് എവിടെയോ ഒളിച്ചു വച്ചു.

കുറേനാൾ കഴിഞ്ഞ് ഒരു ദിവസം പയർമണി മാതാപിതാക്കളോട് ചോദിച്ചു.

“എനിക്ക് ചേട്ടന്മാരോ ചേച്ചിമാരോ ഉണ്ടായിരുന്നോ?”

“ഉണ്ടായിരുന്നു, മോനെ, നിനക്ക് ആറു ചേട്ടന്മാരും ഒരു ചേച്ചിയുമുണ്ടായിരുന്നു. അവർ ഒരിക്കൽ വീടുവിട്ടുപോയിട്ട് തിരിച്ചു വന്നിട്ടില്ല.”

നടന്നതെല്ലാം അവർ മകനോടു പറഞ്ഞു.

“ഞാൻ അവരെ അന്വേഷിക്കാൻ പോവുകയാണ്,” പയർമണി പറഞ്ഞു.

അമ്മയും അച്ഛനും അവനെ തടഞ്ഞു.

“വേണ്ട, മോനെ. ആറുപേർ ഒരുമിച്ചുപോയിട്ട് തിരിച്ചു വന്നില്ല. നീ ഒറ്റയ്ക്ക് പോയാൽ നിന്നേയും കാണാതാവും.”

“ഞാൻ പോകും! സ്വന്തം സഹോദരങ്ങൾക്ക് എന്തു പറ്റിയെന്നറിയാതെ അടങ്ങിയിരിക്കാൻ എന്നേക്കൊണ്ടാവില്ല.”

കിണറു കുഴിച്ചപ്പോൾ കിട്ടിയ ഇരുമ്പു കഷ്ണവുമെടുത്തുകൊണ്ട് പയർ മണി കൊല്ലന്റെ അടുത്തേക്കു പോയി.

“ഇതു കൊണ്ട് എനിക്കൊരു വലിയ വാൾ ഉണ്ടാക്കിത്തരണം” അവൻ കൊല്ലനോടു പറഞ്ഞു.

എടുത്താൽ പൊങ്ങാത്ത ഒരു വാൾ കൊല്ലൻ ഉണ്ടാക്കി. പയർമണി അത് നിഷ്പ്രയാസം പൊക്കി മുകളിലേക്ക് എറിഞ്ഞിട്ട് അച്ഛനോടു പറഞ്ഞു:

“ഞാൻ ഉറങ്ങാൻ പോവുകയാണ്. പന്ത്രണ്ടു ദിവസം കഴിഞ്ഞ് ഈ വാൾ തിരിച്ചുവരും. അപ്പോൾ എന്നെ വിളിച്ചുണർത്തണം.”

പയർമണി ഉറങ്ങാൻ കിടന്നു. പതിമൂന്നാമത്തെ ദിവസം വാൾ തിരിച്ചുവന്നു. അച്ഛൻ മകനെ വിളിച്ചുണർത്തി. മകൻ ചാടിയെണീറ്റ് ചുരുട്ടിയ മുഷ്ടി നീട്ടിപ്പിടിച്ചു. വാൾ അവന്റെ മുഷ്ടിയിൽ വന്നു മുട്ടി രണ്ടായി ഒടിഞ്ഞു. മകൻ പറഞ്ഞു:

“ഈ വാളും കൊണ്ട് സഹോദരങ്ങളെ അന്വേഷിച്ചുപോകാൻ പറ്റില്ല. മറ്റൊരു വാൾ ഉണ്ടാക്കിക്കണം.”

വാളിന്റെ ഒടിഞ്ഞ കഷ്ണങ്ങളുമായി പയർമണി കൊല്ലന്റെ അടുത്തേക്കു പോയി.

“എനിക്കു പറ്റിയ ഒരു വാൾ ഉണ്ടാക്കിത്തരൂ.” അവൻ കൊല്ലനോടു പറഞ്ഞു.

കൊല്ലൻ മുമ്പത്തേക്കാൾ വലിയ ഒരു വാളുണ്ടാക്കി. പയർമണി ആ വാൾ മുകളിലേക്ക് എറിഞ്ഞിട്ട് പന്ത്രണ്ടു ദിവസംകൂടി ഉറങ്ങി. പതിമൂന്നാമത്തെ ദിവസം വലിയ ഒരു ഇരമ്പലോടെ ഭൂമി വിറപ്പിച്ചുകൊണ്ട് വാൾ തിരിച്ചു വന്നു. അച്ഛൻ പയർമണിയെ വിളിച്ചുണർത്തി. അവൻ ചാടിയെണീറ്റ് ചുരുട്ടിയ മുഷ്ടി ഉയർത്തിപ്പിടിച്ചു. വാൾ

അതിൽ വന്നു മുട്ടി. എന്നാൽ അത് വളഞ്ഞതല്ലാതെ ഒടിഞ്ഞില്ല.

"ഈ വാളും കൊണ്ട് പുറപ്പെടാം.," പയർമണി പറഞ്ഞു. "അമ്മേ, കുറെ റൊട്ടി ഉണ്ടാക്കിത്തരൂ. കുറെ റൊട്ടി മൊരിച്ചു തരൂ. ഞാൻ പോവുകയാണ്."

അവൻ വാളും ഒരു ചാക്ക് മൊരിച്ച റൊട്ടിയും എടുത്തുകൊണ്ട് അച്ഛനോടും അമ്മയോടും യാത്ര ചോദിച്ചു.

സർപ്പം കുഴിച്ച ചാലിലൂടെ അവൻ നടന്നു തുടങ്ങി. ആ ചാല് ഇപ്പോൾ മിക്കവാറും നികന്നുപോയിരുന്നു. അവൻ നടന്നു നടന്ന് ഒരു കാട്ടിലെത്തി. അവൻ പിന്നെയും നടന്നു. ഒടുവിൽ ഒരു വലിയ മതിൽക്കെട്ടിന്റെ മുമ്പിൽ അവൻ എത്തിച്ചേർന്നു. അവൻ പടികട ന്ന് മുറ്റത്തെത്തി. മുറ്റം കടന്ന് വീട്ടിൽ പ്രവേശിച്ചു. സർപ്പം അവിടെ ഉണ്ടായിരുന്നില്ല. അല്യോൻക മാത്രമേ അവിടെ ഉണ്ടായിരുന്നുള്ളു.

"നമസ്ക്കാരം" പയർമണി അവളോടു പറഞ്ഞു. അതു തന്റെ ചേച്ചിയാണെന്ന് അവന് മനസ്സിലായില്ല.

"നമസ്ക്കാരം! നീ ഇവിടെ വന്നതെന്തിനാണ്? സർപ്പം ഇവിടെ യില്ല. അവൻ ഉടനെ വരും. വന്നാലുടൻ നിന്നെ തിന്നുകയും ചെയ്യും" അല്യോൻക പറഞ്ഞു.'

"ചിലപ്പോൾ തിന്നില്ലെന്നും വരാം! അതിരിക്കട്ടെ, നീ ആരാണ്?"

"ഞാൻ അച്ഛന്റെയും അമ്മയുടേയും ഒരേ ഒരു മകളായിരുന്നു. സർപ്പം എന്നെ തട്ടിക്കൊണ്ട് പോന്നു. എന്റെ ആറ് ആങ്ങളമാർ ഒരുമിച്ചു വന്നിട്ടും എന്നെ രക്ഷപ്പെടുത്താൻ കഴിഞ്ഞില്ല."

"അവർ ഇപ്പോൾ എവിടെയാണ്"

"സർപ്പം അവരെ ഇരുട്ടറയിലേക്കു തള്ളിയിട്ടു. അവർ ജീവിച്ചിരി പ്പുണ്ടോ അതോ മരിച്ചുപോയോ എന്ന് എനിക്കു തീർച്ചയില്ല."

"ഒരുപക്ഷേ എനിക്ക് നിന്നെ രക്ഷിക്കാൻ കഴിഞ്ഞേക്കും," പയർമണി പറഞ്ഞു.

"അതെങ്ങിനെ?" ആറുപേർക്ക് ഒരുമിച്ച് ചെയ്യാൻ പറ്റാത്ത കാര്യം നീ ഒറ്റയ്ക്ക് എങ്ങനെ ചെയ്യും?

"നമുക്ക് നോക്കാം," പയർമണി പറഞ്ഞു.

അവൻ ഒരു ജനലിനടുത്തു ചെന്ന് കാത്തിരുന്നു. കുറെ കഴിഞ്ഞ് സർപ്പം തിരിച്ചുവന്നു. അവൻ മൂക്കുവിടർത്തിക്കൊണ്ട് പറഞ്ഞു.

"മനുഷ്യന്റെ മണം വരുന്നു!"

"ഞാൻ ഇവിടെ ഇരിക്കുമ്പോൾ എന്റെ മണം വരാതിരിക്കുന്നതെങ്ങനെ?" പയർമണി പറഞ്ഞു.

"കൊള്ളാം.നീ വന്നിരിക്കുന്നത് ഇണങ്ങാനോ പിണങ്ങാനോ?"

"പിണങ്ങാൻ!" പയർമണി വിളിച്ചു പറഞ്ഞു.

"എന്നാൽ ഇരുമ്പുതറയിലേക്കു പോകാം."

"അങ്ങനെയാകട്ടെ."

അവർ അങ്ങോട്ടു പോയി.

"നീ ആദ്യം അടിക്ക്!" സർപ്പം പയർമണിയോടു പറഞ്ഞു.

"അതു വേണ്ട. ആദ്യം നീയാണ് അടിക്കേണ്ടത്," പയർമണി പറഞ്ഞു.

സർപ്പം പയർമണിയെ ശക്തിയായി അടിച്ചു. അടിയുടെ ശക്തി കൊണ്ട് പയർമണിയുടെ പാദങ്ങൾ ഇരുമ്പു തറയിൽ പൂണ്ടുപോയി. എന്നാൽ ഞൊടിയിടയിൽ അവൻ പാദങ്ങൾ വലിച്ചെടുത്തു കൊണ്ട് വാൾ വീശി സർപ്പത്തെ വെട്ടി. സർപ്പം മുട്ടുവരെ ഇരുമ്പു തറയിൽ ആണ്ടുപോയി. സർപ്പം ഞൊടിയിടയിൽ പുറത്തു കടന്ന് പയർമണിയെ ആഞ്ഞടിച്ചു. പയർമണി മുട്ടുവരെ ഇരുമ്പുതറയിൽ ആണ്ടുപോയി. പയർമണി വീണ്ടും സർപ്പത്തെ വാൾകൊണ്ട് വെട്ടി. സർപ്പം അരവരെ ഇരുമ്പു തറയിൽ ആണ്ടുപോയി. പയർമണി ഒരു തവണകൂടി ആഞ്ഞു വെട്ടി- സർപ്പം ചത്തു വീണു.

അനന്തരം പയർമണി ഇരുട്ടറയിലേക്കു ചെന്ന് ഏതാണ്ട് മൃതപ്രായരായിക്കഴിഞ്ഞിരുന്ന സഹോദരന്മാരെ മോചിപ്പിച്ചു. സർപ്പത്തിന്റെ സ്വർണ്ണവും വെള്ളിയും മുഴുവൻ എടുത്തു കൊണ്ട് പയർമണി സഹോദരന്മാരോടും അല്യോൻകയോടുമൊപ്പം വീട്ടിലേക്കു പുറപ്പെട്ടു. എന്നാൽ താൻ അവരുടെ സഹോദരനാണെന്ന കാര്യം പയർമണി അവരോടു പറഞ്ഞില്ല.

അവർ എത്രനേരം നടന്നെന്നോ എത്ര ദൂരം പോയെന്നോ അറിയില്ല. ഒടുവിൽ അവർ ഒരു ഓക്കുമരത്തിന്റെ ചുവട്ടിൽ വിശ്രമിക്കാനിരുന്നു. സർപ്പവുമായുള്ള പോരാട്ടം കഴിഞ്ഞ് ക്ഷീണിച്ച പയർമണി ഉടൻതന്നെ ഗാഢനിദ്രയിലാണ്ടു. സഹോദരന്മാർ ആറുപേരും ഒരുമിച്ച് കൂടിയാലോചിച്ചു. അവർ പറഞ്ഞു.

"നമ്മൾ ആറുപേർ വിചാരിച്ചിട്ട് കൊല്ലാൻ കഴിയാതിരുന്ന സർപ്പത്തെ ഈ കൊച്ചുപയ്യൻ ഒറ്റയ്ക്ക് കൊന്നു എന്നറിഞ്ഞാൽ ആളുകൾ നമ്മെ പരിഹസിക്കും. സർപ്പത്തിന്റെ ധനം മുഴുവൻ ഇവൻ സ്വന്തമായി എടുക്കുകയും ചെയ്യും."

അവർ വളരെ നേരം കൂടിയാലോചിച്ചിട്ട് ഒരു തീരുമാനമെടുത്തു: ഇപ്പോൾ അവൻ ബോധംകെട്ടുറങ്ങുകയാണ്; ഈ തക്കം നോക്കി ഇവനെ ഈ ഓക്കുമരത്തിൽ കെട്ടിയിടണം; വന്യമൃഗങ്ങൾക്ക് ഇവൻ ഇരയായിത്തീരട്ടെ. തീരുമാനം അപ്പോൾ തന്നെ നടപ്പിലാക്കി. പയർമണിയെ കെട്ടിയിട്ടിട്ട് സഹോദരന്മാർ അല്യോൻകയേയും കൊണ്ട് സ്ഥലം വിട്ടു.

പയർമണി നല്ല ഉറക്കമായിരുന്നു. ഒരു പകലും ഒരു രാത്രിയും ഉറങ്ങിയിട്ട് അവൻ ഉണർന്നു. അപ്പോഴാണ് അവന് കാര്യം മനസ്സിലായത്. അവൻ ഒന്ന് തിരിയുകയും മറിയുകയും ചെയ്തു. ഉടൻ ഓക്കുമരം കടപുഴകി നിലം പതിച്ചു! അവൻ ആ ഓക്കുമരം ചുമലിലേറ്റിക്കൊണ്ട് വീട്ടിലേക്കു നടന്നു. വീട്ടിനടുത്തെത്തിയപ്പോൾ അകത്ത് സഹോദരന്മാർ അമ്മയോട് സംസാരിക്കുന്നത് അവൻ കേട്ടു.

"അമ്മേ, ഞങ്ങൾ പോയതിനു ശേഷം അമ്മയ്ക്ക് വേറെ മക്കളുണ്ടായില്ലേ?"

'ഉവ്വ്, മകൻ പയർമണി. അവൻ നിങ്ങളെ അന്വേഷിച്ച് ഇറങ്ങിയിരിക്കയാണ്."

"എങ്കിൽ ഞങ്ങൾ അവനെയായിരിക്കും ഓക്കുമരത്തിൽ കെട്ടിയിട്ടത്! ഞങ്ങൾ വേഗം ചെന്ന് അവനെ അഴിച്ചു വിട്ടിട്ടു വരാം." സഹോദരന്മാർ പറഞ്ഞു.

പയർമണി ഓക്കുമരം ചുഴറ്റി കുടിലിന്റെ മേല്ക്കൂരയിൽ അടിച്ചു. കുടിൽ തകർന്നു വീഴുമെന്നു തോന്നി.

"ജ്യേഷ്ഠന്മാരെ, നിങ്ങൾ ഇത്തരക്കാരാണെങ്കിൽ ഞാൻ ഇനി ഇവിടെ നില്ക്കുന്നില്ല! ഞാൻ ദേശാടനത്തിനു പോവുകയാണ്." എന്നു പറഞ്ഞിട്ടു പയർമണി വാളുമെടുത്തുകൊണ്ട് അവിടെ നിന്നു പോയി.

അവൻ നടന്നു നടന്ന് രണ്ടു മലകളുടെ അടുത്തെത്തി. ആ രണ്ടു മലകൾക്കിടയിൽ ഒരു മനുഷ്യൻ നില്ക്കുന്നത് പയർമണി കണ്ടു. ആ മനുഷ്യൻ കൈകളും കാലുകളും കൊണ്ട് മലകൾ ഇരുവശത്തേക്കും തള്ളി മാറ്റാൻ ശ്രമിക്കയായിരുന്നു.

"നമസ്ക്കാരം" പയർമണി പറഞ്ഞു.

"നമസ്ക്കാരം."

"നല്ല മനുഷ്യനാ, നിങ്ങൾ എന്തു ചെയ്യുകയാണ്?"

"ഞാൻ മലകൾ തള്ളിമാറ്റി വഴിയുണ്ടാക്കുകയാണ്."

"നിങ്ങൾ എങ്ങോട്ടാണു പോകുന്നത്?"

"ഞാൻ ഭാഗ്യം തേടി പോവുകയാണ്."

"ഞാനും അതിന് ഇറങ്ങിയിരിക്കയാണ്. നിങ്ങളുടെ പേരെന്താ?"

"മലമാറ്റി. നിങ്ങളുടേയോ?"

"പയർമണി. നമുക്ക് ഒരുമിച്ച് പോകാം."

"അങ്ങനെയാകട്ടെ!"

അവർ നടന്നു. നടന്നു നടന്ന് അവർ ഒരു കാട്ടിലെത്തി. അവിടെ ഒരു മനുഷ്യൻ നില്ക്കുന്നത് അവർ കണ്ടു. ആ മനുഷ്യൻ ഓക്കുമരങ്ങൾ വേരോടെ പിഴുതെടുക്കുകയായിരുന്നു. അയാൾ മെല്ലെ ഒന്ന് കുലുക്കിയാൽ ഏത് കൂറ്റൻ മരവും നിലംപതിക്കും.

"നമസ്ക്കാരം." പയർമണിയും മലമാറ്റിയും വിളിച്ചു പറഞ്ഞു.

"നമസ്ക്കാരം"

"നല്ല മനുഷ്യാ, നിങ്ങൾ എന്തു ചെയ്യുകയാണ്?"

"മരങ്ങൾ പിഴുതു മാറ്റി ഒരു വഴി ഉണ്ടാക്കുകയാണ്."

"നിങ്ങൾ എങ്ങോട്ടു പോകുന്നു?"

"ഭാഗ്യം തേടി."

"ഞങ്ങളും അതിനു തന്നെ ഇറങ്ങിയവരാണ്. എന്താണ് നിങ്ങളുടെ പേര്?"

"മരം കുലുക്കി എന്നാണ് എന്റെ പേർ. നിങ്ങളുടേയോ?"

"പയർമണി, മലമാറ്റി. നമുക്ക് ഒരുമിച്ചു പോകാം!"

"അങ്ങനെയാകട്ടെ!"

അവർ മൂവരും നടന്നു. നടന്ന് നടന്ന് അവർ ഒരു പുഴക്കരയിലെത്തി. നീണ്ടുനീണ്ടു കിടക്കുന്ന മീശയുള്ള ഒരു മനുഷ്യൻ അവിടെ നില്ക്കുന്നുണ്ടായിരുന്നു. ആ മനുഷ്യൻ മീശരോമങ്ങളിലൊന്ന് ഇളക്കിയാലുടൻ പുഴയിലെ വെള്ളം ഇരുവശങ്ങളിലേക്കും മാറി പുഴയുടെ

അടിത്തട്ടിലൂടെ നടന്നു പോകാൻ ഒരു പാതയുണ്ടാകും.

അവർ വിളിച്ചു പറഞ്ഞു:

"നമസ്ക്കാരം"

"നമസ്ക്കാരം"

"നല്ല മനുഷ്യാ, നിങ്ങൾ എന്തു ചെയ്യുകയാണ്?"

"ഞാൻ പുഴയിലെ വെള്ളം മാറ്റി ഒരു പാതയുണ്ടാക്കുകയാണ്."

"നിങ്ങൾ എങ്ങോട്ടു പോകുന്നു?"

"ഭാഗ്യം തേടി."

"ഞങ്ങളും അതിനുതന്നെ ഇറങ്ങിയിരിക്കയാണ്. നിങ്ങളുടെ പേരെന്താ?"

"മീശയിളക്കി, നിങ്ങളുടേയോ!"

"പയർമണി, മലമാറ്റി, മരംകുലുക്കി, നമുക്ക് ഒരുമിച്ചു പോകാം.!"

"അങ്ങനെ ആകട്ടെ!"

"അങ്ങനെ ആകട്ടെ!"

അവർ നാലുപേരും ഒരുമിച്ച് നടന്നു. വഴി തടസ്സപ്പെടുത്തുന്ന മലകൾ മലമാറ്റി തള്ളി നീക്കുകയും കാടുകൾ മരംകുലുക്കി പിഴുതു കളയുകയും പുഴകളിലെ വെള്ളം മീശയിളക്കി ഇരുവശത്തേക്കും മാറ്റുകയും ചെയ്തിരുന്നതുകൊണ്ട് അവരുടെ യാത്ര സുഗമമായിരുന്നു.

അവർ നടന്നു നടന്ന് ഒരു ഘോര വനത്തിലെത്തി. അവിടെ ഒരു കുടിൽ നിൽക്കുന്നത് അവർ കണ്ടു. അവർ കുടിലിനുള്ളിലേക്കു കയറി. അവിടെ ആരും ഉണ്ടായിരുന്നില്ല.

"രാത്രി നമുക്ക് ഇവിടെ തങ്ങാം." പയർമണി പറഞ്ഞു.

അന്നു രാത്രി അവർ കുടിലിൽ കിടന്ന് ഉറങ്ങി. പിറ്റേന്നു രാവിലെ പയർമണി പറഞ്ഞു:

"ഭക്ഷണം പാകപ്പെടുത്താൻ മലമാറ്റിയെ ഇന്ന് ഇവിടെ നിർത്തിയിട്ട് നമുക്ക് നായാട്ടിനു പോകാം."

മൂന്നുപേർ വേട്ടയ്ക്കു പോയി. മലമാറ്റി എല്ലാവർക്കും വേണ്ട ഭക്ഷണം തയ്യാറാക്കി വച്ചിട്ട് കിടന്നുറങ്ങി. പെട്ടെന്ന് വാതിലിൽ ആരോ മുട്ടുന്ന ശബ്ദം കേട്ടു.

"വാതിൽ തുറക്കൂ!" ആരോ വിളിച്ചു പറഞ്ഞു:

"ഇവിടെ വേലക്കാരില്ല, തന്നെ വാതിൽ തുറക്കൂ." മലമാറ്റി വിളിച്ചു പറഞ്ഞു.

വാതിൽ തുറക്കപ്പെട്ടു. വീണ്ടും ആരോ വിളിച്ചു പറഞ്ഞു.

"എന്നെ എടുത്തു പടി കടത്തു."

"ഇവിടെ വേലക്കാരില്ല. താനേ കടന്നു വരൂ."

ഒരു ചെറിയ വൃദ്ധൻ വാതില്പടി കടന്ന് കുടിലിനുള്ളിലെത്തി. വൃദ്ധന്റെ നീണ്ട താടി നിലത്തു കിടന്ന് ഇഴയുന്നുണ്ടായിരുന്നു. വൃദ്ധൻ മലമാറ്റിയെ തലമുടിയിൽ പിടിച്ച് പൊക്കി ഒരു ആണിയിൽ തൂക്കിയിട്ടു. അനന്തരം വൃദ്ധൻ അവിടെ തിന്നാനുണ്ടായിരുന്നതു മുഴുവൻ തിന്നു, കുടിക്കാനുണ്ടായിരുന്നതു മുഴുവൻ കുടിച്ചു. മലമാറ്റിയുടെ പുറത്തുനിന്ന് അല്പം തൊലി ഉരിച്ചെടുത്തുകൊണ്ട് വൃദ്ധൻ തിരിച്ചുപോയി.

മലമാറ്റി ആണിയിൽ തൂങ്ങിക്കിടന്നുകൊണ്ട് ഞെളിയുകയും പിരിയുകയും ചെയ്തു. ഒടുവിൽ അവന്റെ മുടി ആണിയിൽ നിന്ന് വിമുക്തമായി. അവൻ വീണ്ടും ഭക്ഷണം പാകംചെയ്യാനാരംഭിച്ചു. അതു മുഴുവനാക്കും മുമ്പ് കൂട്ടുകാർ തിരിച്ചുവന്നു. "ഭക്ഷണം ഉണ്ടാക്കാൻ ഇത്ര താമസിച്ചതെന്താ?" അവർ ചോദിച്ചു.

"ഞാൻ അല്പമൊന്നു മയങ്ങി."

എല്ലാവരും ആഹാരം കഴിച്ച് കിടന്നുറങ്ങി. പിറ്റേന്നു രാവിലെ പയർ മണി പറഞ്ഞു.

"ഇന്നു മരംകുലക്കി ഭക്ഷണം പാകം ചെയ്യാൻ ഇവിടെ നില്ക്കട്ടെ."

മറ്റുള്ളവർ വേട്ടയ്ക്കുപോയി. മരംകുലുക്കി എല്ലാവരും വേണ്ടത്ര ഭക്ഷണം തയ്യാറാക്കിവച്ചിട്ട് വിശ്രമിക്കാൻ കിടന്നു. പെട്ടെന്ന് ആരോ കതകിൽ മുട്ടി.

"വാതിൽ തുറക്കു!"

"ഇവിടെ നിങ്ങളുടെ വേലക്കാരില്ല, തന്നെ വാതിൽ തുറക്കൂ!" മരംകുലുക്കി വിളിച്ചു പറഞ്ഞു.

"എന്നെ എടുത്തു പടി കടത്തു."

"ഇവിടെ നിങ്ങളുടെ വേലക്കാരില്ല. താനേ കടന്നു വരൂ!"

ഒരു ചെറിയ വൃദ്ധൻ വാതില്പടി കടന്ന് കുടിലിനുള്ളിലെത്തി. വൃദ്ധന്റെ നീണ്ടതാടി നിലത്തു കിടന്ന് ഇഴയുന്നുണ്ടായിരുന്നു. വൃദ്ധൻ മരം കുലുക്കിയെ തലമുടിയിൽ പിടിച്ച് പൊക്കി ഒരാണിയിൽ

ളുക്കിയിട്ടു. അനന്തരം വൃദ്ധൻ അവിടെ തിന്നാനുണ്ടായിരുന്നതു മുഴുവൻ തിന്നു. കുടിക്കാനുണ്ടായിരുന്നതു മുഴുവൻ കുടിച്ചു. മരം കുലിക്കിയുടെ പുറത്തുനിന്ന് അല്പം തൊലി ഉരിച്ചെടുത്തിട്ട് വൃദ്ധൻ തിരിച്ചുപോയി.

മരം കുലുക്കി ആണിയിൽ തൂങ്ങിക്കിടന്ന് ഞെളിയുകയും പിരിയുകയും ചെയ്തു. ഒടുവിൽ അവന്റെ മുടി ആണിയിൽ നിന്ന് വിമുക്തമായി. അവൻ വീണ്ടും ഭക്ഷണം പാകം ചെയ്യാനാരംഭിച്ചു. അതു മുഴുവനാക്കും മുമ്പ് കൂട്ടുകാർ തിരിച്ചു വന്നു.

"ഭക്ഷണമുണ്ടാക്കാൻ ഇത്ര താമസിച്ചതെന്താ?" അവർ ചോദിച്ചു.

"ഞാൻ അല്പമൊന്നു മയങ്ങി."

സംഭവിച്ചതെന്താണെന്ന് മലമാറ്റിക്ക് അറിയാമായിരുന്നെങ്കിലും അവൻ ഒന്നും മിണ്ടിയില്ല.

മൂന്നാം ദിവസം മീശയിളക്കിയാണ് വീട്ടിലിരുന്നത്. അന്നും മുൻ ദിവസങ്ങളിലെ സംഭവം ആവർത്തിക്കപ്പെട്ടു.

പയർമണി പറഞ്ഞു:

"നിങ്ങൾ മൂന്നുപേരും ഭക്ഷണം ഉണ്ടാക്കുന്നത് വളരെ സാവധാനത്തിലാണ്. നാളെ ഞാൻ ഇവിടെ നില്ക്കാം, നിങ്ങൾ വേട്ടയ്ക്ക് പോയാൽ മതി."

പിറ്റേന്നു രാവിലെ പയർമണി വീട്ടിലിരുന്നു. മറ്റുള്ളവർ വേട്ടയ്ക്കു പോയി.

അവൻ എല്ലാവർക്കും വേണ്ടത്ര ഭക്ഷണം തയ്യാറാക്കിവച്ചിട്ട് വിശ്രമിക്കാൻ കിടന്നു.

പെട്ടെന്ന് ആരോ കതകിൽമുട്ടി.

"വാതിൽ തുറക്കു"

പയർമണി വാതിൽ തുറന്നു. ഒരു ചെറിയ വൃദ്ധൻ അവിടെ നില്ക്കുന്നത് പയർമണി കണ്ടു. വൃദ്ധന്റെ താടി നിലത്തു കിടന്ന് ഇഴയുന്നുണ്ടായിരുന്നു.

"എന്നെ എടുത്ത പടി കടത്തു!" വൃദ്ധൻ പറഞ്ഞു.

പയർമണി വൃദ്ധനെ എടുത്ത് കുടിലിനുള്ളിൽ കയറ്റി. വൃദ്ധൻ വട്ടം കറങ്ങുകയും പയർമണി തടി പിടിക്കാൻ ശ്രമിക്കുകയും ചെയ്തു തുടങ്ങി.

"എന്തു വേണം?" പയർമണി ചോദിച്ചു.

"വേണ്ടതെന്തെന്ന് കാണിച്ചു തരാം," എന്നു പറഞ്ഞുകൊണ്ട് വൃദ്ധൻ കൈനീട്ടി പയർമണിയുടെ മുടിയിൽ പിടികൂടാൻ ശ്രമിച്ചു. പക്ഷേ പയർമണി അതിനു മുമ്പു തന്നെ അയാളുടെ നീണ്ടുകിടന്ന താടിയിൽ പിടിച്ചു വലിച്ചുകൊണ്ട് അലറി. "നിങ്ങൾ ഇത്തരക്കാര നാണ്, അല്ലേ!"

കോടാലി കൈയിലെടുത്തുകൊണ്ട് പയർമണി വൃദ്ധനെ ഒരു ഓക്കുമരത്തിന്റെ ചുവട്ടിലേക്കു വലിച്ചുകൊണ്ടുപോയി. അവൻ ഓക്കുമരം രണ്ടായി പിളർന്ന് വൃദ്ധന്റെ താടി അതിനിടയിലേക്കു തിരുകി വച്ചിട്ട് പിളർപ്പ് യോജിപ്പിച്ചു.

"നിങ്ങൾ എന്റെ തലമുടിയിൽ പിടികൂടാൻ ശ്രമിച്ചതിന്റെ ശിക്ഷ യാണിത്," പയർമണി പറഞ്ഞു. "ഞാൻ തിരിച്ചു വരുന്നതുവരെ നിങ്ങൾക്ക് ഇവിടെ നിൽക്കേണ്ടിവരും."

പയർമണി തിരിച്ച് കുടിലിലെത്തി. അവിടെ കൂട്ടുകാർ മൂന്നുപേരും അവനെ കാത്തു നിന്നിരുന്നു.

"ഭക്ഷണം തയ്യാറാക്കിയോ?"

"പണ്ടേ തയ്യാർ!"

എല്ലാവരും ഭക്ഷണം കഴിക്കാനിരുന്നു. പിന്നീട് പയർമണി പറഞ്ഞു:

"എന്റെ കൂടെ വരൂ, ഞാൻ ഒരു കാഴ്ച കാണിക്കാം."

അവൻ കൂട്ടുകാരെ വെളിയിലേക്കു കൂട്ടിക്കൊണ്ടുപോയി. എന്നാൽ അവിടെ ഓക്കുമരമോ വൃദ്ധനോ ഉണ്ടായിരുന്നില്ല. വൃദ്ധൻ ഓക്കുമരം ചുവടോടെ പിഴുതുകൊണ്ട് അതുമായി അവിടെനിന്ന് കടന്നു കളഞ്ഞു.

അന്നു നടന്ന സംഭവം പയർമണി കൂട്ടുകാരെ അറിയിച്ചു. വൃദ്ധൻ തങ്ങളെ ആണിയിൽ തൂക്കിയിട്ടതും പുറത്തെ തൊലിയുരിച്ചതും കൂട്ടുകാർ പയർമണിയോട് തുറന്നു പറഞ്ഞു.

"ആ ദുഷ്ടനായ വൃദ്ധനെ നമുക്ക് കണ്ടുപിടിക്കണം.," പയർമണി അഭിപ്രായപ്പെട്ടു.

വൃദ്ധൻ ഓക്കുമരം വലിച്ചിഴച്ചു കൊണ്ടുപോയതിന്റെ പാടുനോക്കി അവർ നടന്നു. നടന്നു നടന്ന് വലിയ ഒരു കുഴിയുടെ വക്കിൽ അവരെത്തി. അടി കാണാൻ വയ്യാത്തത്ര ആഴം ആ

കുഴിക്കുണ്ടായിരുന്നു. പയർമണി പറഞ്ഞു:

"മലമാറ്റി! ഈ കുഴിയിലിറങ്ങൂ!"

"എന്നെക്കൊണ്ടു പറ്റില്ല."

"മരം കുലുക്കി പറ്റുമോ?"

"ഇല്ല."

"മീശയിളക്കിക്കോ?"

"ഇല്ല"

"ശരി. എന്നാൽ ഞാൻ തന്നെ ഇതിലേക്കിറങ്ങാം" പയർമണി പറഞ്ഞു.

"നമുക്ക് ഒരു കയർ പിരിച്ചെടുക്കണം."

എല്ലാവരും ചേർന്ന് ഒരു കയർ പിരിച്ചെടുത്തു. പയർമണി അതിന്റെ ഒരറ്റം കൈത്തണ്ടയിൽ ചുറ്റിയിട്ടു പറഞ്ഞു:

"കയർ കുറേശ്ശെ അയച്ചുതരൂ. ഞാൻ ഇറങ്ങട്ടെ."

അവർ കയർ കുറേശ്ശെ അയച്ചു തുടങ്ങി. വളരെ നേരം അവർ ആ ജോലി ചെയ്തുകൊണ്ടിരുന്നു. പയർമണി പാതാളത്തിലേക്കാണ് ഇറങ്ങുന്നതെന്ന് തോന്നി. ഒടുവിൽ അവൻ കുഴിയുടെ അടിത്തട്ടിലെത്തി. അവൻ അവിടെ പരിശോധിച്ചുതുടങ്ങി. അവൻ കുറേദൂരം നടന്നപ്പോൾ മുമ്പിൽ വലിയൊരു കൊട്ടാരം നിൽക്കുന്നതു കണ്ടു. അവൻ അതിനുള്ളിൽ പ്രവേശിച്ചു. ആ കൊട്ടാരം മുഴുവൻ സ്വർണ്ണവും വൈരവും കൊണ്ട് നിർമ്മിച്ചതായിരുന്നു. പയർമണി മുറികൾ തോറും കയറി ഇറങ്ങി. പെട്ടെന്ന് ഒരു രാജകുമാരി തന്റെ നേർക്ക് ഓടിവരുന്നത് അവൻ കണ്ടു. അതിസുന്ദരിയായ ആ രാജകുമാരിയുടെ സൗന്ദര്യം പാടിപ്പുകഴ്ത്താൻ വാക്കുകളില്ല. വരച്ചു കാട്ടാൻ ചായങ്ങൾ പോരാ.

"നല്ല മനുഷ്യാ, നിങ്ങൾ എന്തിന് ഇവിടെ വന്നു?" അവൾ ചോദിച്ചു.

"നിലത്തു കിടന്നിഴയുന്ന താടിയുള്ള ഒരു ചെറിയ വൃദ്ധനെ അന്വേഷിച്ചു വന്നതാണ്," പയർമണി പറഞ്ഞു.

"നീണ്ട താടിയുള്ള വൃദ്ധന്റെ താടി ഒരു ഓക്കുമരത്തിന്റെ പിളർപ്പിൽ പെട്ടുപോയി." രാജകുമാരി പറഞ്ഞു. "അയാൾ അതു വലിച്ചെടുക്കാൻ നോക്കുകയാണ്. അങ്ങോട്ടു പോകാതിരിക്കുകയാണ് നല്ലത്.

ഇതിനുമുമ്പ് പലരേയും കൊന്നിട്ടുള്ളതുപോലെ അയാൾ നിങ്ങളേയും കൊല്ലും."

"എന്നെ കൊല്ലുകയില്ല," പയർമണി പറഞ്ഞു. "ഞാനാണ് വൃദ്ധന്റെ താടി ഓക്കുമരത്തിന്റെ പിളർപ്പിൽ തിരുകി വച്ചത്. നീ ആരാണെന്നു പറയൂ."

"ഞാൻ ഒരു രാജാവിന്റെ മകളാണ്." അവൾ പറഞ്ഞു. "വൃദ്ധൻ എന്നെ തട്ടിക്കൊണ്ടു വന്ന് തടവുകാരിയായി ഇവിടെ താമസിപ്പിച്ചിരിക്കുകയാണ്."

"ഞാൻ നിന്നെ രക്ഷപ്പെടുത്താം. എന്നെ വൃദ്ധന്റെ അടുത്തേക്കു കൂട്ടിക്കൊണ്ടുപോകൂ."

രാജകുമാരി പയർമണിയെ വൃദ്ധന്റെ അടുത്തേക്കു കൂട്ടിക്കൊണ്ടു പോയി. വൃദ്ധൻ മരപ്പിളർപ്പിൽനിന്നും വലിച്ചെടുത്ത താടി തടവിക്കൊണ്ട് അവിടെ ഇരിക്കുകയായിരുന്നു. പയർമണി കണ്ടയുടൻ വൃദ്ധൻ അലറി:

"നീ വന്നതെന്തിന്? ഇണങ്ങാനോ പിണങ്ങാനോ?

"ഇണങ്ങാനല്ല പിണങ്ങാൻ തന്നെയാണ് ഞാൻ വന്നത്," പയർമണി പറഞ്ഞു. അവർ ഏറ്റുമുട്ടി. വളരെ നേരത്തെ പോരിനു ശേഷം പയർമണി വൃദ്ധനെ വാൾ കൊണ്ട് വെട്ടി കൊന്നു.

അനന്തരം രാജകുമാരിയും പയർമണിയും കൂടി കൊട്ടാരത്തിലുണ്ടായിരുന്ന രത്നങ്ങളും സ്വർണ്ണവും മുഴുവൻ മൂന്നു ചാക്കുകളിൽ നിറച്ചു. അതുമായി അവർ പയർമണി ഇറങ്ങിവന്ന കുഴിയുടെ അടുത്തേക്കു നടന്നു.

അവിടെ എത്തിയ ഉടൻ പയർമണി വിളിച്ചു ചോദിച്ചു:

"ചങ്ങാതിമാരെ നിങ്ങൾ അവിടെത്തന്നെ ഉണ്ടോ?"

"ഉണ്ട്", പയർമണി കയറിന്റെ അറ്റത്ത് ഒരു ചാക്ക് കെട്ടിവച്ചു.

"ഇതു നിങ്ങൾക്കാണ്." അവൻ വിളിച്ചു പറഞ്ഞു:

അവർ ചാക്ക് വലിച്ചു മുകളിൽ കയറ്റിയിട്ട് കയർ വീണ്ടും അടിയിലേക്കിട്ടു. പയർമണി രണ്ടാമത്തെ ചാക്ക് കയറിന്റെ അറ്റത്തു കെട്ടിവച്ചിട്ട് വിളിച്ചു പറഞ്ഞു: "ഇതും നിങ്ങൾക്കാണ്."

പയർമണി മൂന്നാമത്തെ ചാക്കും കയറിന്റെ അറ്റത്തുകെട്ടി മുകളിലേക്കയച്ചു. പിന്നീട് അവൻ രാജകുമാരിയെ കയറിന്റെ അറ്റത്തു

ബന്ധിച്ചിട്ട് വിളിച്ചു പറഞ്ഞു

"ഇതെനിക്കുള്ളതാണ്!"

കൂട്ടുകാർ മൂന്നുപേരും രാജകുമാരിയെ വലിച്ചു മുകളിൽ കയറ്റി. പയർമണി മാത്രം കുഴിയുടെ അടിത്തട്ടിൽ അവശേഷിച്ചു.

"നമുക്ക് അവനെ കുറച്ചു പൊക്കിയിട്ട് കയർ താഴെയിടാം." കൂട്ടുകാർ മൂന്നുപേരും കൂടി തീരുമാനിച്ചു. "അവർ കുഴിയിൽ വീണ് ചത്തുപോകും. അപ്പോൾ രാജകുമാരിയേയും നമുക്ക് സ്വന്തമാക്കാം."

എന്നാൽ പയർമണി അവരുടെ ഉദ്ദേശം ഊഹിച്ചറിഞ്ഞു. അവൻ ഒരു വലിയ കല്ല് കയറിന്റെ അറ്റത്തു കെട്ടിവച്ചിട്ട് വിളിച്ചു പറഞ്ഞു:

"എന്നെ വലിച്ചു മുകളിൽ കയറ്റൂ!" കൂട്ടുകാർ മൂന്നുപേരും ചേർന്ന് കയർ മുകളിലേക്കു വലിച്ചു തുടങ്ങി. പാതി വഴിയെത്തിയപ്പോൾ അവർ കയർ താഴെയിട്ടു. കല്ല് കുഴിയുടെ അടിത്തട്ടിൽ ചെന്നു മുട്ടുന്ന ശബ്ദം കേട്ടു.

"കൊള്ളാം! നല്ല കൂട്ടുകാർ!" എന്നു പറഞ്ഞുകൊണ്ട് പയർമണി ഭൂമിക്കടിയിലുള്ള ലോകം ചുറ്റിനടന്നു കാണാൻ പുറപ്പെട്ടു. അവൻ നടന്നു നടന്ന് വളരെ ദൂരെ എത്തി. പെട്ടെന്ന് ആകാശം ഇരുണ്ടു മൂടി, മഴ പെയ്തു തുടങ്ങി. ആലിപ്പഴം പൊഴിഞ്ഞു. പയർമണി ഒരു ഓക്കുമരത്തിന്റെ ചുവട്ടിൽ ചെന്നു നിന്നു. ആ മരത്തിന്റെ മുകളിലുള്ള കൂട്ടിലിരുന്ന് കഴുകക്കുഞ്ഞുങ്ങൾ കരയുന്ന ശബ്ദം അവൻ കേട്ടു. അവൻ മരത്തിൽ കയറി സ്വന്തം കുപ്പായമൂരി അവയെ പുതപ്പിച്ചു.

മഴ മാറി, ഒരു വലിയ കഴുകൻ പറന്നു വന്ന് കൂട്ടിൽ കയറി. അത് കഴുകക്കുഞ്ഞുങ്ങളുടെ അച്ഛനായിരുന്നു.

"ആരാണ് നിങ്ങളെ പുതപ്പിച്ചത്?" കഴുകൻ കുഞ്ഞുങ്ങളോടു ചോദിച്ചു.

"അയാളെ തിന്നുകയില്ലെങ്കിൽ പറയാം."

"ഇല്ല. തിന്നുകയില്ല."

"മരച്ചുവട്ടിൽ ഒരു മനുഷ്യൻ ഇരിക്കുന്നുണ്ട്. അയാളാണ് ഞങ്ങളെ പുതപ്പിച്ചത്."

കഴുകൻ പയർമണിയുടെ അടുത്തേക്കു പറന്നു ചെന്നിട്ട് പറഞ്ഞു:

"നിനക്ക് എന്തുവേണമെന്നു പറയൂ, ഞാൻ അതു സാധിച്ചുതരാം. ഞാനില്ലാത്തപ്പോൾ ശക്തിയായ മഴപെയ്താൽ എന്റെ കുഞ്ഞുങ്ങളിൽ

കുറെയെണ്ണം ചത്തുപോവുകയാണ് പതിവ്. ഇത്തവണ എല്ലാവരും രക്ഷപ്പെട്ടു.

"എന്നെ മുകളിലുള്ള ലോകത്തിലേക്കു കൊണ്ടുപോകൂ," പയർമണി പറഞ്ഞു.

"അത്ര എളുപ്പമല്ല. എങ്കിലും ഞാൻ ശ്രമിക്കാം. ആറു വീപ്പ മാംസവും ആറു വീപ്പവെള്ളവും കൊണ്ടു പുറപ്പെട്ടാൽ നമുക്ക് അവിടെ എത്താൻ കഴിഞ്ഞെന്നു വരും." കഴുകൻ പറഞ്ഞു. "ഞാൻ തല വലത്തോട്ടു തിരിക്കുമ്പോഴൊക്കെ നീ എന്റെ വായിലേക്ക് ഒരു കഷ്ണം മാംസം ഇട്ടുതരണം. ഞാൻ തല ഇടത്തോട്ടു തിരിച്ചാലുടൻ വായിൽ ഒരിറക്കു വെള്ളം ഒഴിച്ചു തരണം. അല്ലാത്ത പക്ഷം നമുക്ക് ഉദ്ദിഷ്ട സ്ഥാനത്തെത്താൻ കഴിയുകയില്ല- ഞാൻ വഴിക്ക് ചത്തു പോകും."

അവർ ആറു വീപ്പ മാംസവും ആറു വീപ്പ വെള്ളവും സംഭരിച്ചു. വീപ്പകൾ കഴുകന്റെ പുറത്തു വച്ചിട്ട് പയർമണിയും കഴുകന്റെ പുറത്തുതന്നെ കയറി ഇരുന്നു. കഴുകൻ പറന്നു തുടങ്ങി. കഴുകൻ തല വലത്തോട്ടു തിരിച്ചപ്പോഴെല്ലാം പയർമണി അതിന്റെ വായിലേക്ക് ഓരോ കഷ്ണം മാംസം ഇട്ടുകൊടുത്തുകൊണ്ടിരുന്നു. കഴുകന്റെ തല ഇടത്തോട്ടു തിരിച്ചപ്പോഴെല്ലാം അവൻ അതിനു വെള്ളം കൊടുത്തു.

അവർ വളരെ നേരം പറന്നു. ഒടുവിൽ അവർ ഭൂമിയിൽ എത്തി. അപ്പോൾ കഴുകൻ വീണ്ടും തല വലത്തോട്ടു തിരിച്ചു. അഞ്ചു വീപ്പകൾ നേരത്തേ തന്നെ കാലിയായിക്കഴിഞ്ഞു. പയർമണി ആറാമത്തെ വീപ്പയിലേക്കു നോക്കി. അതിലും മാംസത്തിന്റെ ഒരു തരിപോലും അവശേഷിച്ചിരുന്നില്ല. പയർമണി സ്വന്തം തുടയിൽനിന്ന് ഒരു കഷ്ണം മാംസം മുറിച്ചെടുത്ത് കഴുകന്റെ വായിലിട്ടു കൊടുത്തു.

"ഇപ്പോൾ തിന്നാൽ തന്നതെന്താണ്? അതിനു നല്ല സ്വാദായിരുന്നു!" കഴുകൻ പറഞ്ഞു.

പയർമണി സ്വന്തം തുടചൂണ്ടിക്കാണിച്ചു കൊണ്ടു പറഞ്ഞു:

"ഇതാണ്."

കഴുകൻ ഒന്നും മിണ്ടിയില്ല. എന്നാൽ അതു ആ മാംസക്കഷ്ണം തുപ്പി പുറത്തിട്ടു. അനന്തരം പയർമണിയെ അവിടെ നിർത്തിയിട്ട് അത് ജീവജലം അന്വേഷിച്ചു പോയി. അധികം താമസിയാതെ കഴുകൻ ജീവജലവുമായി തിരിച്ചെത്തി. പയർമണിയുടെ തുടയിൽ നിന്നു മുറിച്ചെടുത്ത് മാംസം കഴുകൻ യഥാസ്ഥാനത്തു വച്ചിട്ട് അതിൽ ആ

ജലം അല്പം തളിച്ചു. ഉടൻ തന്നെ മാംസം തുടയിൽ ഒട്ടിച്ചേർന്നു.

കഴുകൻ സ്വന്തം നാട്ടിലേക്കു തിരിച്ചുപോയി. പയർമണി ചതിയന്മാരായ ചങ്ങാതിമാരെ അന്വേഷിച്ചു നടന്നു.

അവർ മൂവരും രാജകുമാരിയേയും കൊണ്ട് അവളുടെ പിതാവിന്റെ രാജ്യത്തെത്തിയിരുന്നു. രാജകുമാരിയെ തനിക്കു വിവാഹം ചെയ്യണമെന്ന് അവരിൽ ഓരോരുത്തരും മോഹിച്ചു. അക്കാരണത്താൽ അവർ പരസ്പരം കലഹിച്ചുകൊണ്ടിരുന്നു.

അവിടെയാണ് പയർമണി അവരെ കണ്ടുമുട്ടിയത്. അവനെ കണ്ടയുടൻ അവർ ഭയന്നു വിറച്ചു.

പയർമണി പറഞ്ഞു:

"എന്റെ സ്വന്തം സഹോദരൻമാർ എന്നെ ചതിച്ചു. പിന്നെ ഞാൻ എങ്ങനെ നിങ്ങൾക്കു മാപ്പുതരാതിരിക്കും.?"

പയർമണി അവർക്കു മാപ്പു കൊടുത്തു.

സുന്ദരിയായ രാജകുമാരിയെ വിവാഹംകഴിച്ച് അവൻ അവളോടൊപ്പം ദീർഘകാലം സുഖമായി ജീവിച്ചു.

നന്മയും തിന്മയും

ഒരു ഉക്രേനിയൻ നാടോടിക്കഥ

പണ്ട് ഒരിടത്ത് രണ്ടു സഹോദരന്മാരുണ്ടായിരുന്നു. ഒരാൾ ധനികനും മറ്റേയാൾ ദരിദ്രനുമായിരുന്നു. ഒരു ദിവസം അവർ ഒന്നിച്ചിരുന്ന് സംസാരിക്കുമ്പോൾ ദരിദ്രനായ സഹോദരൻ പറഞ്ഞു:

"ജീവിതം ക്രൂരമാണെങ്കിൽപ്പോലും തിന്മ ചെയ്യുന്നതിലും നല്ലത് നന്മ ചെയ്യുന്നതാണ്."

"എന്താണിപ്പറയുന്നത്!" ധനികനായ സഹോദരൻ പറഞ്ഞു. "ലോകത്ത് ഇപ്പോൾ നന്മയെന്നൊന്നില്ല, തിന്മയേയുള്ളു. നന്മ ചെയ്തതുകൊണ്ട് ഒരു പ്രയോജനവുമില്ല."

പക്ഷേ ദരിദ്രനായ സഹോദരൻ തന്റെ നിലപാടിൽ ഉറച്ചുനിന്നു.

"അങ്ങനെയല്ല, സഹോദരാ," അയാൾ പറഞ്ഞു. "നന്മ ചെയ്താൽ പ്രയോജനമുണ്ടാവുമെന്നുതന്നെയാണ് ഞാൻ വിശ്വസിക്കുന്നത്"

"എന്നാൽ ശരി," ധനികനായ സഹോദരൻ പറഞ്ഞു. "നമുക്കൊരു വാതു വയ്ക്കാം. ആദ്യം കാണുന്ന മൂന്നു പേരുടെ അഭിപ്രായം ചോദിക്കാം. നീ പറയുന്നതാണു ശരിയെന്നാണ് അവരുടെ അഭിപ്രായമെങ്കിൽ എനിക്കുള്ളതെല്ലാം നിന്റേതാവും. പക്ഷേ ഞാൻ പറയുന്നതാണു ശരി എന്നാണവർ പറയുന്നതെങ്കിൽ നിനക്കുള്ളതെല്ലാം ഞാൻ എടുക്കും."

"അങ്ങനെയാവട്ടെ!" ദരിദ്രൻ സമ്മതിച്ചു.

അവർ റോഡിലൂടെ നടന്നു. കുറെ ദൂരെ നടന്നപ്പോൾ, എവിടെയോ

പോയി ജോലികഴിഞ്ഞു മടങ്ങുന്ന ഒരാളെ കണ്ടു. "നമസ്ക്കാരം, സ്നേഹിത!" അയാളുടെ അടുത്തേക്കു നടന്നുചെന്നിട്ട് അവർ പറഞ്ഞു.

"നമസ്ക്കാരം!"

"ഞങ്ങൾക്കു നിങ്ങളോട് ഒരു കാര്യം ചോദിക്കാനുണ്ട്."

"കേൾക്കട്ടെ!"

"എങ്ങനെ ജീവിക്കുന്നതാണ് കൂടുതൽ നല്ലത്- നന്മ ചെയ്യാണോ തിന്മചെയ്യാണോ?"

"ഇക്കാലത്ത് നന്മ എവിടെ കാണാനാണ്. ചങ്ങാതികളേ!" അയാൾ പറഞ്ഞു. "എന്റെ കാര്യം തന്നെ എടുക്കൂ. ഞാൻ എത്രകാലം പണിയെടുത്തു. എത്ര കഠിനമായ പണിയെടുത്തു. എന്നിട്ടും വളരെ തുച്ഛമായ പ്രതിഫലമാണു കിട്ടിയത്. അതിന്റെതന്നെ ഒരു പങ്ക് യജമാനൻ പിടിച്ചെടുത്തു. ഇല്ല, സത്യസന്ധമായി ജീവിക്കാൻ

സാദ്ധ്യമല്ല. നന്മ ചെയ്യുന്നതിനേക്കാൾ ഭേദം തിന്മ ചെയ്യുകയാണ്.!"

"ഞാൻ പറഞ്ഞില്ലേ, സഹോദരാ!" ധനികൻ പറഞ്ഞു. "ഞാൻ പറഞ്ഞതാണ് ശരി. നീ പറഞ്ഞതു തെറ്റാണ്."

"ദരിദ്രന്റെ മനസ്സിടിഞ്ഞു. പക്ഷേ എന്തുചെയ്യാം! അവർ പിന്നേയും നടപ്പു തുടർന്നു. കുറെ കഴിഞ്ഞപ്പോൾ അവർ ഒരു വ്യാപാരിയെ കണ്ടു.

"ബഹുമാനപ്പെട്ട വ്യാപാരി, നിങ്ങൾക്കു നമസ്ക്കാരം!" അവർ പറഞ്ഞു.

"നമസ്ക്കാരം!" വ്യാപാരി പറഞ്ഞു.

"ഞങ്ങൾക്ക് നിങ്ങളോട് ഒരു കാര്യം ചോദിക്കാനുണ്ട്."

"കേൾക്കട്ടെ!"

"എങ്ങനെ ജീവിക്കുന്നതാണ് കൂടുതൽ നല്ലത്- നന്മ ചെയ്യാണോ തിന്മ ചെയ്യാണോ?"

"ഇതെന്തു ചോദ്യമാണ്, ചങ്ങാതികളേ? നന്മ ചെയ്തിട്ട് ഒരു പ്രയോജനവുമില്ല. എന്തെങ്കിലും വില്ക്കണമെങ്കിൽ ഒരു നൂറുതവണ കളവും ചതിയും കാട്ടിയേ തീരൂ. മറ്റൊരു തരത്തിലും വില്ക്കാൻ സാദ്ധ്യമല്ല,"

ഇത്രയും പറഞ്ഞുകൊണ്ട് അയാൾ വണ്ടിയോടിച്ചു പോയി.

"കണ്ടില്ലേ, ഞാൻ പറഞ്ഞതാണ് ശരിയെന്ന് രണ്ടാമതും തെളിഞ്ഞു!"

ധനികൻ പറഞ്ഞു.

ദരിദ്രൻ പൂർവ്വാധികം ദുഃഖിച്ചു. പക്ഷേ എന്തു ചെയ്യാം! അവർ വീണ്ടും നടപ്പു തുടർന്നു. കുറെ ദൂരെ നടന്നപ്പോൾ ഒരു പ്രഭുവിനെ കണ്ടു.

"നമസ്കാരം പ്രഭോ!" അവർ പറഞ്ഞു.

"നമസ്കാരം!"

"ഞങ്ങൾക്ക് അങ്ങയോട് ഒരു കാര്യം ചോദിക്കാനുണ്ട്."

"കേൾക്കട്ടെ!"

"എങ്ങനെ ജീവിക്കുന്നതാണ് കൂടുതൽ നല്ലത്- നന്മ ചെയ്യാണോ തിന്മ ചെയ്യാണോ?"

"ഇതെന്തു ചോദ്യമാണ്, ചങ്ങാതികളേ! ഇക്കാലത്ത് ലോകത്ത് നന്മയെന്നൊന്നില്ല. നേരായി ജീവിക്കാനും സാദ്ധ്യമല്ല. സത്യവും ധർമ്മവും നോക്കി ജീവിച്ചിരുന്നെങ്കിൽ എനിക്ക്..." പറയാൻ വന്നത്

മുഴുമിക്കാതെ പ്രഭു കുതിരയോടിച്ചുപോയി.

"കേട്ടില്ലേ, സഹോദരാ," ധനികൻ പറഞ്ഞു. "നമുക്ക് വീട്ടിൽ പോകാം. നിന്റെ സർവ്വതും എനിക്കു തരണം."

ദരിദ്രൻ വീട്ടിൽ പോയി. അയാൾ അത്യന്തം ദുഃഖിച്ചു. അയാളുടെ വകയായി തുച്ഛമായിട്ടുണ്ടായിരുന്ന സർവ്വതും ധനികൻ എടുത്തുകൊണ്ടുപോയി. ആകെ അവശേഷിച്ചത് അയാളുടെ കുടിലാണ്.

"നീ തൽക്കാലം ഇവിടെ താമസിച്ചോ," ധനികൻ പറഞ്ഞു. "എനിക്ക് അത് ഇപ്പോൾ വേണ്ട. പക്ഷേ താമസിയാതെ വേറെ പാർപ്പിടം നോക്കിക്കൊള്ളണം."

ദരിദ്രൻ വീട്ടുകാരുമായി അയാളുടെ കുടിലിൽ ഇരുന്നു. ആഹാരത്തിന് ഒരു കഷ്ണം റൊട്ടിയില്ല, മറ്റു യാതൊന്നുമില്ല. ഒരിടത്തുനിന്നും പണം കിട്ടാൻ മാർഗ്ഗമില്ല. കാരണം, ആ വർഷം വിളവു മോശമായിരുന്നു. ദരിദ്രൻ കുറെയൊക്കെ സഹിക്കാൻ നോക്കി, കുറെ സഹിക്കുകയും ചെയ്തു. പക്ഷേ അയാളുടെ കുട്ടികൾ വിശന്നു കരയാൻ തുടങ്ങി. അയാൾ അതുകൊണ്ട് കുറച്ചു ഗോതമ്പു പൊടി ചോദിക്കാനായി ഒരു ചാക്കുമെടുത്ത് ധനികസഹോദരന്റെ അടുത്തു ചെന്നു.

"എനിക്കു ഒരു പറ ഗോതമ്പുപൊടിയോ ധാന്യമോ തരൂ. ഏതായാലും മതി." അയാൾ പറഞ്ഞു. "വീട്ടിൽ തിന്നാൻ യാതൊന്നുമില്ല. കുട്ടികൾ വിശപ്പുകൊണ്ട് തളർന്നു കിടക്കുകയാണ്."

ധനികനായ സഹോദരൻ പറഞ്ഞു:

"നിന്റെ ഒരു കണ്ണു പൊട്ടിക്കാൻ സമ്മതിച്ചാൽ ഞാൻ നിനക്ക് ഒരു പറ ഗോതമ്പുപൊടി തരാം."

ദരിദ്രൻ അതേപ്പറ്റി ആലോചിച്ചപ്പോൾ സമ്മതിക്കാതെ ഗത്യന്തരമില്ലെന്നും കണ്ടു.

"അങ്ങനെയാവട്ടെ", അയാൾ പറഞ്ഞു. "കണ്ണു പൊട്ടിച്ചോളൂ. ദൈവം ജ്യേഷ്ഠനെ അനുഗ്രഹിക്കട്ടെ. കർത്താവിനെ ഓർത്ത് എനിക്കു കുറച്ചു ഗോതമ്പുപൊടി തന്നാൽ മാത്രം മതി!"

അങ്ങനെ ധനികൻ ദരിദ്രന്റെ കണ്ണു പൊട്ടിച്ചിട്ട് അയാൾക്ക് ഒരു പറ പൂത്ത ഗോതമ്പുപൊടി കൊടുത്തു. ദരിദ്രൻ അതുമായി വീട്ടിലെത്തി. ഭാര്യ അയാളെ നോക്കി വാ പൊളിച്ചു.

"ഇതെന്തുപറ്റി? ഒരു കണ്ണെവിടെ?"അവൾ ചോദിച്ചു.

"ജ്യേഷ്ഠൻ അതു പൊട്ടിച്ചു."അയാൾ പറഞ്ഞു.

നടന്ന കാര്യങ്ങളെല്ലാം അയാൾ വിവരിച്ചു. അവർ കുറെനേരം കരയുകയും സങ്കടപ്പെടുകയും ചെയ്തു. പക്ഷേ ഗോതമ്പുപൊടി തിന്നണം. അതാണ് ആകെയുള്ള ഭക്ഷണം.

ഒരാഴ്ച കഴിഞ്ഞു. ഒരു പക്ഷേ ഒന്നരരണ്ടു ദിവസം കൂടി കഴിഞ്ഞുകാണും. അപ്പോഴേക്ക് ഗോതമ്പുപൊടി തീർന്നു. ദരിദ്രൻ അതുകൊണ്ട് ചാക്കുമായി വീണ്ടും ജ്യേഷ്ഠൻ അടുക്കൽ ചെന്നു.

"എന്റെ പ്രിയപ്പെട്ട ജ്യേഷ്ഠാ, എനിക്ക് കുറച്ചു ഗോതമ്പുപൊടി തരൂ," അയാൾ പറഞ്ഞു. "കഴിഞ്ഞ തവണ തന്നതുമുഴുവൻ തീർന്നു."

"നിന്റെ മറ്റേ കണ്ണു പൊട്ടിക്കാൻ സമ്മതിച്ചാൽ ഞാൻ നിനക്ക് ഒരു പറ ഗോതമ്പുപൊടി തരാം." ധനിക സഹോദരൻ മറുപടി പറഞ്ഞു.

"ജ്യേഷ്ഠാ, രണ്ടു കണ്ണുമില്ലാതെ ഞാൻ എങ്ങനെ ജീവിക്കും! ജ്യേഷ്ഠൻ ഒരു കണ്ണു പൊട്ടിച്ചുകഴിഞ്ഞില്ലെ. എന്നോടു ദയവു തോന്നി എന്നെ കുരുടനാക്കാതെ കുറച്ചു ഗോതമ്പു പൊടി തരൂ."

"അതു സാധ്യമല്ല. നിന്റെ മറ്റേ കണ്ണുകൂട് പൊട്ടിക്കാൻ സമ്മതിച്ചാലേ തീരൂ."

ദരിദ്രന് മറ്റു പോംവഴിയില്ലായിരുന്നു.

"എന്നാൽ അങ്ങനെയാവട്ടെ. ആ കണ്ണുകൂടി പൊട്ടിച്ചോളൂ. ദൈവം ജ്യേഷ്ഠനെ അനുഗ്രഹിക്കട്ടെ," അയാൾ പറഞ്ഞു.

ധനികസഹോദരൻ ഒരു കത്തിയെടുത്ത് ദരിദ്രരായ അനുജന്റെ രണ്ടാമത്തെ കണ്ണുകൂടി പൊട്ടിച്ചു. പിന്നീട് ചാക്കിൽ ഗോതമ്പുപൊടി നിറച്ചു. അന്ധനായിത്തീർന്നയാൾ അതുമെടുത്ത് വീട്ടിലേക്കു തിരിച്ചു.

കാലിടറിവീഴാൻ ഭാവിച്ചും വേലിപ്പത്തലുകളിൽ മാറിമാറി തപ്പിപ്പിടിച്ചും അയാൾ വളരെ വിഷമിച്ചാണ് നടന്നത്. എങ്കിലും അവാസാനം ഗോതമ്പുപൊടിയുമായി വീടെത്തി. ഭാര്യ അയാളെ നോക്കിയപ്പോൾ ഭീതികൊണ്ട് മരവിച്ചു നിന്നു

"പാവപ്പെട്ട , ദുഃഖിതനായ മനുഷ്യാ, നിങ്ങൾ കണ്ണില്ലാതെ എങ്ങനെ ജീവിക്കും.?" അവൾ വിലപിച്ചു. "ഒരുപക്ഷേ നമുക്ക് മറ്റെ വിടുന്നെങ്കിലും ഗോതമ്പുപൊടി കിട്ടുമായിരുന്നില്ലെന്ന് ആരു കണ്ടു, ഇനിയിപ്പോൾ..."

ആ പാവം സ്ത്രീ കരഞ്ഞു. കരച്ചിൽ കാരണം അവൾക്ക് കൂടുതലായി ഒരക്ഷരം പോലും പറയാൻ കഴിഞ്ഞില്ല.

അന്ധൻ പറഞ്ഞു.

"പ്രിയതമേ, കരയാതെ! ലോകത്ത് അന്ധനായി ഞാൻ മാത്ര മല്ലല്ലോ ഉള്ളത്. എന്നെപ്പോലെ പലരുമുണ്ട്, അവർ കണ്ണില്ലാതെ ജീവിക്കുന്നില്ലെ."

പക്ഷേ, ഒരു പറ ഗോതമ്പുപൊടികൊണ്ട് ഒരു കുടുംബത്തിന് എന്താവാനാണ്. താമസിയാതെ അതിന്റെ അവസാനത്തെ തരിയും തീർന്നു.

"ഞാനിനി ജ്യേഷ്ഠന്റെ അടുത്തുപോവുകയില്ല." അന്ധൻ പറഞ്ഞു. ഗ്രാമത്തിനപ്പുറത്ത് റോഡരികിൽ നിൽക്കുന്ന വലിയ പോപ്ലാർമ രത്തിന്റെ അടുക്കലേക്ക് എന്നെ കൊണ്ടു പോകൂ. പകൽ സമയം ഞാൻ അവിടെ ഇരുന്നോളാം. വൈകുന്നേരം നീ വന്ന് എന്നെ കൊണ്ടുപോന്നാൽ മതി. കാൽനടയായും കുതിരപ്പുറത്തും ആ വഴി പലരും പോകാറുണ്ട്. ആരെങ്കിലും എനിക്ക് ഒരു റൊട്ടിക്കഷ്ണം തരുമെന്ന് തീർച്ചയാണ്."

ഭാര്യ അന്ധനെ അയാൾ പറഞ്ഞ സ്ഥലത്തേക്ക് കൂട്ടിക്കൊണ്ടു പോയി, പോപ്ലാർമരത്തിന്റെ ചുവട്ടിലിരുത്തിയ ശേഷം വീട്ടിലേക്കു മടങ്ങി.

അന്ധൻ അവിടെ ഇരുന്നു. ചിലർ അയാൾക്ക് ഒന്നോ രണ്ടോ പൈസ കൊടുത്തു. വൈകുന്നേരമായിത്തുടങ്ങി. എന്നിട്ടും ഭാര്യവ ന്നില്ല. അന്ധൻ ക്ഷീണിച്ചു. അയാൾ തനിയെ വീട്ടിൽ പോകാൻ നിശ്ചയിച്ചു. പക്ഷേ തെറ്റായ വഴിക്കാണു തിരിഞ്ഞത്. വീട്ടിലെ ത്തുന്നതിനു പകരം അയാൾ എങ്ങോട്ടെന്നറിയാതെ വളരെ ദൂരം നടന്നു. പെട്ടെന്ന് ചുറ്റും മരങ്ങളുടെ മർമ്മരശബ്ദം കേട്ടു. താൻ ഒരു കാട്ടിലാണെന്നും രാത്രി അതിനകത്ത് കഴിച്ചുകൂട്ടേണ്ടിവരുമെന്നും അയാൾക്കു മനസ്സിലായി. വന്യമൃഗങ്ങളെ ഭയന്ന് അയാൾ വളരെ പ്രയാസപ്പെട്ട് ഒരു മരത്തിൽ കയറി അവിടെ അനങ്ങാതെ ഇരുന്നു.

കൃത്യം പാതിരയായപ്പോൾ പെട്ടെന്ന് അതേ ഇടത്തേക്ക്, അതേ മരത്തിൻ ചുവട്ടിലേക്ക്, ദുർഭൂതങ്ങൾ പറന്നുവന്നു. അവരുടെ തലവൻ അവരോരുത്തരുടേയും ചെയ്തികളെപ്പറ്റി ചോദിക്കാൻ തുടങ്ങി.

"ഒരാളെക്കൊണ്ട് രണ്ടുപറ ഗോതമ്പുപൊടിക്കുവേണ്ടി അയാളുടെ

സഹോദരന്റെ കണ്ണു കുത്തിപ്പൊട്ടിക്കാൻ ഞാനിടയാക്കി." അവൻ പറഞ്ഞു.

"കൊള്ളാം, പക്ഷേ വേണ്ടത്ര നന്നായില്ല." ദുർഭൂതങ്ങളുടെ തലവൻ പറഞ്ഞു.

"എന്തുകൊണ്ട്?"

"കാരണം. കണ്ണുപൊട്ടിയ സഹോദരൻ ഈ മരത്തിന്റെ ചുവട്ടിലുള്ള മഞ്ഞുതുള്ളികൾ കണ്ണിൽ തേച്ചാൽ മതി. അയാൾക്കു വീണ്ടും കാഴ്ചകിട്ടും."

"പക്ഷേ ആർക്കും അതറിഞ്ഞുകൂടാ. ആരും അതു കേട്ടിട്ടില്ല. അതുകൊണ്ട് അയാൾ അന്ധനായിത്തന്നെ തുടരും."

ദുർഭൂതങ്ങളുടെ തലവൻ മറ്റൊരുവന്റെ നേരെ തിരിഞ്ഞ് പറഞ്ഞു:

"ഇനി നീ എന്താണ് ചെയ്തതെന്നു പറയ്."

"ഞാൻ ഒരു ഗ്രാമത്തിലെ വെള്ളം മുഴുവൻ വറ്റിച്ചു. ഒരു തുള്ളിപോലും ബാക്കിവെച്ചില്ല. അതുകൊണ്ട് അവർക്കിപ്പോൾ നാല്പതു നാഴിക അകലെനിന്നു വെള്ളം ചുമന്നുകൊണ്ടുവരേണ്ടിയിരിക്കുന്നു. പലരും വഴിക്ക് ചത്തുവീഴുന്നുണ്ട്."

"കൊള്ളാം. പക്ഷേ, വേണ്ടത്ര നന്നായില്ല."

"എന്തുകൊണ്ട്?"

"ആ ഗ്രാമത്തിന് ഏറ്റവും അടുത്തുള്ള പട്ടണത്തിലെ വലിയ പാറ നീക്കുകയാണെങ്കിൽ എല്ലാവർക്കും മതിയാവോളം വെള്ളം അടിനടിയിൽ നിന്ന് ഇരച്ചുചാടും."

"പക്ഷേ ആർക്കും അതറിഞ്ഞുകൂടാ, ആരും അതു കേട്ടിട്ടില്ല. അതുകൊണ്ട് വെള്ളം അവിടെത്തന്നെ കിടക്കും."

"ഇനി നിന്റെ കാര്യമോ? നീ എന്താണ് ചെയ്തത്? ദുർഭൂതങ്ങളുടെ തലവൻ വേറൊരുത്തനോടു ചോദിച്ചു.

"ഞാൻ ഒരു രാജ്യത്തെ രാജാവിന്റെ ഒരേയൊരു മകളെ അന്ധയാക്കി ഡോക്ടർമാരും വൈദ്യന്മാരും വിചാരിച്ചാൽ ഒന്നും ചെയ്യാൻ കഴിയുകയില്ല."

"കൊള്ളാം പക്ഷേ, വേണ്ടത്ര നന്നായില്ല."

"എന്തുകൊണ്ട്?"

“ഈ മരത്തിന്റെ ചുവട്ടിലുള്ള മഞ്ഞുതുള്ളികൾ അവളുടെ കണ്ണുകളിൽ പുരട്ടിയാൽ അവൾക്കു വീണ്ടും കാഴ്ച കിട്ടും.”

“പക്ഷേ ആർക്കും അതറിഞ്ഞുകൂടാ. ആരും അതു കേട്ടിട്ടില്ല. അതുകൊണ്ട് അവൾ അന്ധയായിത്തന്നെ തുടരും.”

അന്ധൻ മരത്തിലിരുന്നുകൊണ്ട് അതെല്ലാം കേട്ടു. ദുർഭൂതങ്ങൾ പറന്നു പോയപ്പോൾ അയാൾ ഇറങ്ങിവന്ന് മഞ്ഞുതുള്ളികളെടുത്ത് കണ്ണിൽ തേച്ചു. അത്ഭുതം! അയാൾക്കു കാഴ്ച വീണ്ടുകിട്ടി! “ഇനി ഞാൻ പോയി മറ്റുള്ളവരെക്കൂടി സഹായിക്കും,” അയാൾ തന്നെത്താൻ പറഞ്ഞു. കയ്യിലുണ്ടായിരുന്ന ഒരു കൊച്ചുകുപ്പിയിൽ കുറെ മഞ്ഞുതുള്ളികൾ ശേഖരിച്ചിട്ട് അയാൾ അവിടുന്നു യാത്രയായി.

അയാൾ വെള്ളമില്ലാത്ത ഗ്രാമത്തിലെത്തി. ഒരു വൃദ്ധ തണ്ടിൽ രണ്ടു തൊട്ടി വെള്ളം ചുമന്നുകൊണ്ടുപോകുന്നതു കണ്ടു.

“അമ്മൂമ്മേ, എനിക്കു കുറച്ചു വെള്ളം കുടിക്കാൻ തരൂ,” അവരെ വന്ദിച്ചു കൊണ്ട് അയാൾ പറഞ്ഞു.

“അയ്യോ! മകനേ!! വൃദ്ധ പറഞ്ഞു. “ഞാൻ ഈ വെള്ളം നാല്പതു നാഴിക അകലെ നിന്നു ചുമന്നുകൊണ്ടു വരികയാണ്. പകുതി തുളുമ്പിപ്പോയി. എന്റെ വീട്ടിൽ ഒരുപാടാളുണ്ട്. വെള്ളം കിട്ടാതെ അവർ ചത്തുപോകും!!

ഞാൻ നിങ്ങളുടെ ഗ്രാമത്തിൽ വരുമ്പോൾ എല്ലാവർക്കും വേണ്ടത്ര വെള്ളം കിട്ടും.”

അയാൾ പറഞ്ഞു.

വൃദ്ധ അയാൾക്കു വെള്ളം കൊടുത്തു. അയാൾ പറഞ്ഞ നല്ല വാർത്ത കേട്ട് അങ്ങേയറ്റം സന്തോഷഭരിതയായി അവർ ഗ്രാമത്തിലേക്കോടി അവിടുള്ളവരോട് അയാളെപ്പറ്റി പറഞ്ഞു. അവർ പറഞ്ഞത് വിശ്വസിക്കാമോ ഇല്ലയോ എന്ന് ഗ്രാമവാസികൾക്കു നിശ്ചയമില്ലായിരുന്നു. ഏതായാലും അവർ അയാളെ കാണാൻ ചെന്നു. അയാളെ വന്ദിച്ചു കൊണ്ട് അവർ പറഞ്ഞു:

“ദയാലുവായ മനുഷ്യാ, ക്രൂരമായ മരണത്തിൽനിന്നു ഞങ്ങളെ രക്ഷിക്കണേ.!”

“ഞാനതു ചെയ്യാം.” അയാൾ പറഞ്ഞു. “പക്ഷേ എന്നെ സഹായിക്കാൻ ആഗ്രഹിക്കുന്നുണ്ടെങ്കിൽ നിങ്ങൾ എന്നെ നിങ്ങളുടെ

ഗ്രാമത്തിന് ഏറ്റവുമടുത്തുള്ള പട്ടണത്തിലേക്ക് കൂട്ടിക്കൊണ്ടുപോകണം."

അവർ അയാളെ പട്ടണത്തിലേക്കു കൂട്ടിക്കൊണ്ടുപോയി. അയാൾ അവിടെയുമിവിടെയും നോക്കി. അവസാനം ദൂർഭ്രതങ്ങൾ പറഞ്ഞ പാറ കണ്ടുപിടിച്ചു.

ആളുകൾ ഒത്തുപിടിച്ച് പാറ പൊക്കിമാറ്റി. ആ നിമിഷംതന്നെ അതിനിടയിൽനിന്നും വെള്ളം ഇരച്ചുവന്നു. അത് വിശാലമായ ഒരു അരുവിയായി ഒഴുകി എല്ലാ ഉറവുകളും നിറച്ചു. കുളങ്ങളും പുഴകളും നിറഞ്ഞുകവിഞ്ഞു.

ആളുകൾ സന്തോഷത്താൽ മതിമറന്നു. അവർ അയാളോടു നന്ദി പറഞ്ഞു. അയാൾക്കു ധാരാളം പണവും ഒട്ടേറെ സമ്മാനങ്ങളും കൊടുത്തു.

അയാൾ ഒരു കുതിരപ്പുറത്തു കയറി ഓടിച്ചുപോയി. കണ്ടവരോടൊപ്പം ദൂർഭ്രതങ്ങൾ പറഞ്ഞ രാജ്യത്തേക്കുള്ള വഴി ചോദിച്ചു.

അയാൾ എത്ര ദൂരം പോയെന്ന് ആർക്കുമറിഞ്ഞുകൂടാ. ഏതായാലും ഒടുവിൽ ഉദ്ദിഷ്ടസ്ഥലത്തെത്തി. രാജകൊട്ടാരത്തിലേക്ക് കുതിരയോടിച്ചുചെന്ന ഭൃത്യന്മാരോടു പറഞ്ഞു:

"നിങ്ങളുടെ രാജാവിന്റെ മകൾക്കു തീരെ സുഖമില്ലെന്നു കേട്ടല്ലോ, ഒരു പക്ഷേ എനിക്ക് അവളുടെ രോഗം മാറ്റാൻ കഴിഞ്ഞേക്കും."

"നിങ്ങൾക്കോ!" അവർ പറഞ്ഞു. "ഏറ്റവും നല്ല ഡോക്ടർമാർക്കു പോലും അവളെ സഹായിക്കാൻ കഴിഞ്ഞിട്ടില്ല. നിങ്ങൾ അതുകൊണ്ട് വെറുതെ മിനക്കെടേണ്ട."

"എങ്കിലും രാജാവിനോട് ഞാൻ വന്ന കാര്യം പറയുകയാണ് നല്ലത്."

അവർക്ക് അതിഷ്ടമല്ലായിരുന്നു. പക്ഷേ അയാൾ വളരെയേറെ നിർബ്ബന്ധിച്ചു പറഞ്ഞപ്പോൾ അവസാനം വഴങ്ങി. രാജാവിന്റെയടുത്തു ചെന്ന് വിവരം പറഞ്ഞു. രാജാവ് ഉടനെ അയാളെ കൊട്ടാരത്തിനകത്തേക്കു വിളിപ്പിച്ചു.

"നിനക്ക് വാസ്തവത്തിൽ എന്റെ മകളുടെ രോഗം മാറ്റാൻ കഴിയുമോ?" അദ്ദേഹം ചോദിച്ചു.

"കഴിയും," അയാൾ മറുപടി പറഞ്ഞു.

“നീ അവളുടെ രോഗം മാറ്റുകയാണെങ്കിൽ ചോദിക്കുന്നതെന്തും തരാം.!”

അവർ അയാളെ രാജകുമാരി കിടക്കുന്ന മുറിയിലേക്കു കൂട്ടിക്കൊണ്ടുപോയി. അയാൾ അവളുടെ കണ്ണുകളിൽ താൻ കൊണ്ടുവന്ന മഞ്ഞുതുള്ളികൾ പുരട്ടി. അത്ഭുതം! അവൾക്കു കാഴ്ച വീണ്ടുകിട്ടി.

രാജാവിന്റെ സന്തോഷം അവർണ്ണനീയമായിരുന്നു. അദ്ദേഹം അയാൾക്കു കൊടുത്ത സമ്മാനങ്ങൾ കൊണ്ടുപോകാൻ പല വണ്ടികൾ വേണ്ടിവന്നു.

ഈ സമയത്ത് തന്റെ ഭർത്താവ് എവിടെയാണെന്നറിയാതെ അയാളുടെ ഭാര്യ സങ്കടപ്പെടുകയായിരുന്നു. അയാൾ മരിച്ചുകാണുമെന്നു വിചാരിച്ചിരിക്കുമ്പോഴുണ്ട് അതാ അയാൾ ജനാലയിൽ മുട്ടി വിളിക്കുന്നു.

“കതകു തുറക്കൂ!”

ശബ്ദം തിരിച്ചറിഞ്ഞ് അവൾ അത്യന്തം ആഹ്ലാദിച്ചു. അവൾ ഓടിച്ചെന്നു കതകു തുറന്ന് അയാളെ കൈയ്യു പിടിച്ച് കുടിലിനകത്തേക്കു കൊണ്ടുവരാൻ തുടങ്ങി. കാരണം, അയാൾക്കു കാഴ്ചയില്ലെന്നാണ് അവൾ വിചാരിച്ചത്.

“ഒരു വിറകുകൊള്ളി കത്തിച്ചു വരൂ” അയാൾ പറഞ്ഞു.

അവൾ വിറകുകൊള്ളി കൊണ്ടുവന്നു. അയാളെ നോക്കിയപ്പോൾ അവളുടെ കൈകൾ അത്ഭുതത്താൽ മേലോട്ടുയർന്നു. കാഴ്ച വീണ്ടുകിട്ടിയ കണ്ണുകളുമായി അതാ അയാളവിടെ നിൽക്കുന്നു.!

“ദൈവത്തിനു നന്ദി!” അവൾ പറഞ്ഞു. “ഇതെങ്ങനെ സംഭവിച്ചെന്ന് എന്നോടു പറയൂ”

“കുറച്ചു ക്ഷമിക്കൂ. നമുക്കാദ്യം ഞാൻ കൊണ്ടുവന്നിട്ടുള്ള സാധനങ്ങൾ അകത്തെടുത്തുവയ്ക്കാം.”

അയാൾ കൊണ്ടുവന്നത് അവർ അകത്തെടുത്തു വച്ചു. അയാളിപ്പോൾ വലിയ ധനികനാണ്. അയാളുടെതായി നോക്കുമ്പോൾ ധനികസഹോദരന്റെ ധനം ഒന്നുമില്ലെന്നു തന്നെ പറയാം.

വീടു നിറയെ സാമാനങ്ങളുമായി അവർ അന്തസ്സായി ജീവിക്കാൻ തുടങ്ങി. ധനികസഹോദരൻ അതേപ്പറ്റി കേട്ടറിഞ്ഞ് അവരുടെയടുത്തേക്ക് ഓടിയെത്തി.

“നിനക്ക് കാഴ്ച വീണ്ടുകിട്ടിയതും നീ ധനികനായും എങ്ങനെയാണ്?” അയാൾ ചോദിച്ചു.

അനുജൻ ഒന്നും ഒളിച്ചുവയ്ക്കാതെ നടന്നതെല്ലാം പറഞ്ഞു.

ധനികസഹോദരൻ കുറെക്കൂടി ധനികനാകാൻ മോഹിച്ചു. അതുകൊണ്ട് രാത്രിയായപ്പോൾ അയാൾ ആരും കാണാതെ കാട്ടിൽ പോയി അതേ മരത്തിന്റെ മുകളിൽ കയറി അനങ്ങാതിരുന്നു.

കൃത്യം പാതിരാസമയത്ത് പെട്ടെന്ന് ദുർഭൂതങ്ങൾ അവിടെ പറന്നെത്തി. മുമ്പിൽ അവരുടെ തലവനുമുണ്ടായിരുന്നു.

ദുർഭൂതങ്ങൾ പറഞ്ഞു:

“എന്താണ് ഇതിനർഥം! ആരും ഒന്നു അറിഞ്ഞതുമില്ല. കേട്ടതുമില്ല. എന്നിട്ടും അന്ധനായ സഹോദരന് കാഴ്ച വീണ്ടുകിട്ടി. പാറയ്ക്കടിയിൽനിന്നും വെള്ളം ഉറന്നുവിട്ടു. രാജകുമാരിയുടെ അന്ധതയും മാറി. ഒരു പക്ഷേ നമ്മുടെ സംസാരം ആരെങ്കിലും ഒളിച്ചിരുന്നു കേൾക്കുന്നുണ്ടെന്നുവരുമോ? നമുക്കു പോയി നോക്കാം!”

അവർ ചുറ്റും നോക്കി, മരത്തിനു മുകളിൽ കയറി. അതാ ധനികൻ അവിടെ ഇരിക്കുന്നു. അവർ അയാളുടെ മേൽ ചാടിവീണ് അയാളെ പിച്ചിച്ചീന്തി.

ചെന്നായും പട്ടിയും പൂച്ചയും

ഒരു ഉക്രേനിയൻ നാടോടിക്കഥ

പണ്ടൊരിക്കൽ ഒരു കൃഷിക്കാരന് ഒരു പട്ടിയുണ്ടായിരുന്നു. ചെറുപ്പമായിരുന്നപ്പോൾ അവൻ യജമാനന്റെ വീടു കാത്തു. പക്ഷേ വയസ്സായപ്പോൾ യജമാനൻ അവനെ ആട്ടിയോടിച്ചു. പട്ടി പുൽപ്രദേശത്തുക്കൂടി അലഞ്ഞുനടന്നു. ചുണ്ടെലികളേയും അതുപോലെ അവിടെ കിട്ടാവുന്ന മറ്റു കൊച്ചുജന്തുക്കളേയും പിടിച്ചു തിന്നു.

ഒരു രാത്രി ഒരു ചെന്നായ് തന്റെനേരെ വരുന്നത് പട്ടി കണ്ടു. "എന്താ, പട്ടി?" ചെന്നായ് ചോദിച്ചു.

പട്ടി മര്യാദയോടെ അതിനു മറുപടി പറഞ്ഞു. ചെന്നായ് ചോദിച്ചു: "എവിടെ പോകുന്നു പട്ടി?"

"എനിക്കു ചെറുപ്പമായിരുന്നപ്പോൾ യജനാനന് എന്നെ വലിയ കാര്യമായിരുന്നു." പട്ടി പറഞ്ഞു. "കാരണം ഞാൻ അദ്ദേഹത്തിന്റെ വീടു കാക്കുമായിരുന്നു. പക്ഷേ എനിക്കു വയസ്സായപ്പോൾ യജമാനൻ എന്നെ ആട്ടിയോടിച്ചു."

"നിനക്കു വിശക്കുന്നുണ്ടായിരിക്കും, അല്ലേ?" ചെന്നായ് ചോദിച്ചു.

"വളരെ," പട്ടി പറഞ്ഞു.

"എന്നാൽ എന്റെക്കൂടെ വാ. ഞാൻ നിനക്ക് ആഹാരം തരാം."

അങ്ങനെ പട്ടി ചെന്നായയുടെക്കൂടെ പോയി. ഒരു പുൽപ്രദേശത്തുകൂടിയാണ് അവർ പോയത്. കുറെ കഴിഞ്ഞപ്പോൾ ഒരു പറ്റം ആടുകൾ മേയുന്നതു ചെന്നായ് കണ്ടു. അവൻ പട്ടിയോടു പറഞ്ഞു.

“അവിടെ മേയുന്ന ജന്തുക്കൾ ഏതാണെന്ന് പോയി നോക്കിയിട്ടു വാ.”

പട്ടി പോയി നോക്കിയിട്ട് വേഗം തന്നെ ഓടിവന്നു.

“അത് ആട്ടുകളാണ്.” അവൻ പറഞ്ഞു.

“അവ പോയി തുലയട്ടെ! നമ്മൾ അവയെ തിന്നാൽ പുല്ലിനടിയിൽ മുഴുവൻ രോമം കയറുകയും ചെയ്യും. വയറൊട്ടു നിറയുകയുമില്ല. നമുക്കു കുറെക്കൂടി പോകാം!”

അങ്ങനെ അവർ നടന്നു, കുറെ കഴിഞ്ഞപ്പോൾ പുൽപ്രദേശത്ത് ഒരു പറ്റം വാത്തകൾ ഇരിക്കുന്നത് ചെന്നായ് കണ്ടു.

“അവിടെ നടന്ന് കൊത്തിത്തിന്നുന്ന ജന്തുക്കൾ ഏതാണെന്നു പോയി നോക്കിയിട്ടു വാ,” അവൻ പട്ടിയോടു പറഞ്ഞു.

പട്ടി പോയി നോക്കിയിട്ട് വേഗം തന്നെ ഓടി വന്നു.

“അതു വാത്തകളാണ്.” അവൻ പറഞ്ഞു.

“അവ പോയി തുലയട്ടെ! നമ്മൾ അവയെ തിന്നാൽ പല്ലിനിടയിൽ മുഴുവൻ തൂവലുകൾ കയറുകയും ചെയ്യും. വയറൊട്ടു നിറയുകയുമില്ല. നമുക്കു കുറെക്കൂടി പോകാം!”

അങ്ങനെ അവർ പിന്നെയും നടന്നു. കുറെ കഴിഞ്ഞപ്പോൾ ഒരു കുതിര മേഞ്ഞുകൊണ്ടുനിൽക്കുന്നത് ചെന്നായ് കണ്ടു.

“അവിടെ നിന്ന് തീറ്റി തിന്നുന്ന ജന്തു ഏതാണെന്നു പോയി നോക്കിയിട്ടു വാ,” അവൻ പറഞ്ഞു.

പട്ടി പോയി നോക്കിയിട്ട് വേഗം തന്നെ ഓടി വന്നു.

"അതൊരു കുതിരയാണ്" അവൻ പറഞ്ഞു.

"ശരി, അവൻ നമുക്കുതന്നെ". ചെന്നായ് പറഞ്ഞു.

അങ്ങനെ അവർ കുതിരയുടെ അടുത്തേക്കോടിച്ചെന്നു. ശരിക്കും ദേഷ്യം വരാൻ വേണ്ടി ചെന്നായ് തറ മാന്തുകയും പല്ല് കടിക്കുകയും ചെയ്തു.

അവൻ പട്ടിയോടു ചോദിച്ചു.

"പറയ്, പട്ടി, എന്റെ വാല് വിറയ്ക്കുന്നുണ്ടോ?"

പട്ടി നോക്കിയപ്പോൾ ശരിയാണ്. വാലു വിറയ്ക്കുന്നുണ്ട്.

"ഇപ്പോൾ എന്റെ കണ്ണ് മങ്ങിയിട്ടുണ്ടോ എന്നു നോക്ക്." ചെന്നായ് പറഞ്ഞു.

"ഉണ്ട്, മങ്ങിയിട്ടുണ്ട്" പട്ടി പറഞ്ഞു.

അപ്പോൾ ചെന്നായ് കുതിച്ച് കുതിരയുടെ കുഞ്ചിരോമത്തിൽ പിടിച്ച് അവനെ തറയിലേക്ക് അടിച്ചിടുകയും പിച്ചിച്ചീന്തുകയും ചെയ്തു. അവനും പട്ടിയും കൂടി കുതിരയുടെ ഇറച്ചി തിന്നാൻ തുടങ്ങി. ചെന്നായ് ചെറുപ്പമായതുകൊണ്ട് വേഗം തന്നെ വയർ നിറച്ചു. പക്ഷേ പട്ടി വയസ്സനാണ്. അവൻ കരണ്ടുകൊണ്ടേയിരുന്നെങ്കിലും ഒന്നും തന്നെ തിന്നില്ലെന്നു പറയാം. മറ്റു പട്ടികൾ ഓടിവന്ന് അവനെ ഓടിച്ചു.

പട്ടി റോഡിലൂടെ വീണ്ടും യാത്രതുടർന്നു. അപ്പോൾ അവനെപ്പോലെതന്നെ വയസ്സായ ഒരു പൂച്ച അവന്റെനേരെ വരുന്നതു കണ്ടു. പൂച്ച ചുണ്ടെലികളെ അന്വേഷിച്ച് പുൽപ്രദേശത്തുകൂടി അലഞ്ഞുനടക്കുകയായിരുന്നു.

"അനിയാ, പൂച്ചേ! നീ എങ്ങോട്ടാണ്?" പട്ടി ചോദിച്ചു.

"ഈ റോഡ് എങ്ങോട്ടാണെന്നു വച്ചാൽ അങ്ങോട്ട്. എനിക്കു ചെറുപ്പമായിരുന്നപ്പോൾ ഞാൻ ചുണ്ടെലികളെ പിടിച്ച് യജമാനനെ സേവിച്ചുപോന്നു. പക്ഷേ വയസ്സായപ്പോൾ എന്റെ വേഗത കുറഞ്ഞു. കാഴ്ച കുറഞ്ഞു. യജമാനൻ എനിക്ക് തിന്നാനൊന്നും തരാതായി. അവസാനം വീട്ടിൽനിന്നും അടിച്ചിറക്കി. അങ്ങനെ ഞാനിവിടെ ചുറ്റിക്കറങ്ങി വന്നിരിക്കുകയാണ്."

"അങ്ങനെയാണെങ്കിൽ, അനിയാ പൂച്ചേ, നീ എന്റെ കൂടെ പോരെ" പട്ടി പറഞ്ഞു. "ഞാൻ നിനക്ക് ആഹാരം തരാം." കാരണം,

ചെന്നായ് ചെയ്ത അതേ കാര്യങ്ങൾ ചെയ്യാൻ പട്ടി ഉറച്ചിരുന്നു.

അങ്ങനെ പട്ടിയും പൂച്ചയും ഒരുമിച്ച് റോഡിലൂടെ നടന്നുതുടങ്ങി.

കുറെ കഴിഞ്ഞപ്പോൾ ഒരു പറ്റം ആട്ടുകൾ മേയുന്നത് പട്ടി കണ്ടു. അവൻ പൂച്ചയോടു പറഞ്ഞു:

"അനിയാ പൂച്ചേ, അവിടെ മേയുന്ന ജന്തുക്കൾ ഏതാണെന്ന് പോയിനോക്കിയിട്ടു വാ."

പൂച്ച പോയി നോക്കിയിട്ട് വേഗം തന്നെ ഓടിവന്നു.

"അതു ആട്ടുകളാണ്." അവൻ പറഞ്ഞു.

"അവ പോയി തുലയട്ടെ! നമ്മൾ അവയെ തിന്നാൽ പല്ലിനിടയിൽ മുഴുവൻ രോമം കയറുകയും ചെയ്യും. വയറൊട്ടു നിറയുകയുമില്ല. നമുക്ക് കുറേക്കൂടി പോകാം!"

അങ്ങനെ അവർ പിന്നെയും നടന്നു. കുറെ കഴിഞ്ഞപ്പോൾ പുൽപ്രദേശത്ത് ഒരു പറ്റം വാത്തകൾ ഇരിക്കുന്നത് പട്ടി കണ്ടു.

അവൻ പൂച്ചയോടു പറഞ്ഞു.

"അനിയാ പൂച്ചേ, അവിടെ നടന്ന് കൊത്തിത്തിന്നുന്ന ജന്തുക്കൾ ഏതാണെന്നു നോക്കിയിട്ടു വാ."

പൂച്ച പോയി നോക്കിയിട്ട് വേഗം തന്നെ ഓടിവന്നു.

"അതു വാത്തകളാണ്." അവൻ പറഞ്ഞു.

"അവ പോയി തുലയട്ടെ! നമ്മൾ അവയെ തിന്നാൽ പല്ലിനിടയിൽ മുഴുവൻ തുവലുകൾ കയറുകയും ചെയ്യും. വയറൊട്ടു നിറയുകയുമില്ല."

അങ്ങനെ അവർ രണ്ടുപേരും പിന്നെയും നടന്നു. കുറേ ദൂരം നടന്നപ്പോൾ ഒരു കുതിര മേഞ്ഞു കൊണ്ടു നിൽക്കുന്നത് പട്ടികണ്ടു.

പട്ടി പറഞ്ഞു.

"അനിയാ പൂച്ചേ, അവിടെ നിന്ന് തീറ്റി തിന്നുന്ന ജന്തു ഏതാണെന്നു പോയി നോക്കിയിട്ടു വാ."

പൂച്ച പോയി നോക്കിയിട്ട് വേഗം തന്നെ ഓടിവന്നു.

"അതൊരു കുതിരയാണ്." അവൻ പറഞ്ഞു.

"ശരി," പട്ടി പറഞ്ഞു. "നമുക്ക് അവനെ കൊല്ലാം. അപ്പോൾ നമുക്ക് വേണ്ടതും അതിലധികവും തിന്നാൻ കിട്ടും."

അങ്ങനെ പട്ടി ശരിക്കും ദേഷ്യം വരാൻ വേണ്ടി തറ മാന്താനും

പല്ല് കടിക്കാനും തുടങ്ങി.

അവൻ പൂച്ചയോടു പറഞ്ഞു:

"അനിയാ പൂച്ചേ, എന്റെ വാല് വിറയ്ക്കുന്നുണ്ടോ എന്നു നോക്ക്."

"ഇല്ല" പൂച്ച പറഞ്ഞു. "വിറയ്ക്കുന്നില്ല."

അപ്പോൾ പട്ടി വളരെയധികം ദേഷ്യം വരാൻവേണ്ടി വീണ്ടും തറ മാന്താൻ തുടങ്ങി.

അവൻ പൂച്ചയോടു പറഞ്ഞു:

"അനിയാ പൂച്ചേ, ഇപ്പോൾ എന്റെ വാല് വിറയ്ക്കുന്നില്ലേ? ഉണ്ടെന്നു പറ!"

പൂച്ച നോക്കിയിട്ടു പറഞ്ഞു.

"ശരിതന്നെ. കുറേശ്ശെ വിറയ്ക്കുന്നുണ്ട്."

"നീ നോക്കിക്കൊ. നമുക്ക് അടുത്തുതന്നെ കുതിരയെ തോല്പിക്കാൻ കഴിയും." പട്ടി പറഞ്ഞു.

അവൻ വീണ്ടും തറ മാന്താൻ തുടങ്ങി.

"അനിയാ പൂച്ചേ. എന്റെ കണ്ണ് മങ്ങിയിട്ടുണ്ടോ എന്നു നോക്ക്," കുറച്ചുകഴിഞ്ഞ് അവൻ പറഞ്ഞു.

"ഇല്ല, മങ്ങിയിട്ടില്ല" പൂച്ച പറഞ്ഞു

"അതു കളവാണ്! മങ്ങിയിട്ടുണ്ടെന്നു പറ."

"എന്നാൽ ശരി, മങ്ങിയിട്ടുണ്ടെന്നാണു പറയുന്നതെങ്കിൽ അങ്ങനെതന്നെ, സമ്മതിച്ചു." പൂച്ച പറഞ്ഞു.

അപ്പോൾ പട്ടി കലശലായ ദേഷ്യത്തോടെ കുതിരയുടെ മേൽ ചാടിവീണു. പക്ഷേ കുതിര കുളമ്പുകൾകൊണ്ട് തൊഴിക്കുകയും പട്ടിയുടെ തലകടിക്കുകയും ചെയ്തു. പട്ടി തറയിൽ വീണു. അവന്റെ കണ്ണുകൾ പുറത്തേക്ക് ഉന്തിനിന്നു. പൂച്ച അവന്റെ അടുത്തേക്ക് ഓടിച്ചെന്നിട്ടു പറഞ്ഞു.

"ഹാ, സഹോദരാ, പട്ടി. ഇപ്പോൾ കണ്ണു ശരിക്കും മങ്ങിയിട്ടുണ്ട്!"

വിവർത്തനം ഗോപാലകൃഷ്ണൻ.

കൃഷിക്കാരൻ പ്രഭുവിനോടൊപ്പം ഭക്ഷണം കഴിച്ചത് എങ്ങനെ

ഒരു ഉക്രേനിയൻ നാടോടിക്കഥ

വണ്ടൊരിക്കൽ ഒരിടത്ത് ഒരു പ്രഭു ഉണ്ടായിരുന്നു. ധനവാനും അഹങ്കാരിയുമായ ആ പ്രഭുവിന് ആരുമായും പറയത്തക്ക അടുപ്പമുണ്ടായിരുന്നില്ല. എന്നു മാത്രമല്ല സാധാരണക്കാരായ കർഷകരോട് അദ്ദേഹത്തിനു വെറുപ്പായിരുന്നു. "അവർക്ക് വിയർപ്പിന്റേയും മണ്ണിന്റേയും ദുർഗന്ധമുണ്ട്." എന്നു പറഞ്ഞ് അദ്ദേഹം അവരെ അകറ്റി നിർത്തി. അവരിലാരെങ്കിലും അദ്ദേഹത്തിന്റെ വീട്ടിനടുത്തെങ്ങാനും ചെന്നാൽ വേലക്കാർ അയാളെ ആട്ടിപ്പുറത്താക്കുക പതിവായിരുന്നു.

ഒരു ദിവസം കൃഷിക്കാർ വട്ടമിട്ടിരുന്ന് പ്രഭുവിനെക്കുറിച്ച് സംസാരിക്കുകയായിരുന്നു.

"ഞാൻ പ്രഭുവിനെ പാടത്തു വച്ച് വളരെ അടുത്തു കണ്ടിട്ടുണ്ട്," അവരിൽ ഒരാൾ പറഞ്ഞു.

"ഇന്നലെ പ്രഭു ബാൽക്കണിയിലിരുന്ന് കാപ്പികുടിക്കുന്നത് ഞാൻ മതിലിനിടയിലൂടെ കണ്ടു." മറ്റൊരാൾ പറഞ്ഞു.

അവിടെ കൂടിയിരുന്നവരിൽ ഏറ്റവും ദരിദ്രനായ കർഷകൻ അതു കേട്ടു ചിരിച്ചു.

"അതത്ര വലിയ കാര്യമൊന്നുമല്ല." അയാൾ പറഞ്ഞു. "മതിലിനിടയിലൂടെ ഒളിഞ്ഞു നോക്കാൻ ആർക്കാണു കഴിയാത്തത്? ഞാൻ വേണമെങ്കിൽ അദ്ദേഹത്തോടൊപ്പം ഭക്ഷണം കഴിച്ചിട്ടു വരാം."

"നീ പ്രഭുവിനൊടൊപ്പം ഭക്ഷണം കഴിക്കുകയോ? കൊള്ളാം!" മറ്റുള്ളവർ അതു കേട്ട് ചിരിച്ചു. "നീ പടിക്കുള്ളിൽ കടക്കുമ്പോൾത്തന്നെ നിന്നെ അവിടുന്ന് അടിച്ചോടിക്കും. വീട്ടിനടുത്തു ചെല്ലാൻപോലും നിന്നെ സമ്മതിക്കില്ല."

ആദ്യത്തെ രണ്ടു കർഷകരും ചേർന്ന് മൂന്നാമനെ പരിഹസിക്കുകയും ശകാരിക്കുകയും ചെയ്തു. അവർ പറഞ്ഞു.

"നീ ഒരു നുണയനും വായാടിയുമാണ്.!"

"അല്ല"

"നീ പ്രഭുവിനോടൊപ്പം ഭക്ഷണം കഴിച്ചാൽ നിനക്ക് ഞങ്ങൾ രണ്ടു ചാക്കു ഗോതമ്പും തരാം. രണ്ടു കാളകളേയും തരാം. അല്ലെങ്കിൽ നീ ഞങ്ങൾ പറയുന്നതെല്ലാം ചെയ്യണം."

"സമ്മതിച്ചു." ദരിദ്രനായ കർഷകൻ പറഞ്ഞു.

അയാൾ പ്രഭുവിന്റെ വീട്ടുമുറ്റത്തെത്തി. അയാളെ കണ്ടയുടൻ പ്രഭുവിന്റെ ഭൃത്യന്മാർ ഓടിവന്ന് അയാളെ പുറത്താക്കാൻ ശ്രമിച്ചു.

"എനിക്ക് പ്രഭുവിനോട് ഒരു നല്ല കാര്യം പറയാനുണ്ട്" ദരിദ്രൻ പറഞ്ഞു.

"എന്താണത്?"

"അതു പ്രഭുവിനോടല്ലാതെ മറ്റാരോടും ഞാൻ പറയുകയില്ല."

ഭൃത്യന്മാർ ചെന്ന് പ്രഭുവിനോടു വിവരം പറഞ്ഞു.

പ്രഭുവിനു അതെന്തെന്നു കേൾക്കാൻ ധൃതിയായി. "സാധാരണ കർഷകർ വരുന്നത് എന്തെങ്കിലും കടം ചോദിക്കാനാണ്. എന്നാൽ ഇയാൾ എന്തോ നല്ല വാർത്ത പറയാൻ വന്നതാണത്രെ! എന്തായാലും അതൊന്നറിയണം!"പ്രഭു വിചാരിച്ചു.

"അയാളെ എന്റെ മുമ്പിൽ ഹാജരാക്കു" വേലക്കാർ ദരിദ്രനെ വീട്ടിനുള്ളിലേക്കു കൂട്ടിക്കൊണ്ടുപോയി. പ്രഭു അയാളുടെ അടുത്തുചെന്ന് ചോദിച്ചു:

"എന്തു വാർത്തയാണ് താൻ കൊണ്ടുവന്നിരിക്കുന്നത്?"

ദരിദ്രൻ ഭൃത്യന്മാരുടെ നേരെ നോക്കിയിട്ട് പറഞ്ഞു.

"എനിക്ക് അങ്ങുന്നിനോട് സ്വകാര്യമായി ഒരു കാര്യം പറയാനുണ്ട്."

ഇത്രയുമായപ്പോഴേക്കും പ്രഭുവിന് ജിജ്ഞാസ അടക്കാൻ വയ്യാതായി. എന്തായിരിക്കും ഇയാൾക്കു പറയാനുള്ളത്? പ്രഭു ഭൃത്യന്മാരെ അവിടെനിന്നു പറഞ്ഞയച്ചു.

അവർ പോയ്ക്കഴിഞ്ഞപ്പോൾ ദരിദ്രൻ സ്വരം താഴ്ത്തി പ്രഭുവിനോടു ചോദിച്ചു.

"യജമാനനേ, ഒരു കുതിരയുടെ തലയോളം വലിപ്പമുള്ള സ്വർണ്ണക്കട്ടിക്ക് എന്തു വില കിട്ടും?"

"താൻ എന്തിനാണ് ഇതന്വേഷിക്കുന്നത്?"

"കാര്യമുണ്ട്."

പ്രഭുവിന്റെ കണ്ണുകൾ തിളങ്ങി. കൈകൾ വിറച്ചു തുടങ്ങി.

"കാര്യമില്ലാതെ ഇയാൾ അതു ചോദിക്കുകയില്ല." പ്രഭു മനസ്സിൽ പറഞ്ഞു. "ഇയാൾക്കു വല്ല നിധിയും കിട്ടിക്കാണും."

"നല്ല മനുഷ്യാ എന്തിനാണ് അതറിയുന്നതെന്നു പറയൂ." പ്രഭു ഒരിക്കൽക്കൂടി ചോദിച്ചു.

ദരിദ്രൻ ഒരു നെടുവീർപ്പോടെ അതിനു മറുപടി പറഞ്ഞു.

"അങ്ങു പറയുകയില്ലെങ്കിൽ വേണ്ട. എനിക്കു പോകാൻ സമയമായി. വീട്ടിൽ ചെന്നുവേണം വല്ലതും കഴിക്കാൻ."

പ്രഭു തന്റെ അഹംഭാവം മറന്നു. ധനത്തിലുള്ള ആർത്തികൊണ്ട് അദ്ദേഹം അടിമുടി വിറച്ചുതുടങ്ങി. "ഞാൻ ഈ ദരിദ്രനെ പറ്റിച്ച്

സ്വർണ്ണം കൈക്കലാക്കും." അയാൾ മനസ്സിൽ പറഞ്ഞു.

"നല്ല മനുഷ്യാ. നിങ്ങൾ ബദ്ധപ്പെട്ട് വീട്ടിലേക്കു പോകുന്നതെന്തിനാണ്? വിശക്കുന്നുണ്ടെങ്കിൽ എന്നോടൊപ്പം ഇവിടുന്ന് ഭക്ഷണം കഴിക്കാമല്ലോ." പ്രഭു ദരിദ്രനോടു പറഞ്ഞു.

പ്രഭു ഭൃത്യന്മാരെ വിളിച്ചു ഭക്ഷണവും മദ്യവും കൊണ്ടുവരാൻ ഏർപ്പാടു ചെയ്തു.

ഭൃത്യന്മാർ പലതരം ഭക്ഷണ പദാർത്ഥങ്ങളും വോഡ്ക്കയും മേശപ്പുറത്തു കൊണ്ടുവച്ചു. പ്രഭു ദരിദ്രനെ നിർബ്ബന്ധിച്ചു തീറ്റുകയും കുടിപ്പിക്കുകയും ചെയ്തു തുടങ്ങി.

ദരിദ്രൻ യാതൊരു മടിയും കൂടാതെ വേണ്ടുവോളം തിന്നുകയും കുടിക്കുകയും ചെയ്തു.

ദരിദ്രൻ മൂക്കറ്റം തിന്നുകഴിഞ്ഞപ്പോൾ പ്രഭു പറഞ്ഞു:

"ഇനി വേഗം വീട്ടിൽ ചെന്ന് സ്വർണ്ണക്കട്ടി എടുത്തുകൊണ്ടുവരൂ. ഞാൻ അതു ഭദ്രമായി സൂക്ഷിച്ചുവെയ്ക്കാം. നിങ്ങൾക്കു പത്തു റൂബിൾ സമ്മാനം തരികയും ചെയ്യാം."

"സ്വർണ്ണം കൊണ്ടുവരാൻ പറ്റില്ല അങ്ങുന്നേ!" ദരിദ്രൻ പറഞ്ഞു.

"എന്തുകൊണ്ട്?"

"എന്റെ വീട്ടിൽ സ്വർണ്ണമില്ല."

"എന്ത്? പിന്നെ താൻ അതിന്റെ വില ചോദിച്ചതെന്തിനാണ്?"

"വെറുതെ ഒന്നറിയാൻ വേണ്ടി ചോദിച്ചെന്നേയുള്ളൂ."

പ്രഭുവിന്റെ മുഖം കോപംകൊണ്ട് ചുവന്നു. അദ്ദേഹം അലറി;

"കടക്കെടാ പുറത്ത്! കഴുത!"

അതിനു മറുപടിയായി ദരിദ്രൻ ഇങ്ങനെ പറഞ്ഞു.

"യജമാനന്നേ, അങ്ങു വിചാരിക്കും പോലെ ഞാൻ ഒരു കഴുതയല്ല, ഞാൻ അങ്ങുന്നിനെ കളിപ്പിച്ച് ഒരു പന്തയം ജയിച്ചതാണ്. രണ്ടു ചാക്കു ഗോതമ്പും രണ്ടു കാളകളും എനിക്കു കിട്ടും. ബുദ്ധിയില്ലാത്തവന് ഇതു ചെയ്യാൻ കഴിയുമോ?"

ദരിദ്രൻ വീട്ടിലേക്കു നടന്നു.

മാന്ത്രിക വീണ

ഒരു ബ്യെലോറഷ്യൻ നാടോടിക്കഥ

പണ്ടൊരിക്കൽ ഒരിടത്ത് ഒരു ബാലനുണ്ടായിരുന്നു. കൊച്ചുകുട്ടിയായിരിക്കുമ്പോൾത്തന്നെ അവൻ ഓടക്കുഴൽ വായിച്ചുതുടങ്ങി. പശുക്കളെ മേച്ചുകൊണ്ടിരിക്കുന്നതിനിടയിൽ അവൻ ഒരു ഈറ്റ മുറിച്ചെടുത്ത് ഓടക്കുഴലാക്കി വായിച്ചു തുടങ്ങും. ഉടൻ തന്നെ പശുക്കൾ പുല്ല് തിന്നുന്നതു നിർത്തി ചെവി കൂർപ്പിച്ചുപിടിച്ച് അനങ്ങാതെ നില്ക്കും. കാട്ടിലെ പക്ഷികൾ അവന്റെ കുഴലൂത്തു കേട്ടാൽ നിശ്ചലരാകും. ചതുപ്പിലെ തവളകൾപോലും കരച്ചിൽനിർത്തി അതു ശ്രദ്ധിക്കും.

അവൻ രാത്രി കുതിര കാവലിനു പോകുമ്പോൾ മൈതാനമാകെ സജീവമാകും. യുവസഹജമായ ഉന്മേഷത്തോടെ യുവതീയുവാക്കൾ പാട്ടുപാടുകയും തമാശപറയുകയും പൊട്ടിച്ചിരിക്കുകയും ചെയ്യും. ഊഷ്മളവും സുന്ദരവുമായ രാത്രികളായിരുന്നു അവ.

ബാലൻ ഓടക്കുഴൽ ഊതിത്തുടങ്ങിയാലുടൻ യുവാക്കന്മാരും യുവതികളും ശാന്തരാകും. വേദനിക്കുന്ന തന്റെ ഹൃദയത്തിൽ ഓരോ തൈലം പുരട്ടി തലോടുന്നതായി അവരിൽ ഓരോരുത്തർക്കും തോന്നും. അജ്ഞാതമായ ഏതോ ഒരു ശക്തി അവരെ നക്ഷത്രപഥത്തോളം ഉയർത്തും.

ഇടയന്മാർ ക്ഷീണവും വിശപ്പും മറന്ന് നിശ്ചലരായി ചെവിയോർത്തിരിക്കും.

ജീവിതകാലം മുഴുവൻ ആ ഓടക്കുഴൽ നാദം കേട്ടുകൊണ്ട് അങ്ങനെ ഇരിക്കാൻ കഴിഞ്ഞെങ്കിൽ എന്ന് ഓരോരുത്തരും ആഗ്രഹിച്ചു.

വേണുഗാനം നിലച്ചാലും ആരും അനങ്ങുകയില്ല. രാക്കുയിലിനെ തോല്പിക്കുന്ന ആ മധുരനാദം വീണ്ടും കേൾക്കാൻ ആകംക്ഷയോടെ അവർ കാത്തിരിക്കും.

വീണ്ടും വേണുഗാനം ഉയരും. ഇത്തവണ അതൊരു ശോകഗാനമായിരിക്കും. എല്ലാവരും ശോകമൂകം യജമാനന്റെ പാടത്തെ വേല കഴിഞ്ഞ് താമസിച്ച് കുടിലുകളിലേക്കു മടങ്ങുന്ന സ്ത്രീ പുരുഷന്മാർ നടപ്പുനിർത്തി അതിൽ ലയിച്ചു നില്ക്കും. തങ്ങളുടെ ശപിക്കപ്പെട്ട ജീവിതം മുഴുവൻ കൺമുമ്പിലൂടെ കടന്നുപോകുന്നതായി അവർക്കു തോന്നും- ദാരിദ്ര്യവും രോഗവും യജമാനന്റേയും ന്യായാധിപന്റേയും കാര്യസ്ഥന്റേയും ക്രൂരതയല്ലാതെ മറ്റൊന്നും അവർക്ക് അവിടെ കാണാനില്ലായിരുന്നു. വേണ്ടപ്പെട്ടവർ മരിക്കുകയോ സ്വന്തം പുത്രന്മാരെ നിയന്ത്രിക്കുകയോ ചെയ്യുമ്പോഴെന്നപോലെ ഉറക്കെ നിലവിളിച്ച് തങ്ങളുടെ ഹൃദയഭാരം തെല്ലൊന്ന് ലഘൂകരിക്കാൻ അവരിൽ ഓരോരുത്തരും കൊതിച്ചു.

എന്നാൽ ശോകഗാനം ഉല്ലാസപ്രദമായ ഒരു ഈണത്തിന് വഴി മാറിക്കൊടുത്താലുടൻ അവർ അരിവാളും കുന്താലിയും ദൂരെയെറിഞ്ഞ് കൈകോർത്തു പിടിച്ച് നൃത്തം ചെയ്തു തുടങ്ങും.

സ്ത്രീപുരുഷന്മാരും, മൃഗങ്ങളും, വൃക്ഷങ്ങളും ആകാശത്തിലെ നക്ഷത്രങ്ങളും , മതിമറന്ന് നൃത്തമാടും.

ആ വേണുഗായകന് മനുഷ്യ ഹൃദയങ്ങളെ മാറ്റിമറിക്കാനുള്ള കഴിവുണ്ടായിരുന്നു.

പുരുഷപ്രാപ്തിയായപ്പോൾ അവൻ ഒരു വീണയുണ്ടാക്കി അതുമായി

ഊരുചുറ്റാനിറങ്ങി. ചെല്ലുന്നിടത്തെല്ലാം അവൻ വീണ വായിച്ചു. എല്ലായിടത്തും വലിയസ്വീകരണമാണ് അവനു ലഭിച്ചത്. അവന് തിന്നാനോ കുടിക്കാനോ ഒരിടത്തും മുട്ടുവന്നില്ല.

നല്ല മനുഷ്യർക്ക് സന്തോഷം പകർന്നുകൊണ്ട് വളരെക്കാലം അവൻ അങ്ങനെ ലോകം ചുറ്റി. എന്നാൽ പ്രഭുക്കന്മാർക്കും ജന്മികൾക്കും അവൻ ഒരു ശത്രുവായിരുന്നു. കാരണം, അവൻ ചെല്ലുന്നിടത്തെല്ലാം അടിമകൾ യജമാനനെ അനുസരിക്കാതായി.

ഒടുവിൽ അവനെ കൊല്ലണമെന്ന് പ്രഭുക്കന്മാർ തീരുമാനിച്ചു. എന്നാൽ അതു നടത്താൻ തയ്യാറുള്ള ഒരാളെ കണ്ടുപിടിക്കാൻ അവർക്കു കഴിഞ്ഞില്ല. കർഷകർക്ക് അവനെ ഇഷ്ടമായിരുന്നു. കാര്യസ്ഥന്മാർക്ക് അവനെ ഭയവും. അവൻ ഒരു മന്ത്രവാദിയാണെന്ന് അവർ വിചാരിച്ചു.

ഗത്യന്തരമില്ലാതെ പ്രഭുക്കന്മാർ പിശാചുക്കളുടെ സഹായം തേടി. പിശാചുക്കളും പ്രഭുക്കന്മാരും ഒരേ തരക്കാരാണെന്ന് എല്ലാവർക്കും അറിയാമല്ലോ. അവർ ഒരുമിച്ച് ഗൂഢാലോചന നടത്തി.

ഒരു ദിവസം വീണവായനക്കാരൻ കാട്ടിലൂടെ നടക്കുമ്പോൾ പിശാചുക്കൾ വിശന്നു വലഞ്ഞു. പന്ത്രണ്ടു ചെന്നായ്ക്കളെ അവന്റെ നേർക്കു അയച്ചു. അവ ദംഷ്ട്രകൾ പുറത്തു കാട്ടിക്കൊണ്ട് ജ്വലിക്കുന്ന കണ്ണുകളോടെ വഴിയിൽ അവനെ കാത്തിരുന്നു. അവന്റെ കയ്യിൽ വീണയല്ലാതെ മറ്റൊന്നും തന്നെയില്ലായിരുന്നു. "എന്റെ അന്ത്യം ഇതാണ്. അവൻ വിചാരിച്ചു.

മരിക്കുന്നതിനു മുമ്പ് ഒരിക്കൽക്കൂടി തന്റെ പ്രിയപ്പെട്ട വീണ വായിക്കണമെന്ന് അവൻ തീരുമാനിച്ചു. അവന്റെ വിരലുകൾ തന്ത്രികൾ മീട്ടിത്തുടങ്ങി.

വീണയ്ക്കു ജീവൻ വച്ചു. അതിന്റെ നാദം കാട്ടിലാകെ മുഴങ്ങി. ലതകളും മരങ്ങളും നിശ്ചലമായി, ഒറ്റ ഇലപോലും അനങ്ങിയില്ല. ചെന്നായ്ക്കൾ വിശപ്പുമറന്ന് ശിലാപ്രതിമകൾപോലെ അനങ്ങാതിരുന്നു,

സംഗീതം നിലച്ചപ്പോൾ ചെന്നായ്ക്കൾ സ്വപ്നത്തിലെന്നപോലെ എണീറ്റ് കാട്ടിനുള്ളിലേക്കു പോയി.

യുവാവ് പിന്നേയും നടന്നു. അസ്തമന സൂര്യന്റെ ചെങ്കതിരുകൾ മരത്തലപ്പുകളിൽ സ്വർണ്ണം പൂശി. പരിപൂർണ്ണ നിശ്ശബ്ദത കാടിനെ

ആവരണം ചെയ്തു.

യുവാവ് ഒരു പുഴവക്കിൽ ചെന്നിരുന്നു. വീണ്ടും വീണ വായിച്ചു തുടങ്ങി. ഭൂമിയും ആകാശവും ശ്വാസമടക്കി അതു കേട്ടുനിന്നു. അത്ര ഭംഗിയായിട്ടാണ് അവൻ വീണ വായിച്ചത്. അവൻ ആഹ്ലാദഭരിതമായ ഒരു നൃത്തഗാനം വായിച്ചു. കാട്ടുമുഴുവൻ നൃത്തം ചെയ്തു. ആകാശത്തിൽ നക്ഷത്രങ്ങൾ വട്ടം കറങ്ങി. മേഘങ്ങൾ ഒഴുകി നടന്നു. പുഴയിലെ മത്സ്യങ്ങൾ മുകളിലേക്ക് ചാടുകയും നീന്തിക്കളിക്കുകയും ചെയ്തു. പുഴയാകെ ഇളകി മറിഞ്ഞു.

ജലദേവതമാരുടെ രാജാവുപോലും നൃത്തത്തിൽ പങ്കെടുത്തു. ജലരാജാവിന്റെ നൃത്തത്തിന്റെ ശക്തികൊണ്ട് പുഴ കരകവിഞ്ഞൊഴുകി.

പിശാചുക്കൾ പേടിച്ചുപോയി. വെള്ളക്കുഴികളിൽ നിന്നു അവ ചാടി പുറത്തു വന്ന് ദേഷ്യത്തോടെ പല്ലുകടിച്ചെങ്കിലും മറ്റൊന്നും ചെയ്യാൻ അവയ്ക്കു കഴിഞ്ഞില്ല.

ജലരാജാവ് പാടങ്ങളും തൊടികളും വെള്ളത്തിൽ മുക്കി ജനങ്ങളെ കഷ്ടപ്പെടുത്തുകയാണെന്ന് മനസ്സിലായ ഉടൻ യുവാവ് വീണ വായന നിർത്തി. അവൻ വീണ്ടും മുന്നോട്ടു നടന്നു.

പൊടുന്നനെ രണ്ടു പ്രഭുകുമാരന്മാർ അവന്റെ മുമ്പിൽ പ്രത്യക്ഷപ്പെട്ടു."ഇന്നു രാത്രി ഞങ്ങൾക്ക് ഒരു നൃത്തപരിപാടിയുണ്ട്. നീ വന്ന് വീണ വായിച്ചാൽ ഞങ്ങൾ ധാരാളം പണം തരാം." അവർ പറഞ്ഞു.

വീണവായനക്കാരൻ അല്പം ആലോചിച്ചിട്ട് അതു സമ്മതിച്ചു. കാരണം നല്ല ഇരുട്ടുള്ള ആ രാത്രിയിൽ അവന് തലചായ്ക്കാൻ ഒരിടമില്ലായിരുന്നു. അവന്റെ കൈയിൽ ഒരു ചില്ലിക്കാശുപോലും ഉണ്ടായിരുന്നില്ല.

"ശരി. ഞാൻ വീണവായിക്കാം." അവൻ പറഞ്ഞു.

പ്രഭുകുമാരന്മാർ അവനെ ഒരു കൊട്ടാരത്തിലേക്കു കൂട്ടിക്കൊണ്ടുപോയി. അവിടെ അനേകം പ്രഭുകുമാരന്മാരും പ്രഭുകുമാരികളും കൂടിനിന്നിരുന്നു.

അവിടെ ഒരു മേശപ്പുറത്ത് ഒരു വലിയ ഭരണി വച്ചിരുന്നു. അവിടെ കൂടിയിരുന്ന യുവതികളും യുവാക്കന്മാരും ഓരോരുത്തരായി ചെന്ന് ഭരണിയ്ക്കുള്ളിൽ വിരലിട്ടിട്ട് ആ വിരൽ കൊണ്ട് കണ്ണുകൾ തുടയ്ക്കുന്നത് വീണവായനക്കാരൻ കണ്ടു. അവനും അതുപോലെ ചെയ്തു. അവൻ

ഭരണിയിൽ മുക്കിയ വിരൽ കൊണ്ട് കണ്ണു തുടച്ചമാത്രയിൽ കൊട്ടാരം അപ്രത്യക്ഷമായി. താൻ നില്ക്കുന്നത് പിശാചുക്കളുടെ താവളത്തിലാണെന്നും അവിടെ കൂടിയിരിക്കുന്നത് പിശാചുക്കളും യക്ഷികളുമാണെന്നും അവനു മനസ്സിലായി.

"ഇതാണ് നൃത്തപരിപാടി!" വീണ വായനക്കാരൻ സ്വയം പറഞ്ഞു. "ശരി, ഞാൻ ഇവർക്കുവേണ്ടി നല്ല ഒരു രാഗം വായിക്കാം.

അവൻ വീണ മീട്ടി. ചുറ്റുമുള്ളതെല്ലാം പൊടിയായിത്തീർന്നു. പിശാചുക്കളും യക്ഷിമാരും ഓടി ഒളിച്ചു. അവറ്റയെ പിന്നീട് ആരും കണ്ടിട്ടില്ല.

അളകരടിയും കുറുക്കനും മാളങ്ങളിൽ പാർക്കുന്നതെന്തിന്.

ഒരു ബ്യെലോറഷ്യൻ നാടോടിക്കഥ

വളരെ വളരെ കാലങ്ങൾക്കു മുമ്പ് കാട്ടുമൃഗങ്ങൾക്കോ നാട്ടുമൃഗങ്ങൾക്കോ വാലില്ലായിരുന്നത്രെ. മൃഗങ്ങളുടെ രാജാവ് സിംഹത്തിനു മാത്രമാണ് വാലുണ്ടായിരുന്നത്.

മൃഗങ്ങൾക്കു വാലില്ലാത്ത ജീവിതം വിഷമമായി തോന്നി. ശൈത്യകാലം അവർ എങ്ങനെയെങ്കിലും കഴിച്ചുകൂട്ടും. പക്ഷേ വേനൽക്കാലം ആകുന്നതോടെ ഈച്ചകളും കൊതുകുകളും ശല്യപ്പെടുത്താൻ തുടങ്ങും. അവർക്ക് എങ്ങനെ അവയെ ആട്ടിയോടിക്കാൻ കഴിയും? കാട്ടീച്ചകളും പോന്തകളും പല മൃഗങ്ങളേയും കടിച്ചുകൊന്നു. അവ ആക്രമിച്ചുകഴിഞ്ഞാൽ പിന്നെ യാതൊരു രക്ഷാമാർഗ്ഗവുമില്ല.

മൃഗങ്ങളുടെ രാജാവായ സിംഹം ഈ വിവരമറിഞ്ഞ് അവരുടെ കഷ്ടപ്പാടിൽ അവരെ സഹായിക്കാൻ തീരുമാനിച്ചു. എല്ലാ മൃഗങ്ങളും തന്റെ മുമ്പിൽ ഹാജരാകണമെന്നും താൻ അവർക്ക് വാലുകൾ സമ്മാനിക്കുന്നതാണെന്നും അറിയിച്ചുകൊണ്ടുള്ള ഒരു കല്പന രാജാവു പുറപ്പെടുവിച്ചു.

മൃഗങ്ങളെ വിളിച്ചുകൂട്ടാനായി രാജദൂതന്മാർ രാജ്യത്തിന്റെ നാനാ ഭാഗത്തേക്കും പാഞ്ഞു. പറകൊട്ടിയും കുഴലൂതിയും അവർ വായുവേഗത്തിൽ പറന്നു. അവർ ചെന്നായെ കണ്ട് രാജകല്പന അറിയിച്ചു. കാളയോടും അളകരടിയോടും വിവരം പറഞ്ഞു. കുറുക്കൻ, കാട്ടുകീരി, മുയൽ, മ്ലാവ്, കാട്ടുപന്നി. തുടങ്ങി എല്ലാവരോടും കല്പന അറിയിച്ചു.

കരടിയോടുമാത്രം പറഞ്ഞില്ല. അവർ അവനെ തിരക്കി വളരെനേരം നടന്നു. ഒടുവിൽ അവൻ മാളത്തിൽ ഗാഢനിദ്രയിൽ ആണ്ടുകിടക്കുന്നത് കണ്ടു. അവർ അവനെ കുലുക്കി ഉണർത്തി വേഗം പോയി വാലു വാങ്ങാൻ പറഞ്ഞു.

പക്ഷേ, കരടി തിരക്കുകൂട്ടുന്നതിനെപ്പറ്റി ആരെങ്കിലും കേട്ടിട്ടുണ്ടോ! അവൻ സാവധാനത്തിൽ ഓരോ അടിയും വച്ച് കുലുങ്ങിക്കുലുങ്ങി നടന്നു. നടക്കുന്നവഴി ചുറ്റും കണ്ണോടിക്കുകയും തേനിനുവേണ്ടി മണം പിടിക്കുകയും ചെയ്തുകൊണ്ടിരുന്നു. പെട്ടെന്ന് അവൻ നോക്കിയപ്പോൾ മുമ്പിൽ ഒരു നാരകമരത്തിന്റെ പൊത്തിൽ ഒരു തേനീച്ചക്കൂട് കണ്ടു. "രാജാവിന്റെ കൊട്ടാരത്തിലേക്ക് ഒരുപാടു ദൂരം നടക്കണം." കരടി തന്നത്താൻ പറഞ്ഞു. "കുറച്ചു തേൻ കഴിച്ചിട്ടു പോകുന്നതാണ് നല്ലത്."

അവൻ മരത്തിൽ കയറി. പൊത്തു നിറയെ തേനാണെന്നു കണ്ടു. ആഹ്ലാദത്തോടെ മുരണ്ടുകൊണ്ട് അവൻ പൊത്തിൽ കയ്യിട്ടു തേൻ തോണ്ടിയെടുത്ത് അകത്താക്കാൻ തുടങ്ങി. കുറേക്കഴിഞ്ഞ് വയർ നിറഞ്ഞെന്നു തോന്നിയപ്പോൾ അവൻ ദേഹത്തു നോക്കി. രോമത്തിലെല്ലാം തേനും തേനീച്ചക്കൂടിന്റെ തരികളും ഒട്ടിപ്പിടിച്ചിരിക്കുന്നു. "ഞാൻ ഈ വേഷത്തിൽ എങ്ങനെ രാജാവിന്റെ മുമ്പിൽ ഹാജരാകും?" കരടി തന്നത്താൻ ചോദിച്ചു.

അവൻ ഒരു ആറ്റിലേക്കു പോയി രോമമെല്ലാം കഴുകി. ഉണങ്ങാനായി കുന്നിന്റെ ചെരിവിൽ കിടന്നു. വെയിലിനു നല്ല ചൂടുണ്ടായിരുന്നതുകൊണ്ട് കരടി തൽക്ഷണം തന്നെ ഉറങ്ങിപ്പോയി. അവൻ

ക്കുർക്കം വലിച്ചുതുടങ്ങി.

ഈ സമയത്ത് മൃഗങ്ങൾ രാജകൊട്ടാരത്തിൽ വന്നുതുടങ്ങിയിരുന്നു. ആദ്യം എത്തിയത് കുറുക്കനാണ്. ചുറ്റും കണ്ണോടിച്ചപ്പോൾ കൊട്ടാരത്തിന്റെ മുമ്പിൽ വാലുകളുടെ ഒരു വലിയ കൂമ്പാരം കണ്ടു. നീണ്ടതും കുറുകിയതും രോമം മൂടിയതും മൂടാത്തതുമായ എല്ലാത്തരം വാലുകളും അക്കൂട്ടത്തിലുണ്ടായിരുന്നു.

കുറുക്കൻ രാജാവിനെ വന്ദിച്ചു.

"അല്ലയോ ശൂരനായ തീരുമനസ്സേ!" അവൻ പറഞ്ഞു. "അങ്ങയുടെ കല്പനയനുസരിച്ച് ആദ്യം എത്തിയതു ഞാനാണ്. അതുകൊണ്ട് എനിക്കേറ്റവും ഇഷ്ടപ്പെട്ട വാല് തിരഞ്ഞെടുക്കാൻ അങ്ങ് എന്നെ അനുവദിക്കണമെന്നു ഞാൻ യാചിക്കുന്നു."

കുറുക്കൻ ഏതു വാലെടുത്താലും രാജാവിന് ഒരുപോലെയായിരുന്നു.

"ശരി" അദ്ദേഹം പറഞ്ഞു. "നിനക്കിഷ്ടമുള്ള വാലെടുത്തോ."

കൗശലക്കാരനായ കുറുക്കൻ വാലുകളുടെ കൂമ്പാരം മുഴുവൻ തിരഞ്ഞ് കൂട്ടത്തിൽ ഏറ്റവും ഭംഗിയുള്ളത് എടുത്തു. നിറയെ രോമമുള്ള ഒരു നീണ്ട വാലായിരുന്നു. അത്. രാജാവിന് മനസ്സു മാറ്റാൻ സമയം കിട്ടുന്നതിനുമുമ്പ് അവൻ അതുംകൊണ്ട് കടന്നു.

കുറുക്കന്റെ പിന്നാലെ അണ്ണാൻ ചാടിച്ചാടി വന്നു. കുറുക്കന്റേതു പോലെ തന്നെ സുന്ദരമാണെങ്കിലും കുറേക്കൂടി നീളം കുറഞ്ഞ ഒരു വാലാണ് അവൻ തിരഞ്ഞെടുത്തത്. പിന്നീട് വന്നതു കാട്ടുകീരിയാണ്. അവനും രോമം നിറഞ്ഞ, ഭംഗിയുള്ള ഒരു വാലെടുത്തു.

കൂട്ടത്തിൽ ഏറ്റവും നീളംകൂടിയ വാലാണ് മ്ലാവ് തിരഞ്ഞെടുത്തത്. അതിന്റെ അറ്റത്ത് കാട്ടീച്ചകളേയും പോന്തകളേയും ആട്ടിയോടിക്കാൻ പറ്റിയ തരത്തിൽ കട്ടിയുള്ള ഒരു രോമക്കറ്റയുമുണ്ടായിരുന്നു. അളകരടി ചാടിയെടുത്തത് നല്ല വീതിയും വണ്ണവുമുള്ള ഒരു വാലാണ്.

കുതിര എടുത്ത വാലിൽ രോമമല്ലാതെ മറ്റൊന്നുമില്ലായിരുന്നു. അവൻ അത് വച്ചുപിടിപ്പിച്ചശേഷം ആദ്യം വലത്തെ പള്ളയുടെ നേർക്കും പിന്നീട് ഇടത്തെ പള്ളയുടെ നേർക്കും വീശി. ഈച്ചകളെ ഇപ്പോൾ എളുപ്പം അടിച്ചിടാമെന്നു കണ്ട് അവൻ ആഹ്ലാദത്തോടെ ചിരിച്ചു.

"ഈച്ചകളെ മുഴുവൻ ഇതുകൊണ്ട് വകവരുത്താം." എന്നു

പറഞ്ഞുകൊണ്ട് അവൻ മേച്ചിൽസ്ഥലത്തേക്ക് കുതിച്ചു പാഞ്ഞു.

അവസാനം ഓടിയെത്തിയത് മുയലാണ്.

"നീ എവിടെയായിരുന്നു?" രാജാവു ചോദിച്ചു. "ഇവിടെ ഒരു കൊച്ചുവാലു മാത്രമേ ബാക്കിയുള്ളൂ."

"അങ്ങേയ്ക്കു നന്ദി. എനിക്ക് ഇതു നന്നായി ചേരും" മുയൽ സസന്തോഷം പറഞ്ഞു. "വാലു ചെറുതായിപ്പോയതുകൊണ്ട് ഒരു കുഴപ്പവുമില്ല. ചെന്നായയോ പട്ടിയോ പിടിക്കാതെ ഞാൻ ഓടുമ്പോൾ അത് എന്നെ തടസ്സപ്പെടുത്തുകയില്ല!"

ഇത്രയും പറഞ്ഞുകൊണ്ട് മുയൽ ആ കൊച്ചു ഉണ്ടവാൽ വയ്ക്കേണ്ടിടത്തു വച്ചു. അവൻ ഒരു ചാട്ടം കൊടുത്തു വീണ്ടും ചാടി. അങ്ങനെ തികച്ചും സന്തുഷ്ടനായി വീട്ടിലേക്കു പോയി. വാലുകളെല്ലാം കൊടുത്തുകഴിഞ്ഞതിനാൽ സിംഹം ഉറങ്ങാൻ പോയി.

കരടി ഉണർന്നപ്പോൾ വൈകുന്നേരമാകാറായി. വാലു കിട്ടാൻ രാജകൊട്ടാരത്തിലേക്ക് തിടുക്കത്തിൽ പോകണമെന്ന കാര്യം അവൻ ഓർത്തത് അപ്പോഴാണ്. മേല്പോട്ടു നോക്കിയപ്പോൾ സൂര്യൻ താഴോട്ടുരുണ്ടുവരുന്നതു കണ്ടു. അവൻ സർവ്വശക്തിയുമെടുത്ത് നാലു കാലിലുമായി കുലുങ്ങിക്കുലുങ്ങി ഓടി. ഓടിയോടി അവൻ വിയർത്തു കുളിച്ചു. രാജകൊട്ടാരത്തിലേക്ക് ഓടിക്കയറിയപ്പോൾ, കഷ്ടം! ഒരൊറ്റ വാൽപോലും അവൻ കണ്ടില്ല. അവിടെങ്ങും ഒന്നുമില്ല, ആരുമില്ല. "ഞാനിനി എന്തു ചെയ്യും? കരടി തന്നത്താൻ ചോദിച്ചു. "ഞാനൊഴികെ എല്ലാവർക്കും വാലുണ്ടായിരിക്കും."

കരടി അങ്ങേയറ്റം കുപിതനായി അവന്റെ കാട്ടിലേക്കു തിരിഞ്ഞു നടന്നു. അവൻ സാവധാനത്തിലാണു നടന്നത്. കുറെ കഴിഞ്ഞപ്പോൾ, അതാ അളകരടി അവന്റെ വാലിന്റെ ഭംഗി ആസ്വദിച്ചുകൊണ്ട് ഒരു മരക്കുറ്റിയിൽ കിടന്ന് കുത്തിമറിയുന്നു.

"ഹേ, അളകരടി", കരടി പറഞ്ഞു. നിനക്ക് വാലെന്തിനാണ്? അത് എനിക്കു താ!"

"കരടി, നീ ധരിച്ചുവച്ചിരിക്കുന്നത് വിചിത്രം തന്നെ!" അളകരടി അത്ഭുതത്തോടെ പറഞ്ഞു. "ഇത്ര ഭംഗിയുള്ള ഒരു വാല് ആരെങ്കിലും വേണ്ടെന്നു വയ്ക്കുമോ?"

"നീ എനിക്കതു സ്വമേധയാ തന്നില്ലെങ്കിൽ ഞാനത് ബലമായി എടുക്കും!" എന്നലറിക്കൊണ്ട് കരടി അവന്റെ കനത്ത

കൈപ്പത്തികൊണ്ട് അളകരടിയുടെ വാലിന്മേൽ പിടികൂടി.

"നിനക്കിതു കിട്ടുകയില്ല!" അളകരടി വിളിച്ചു പറഞ്ഞു. അവൻ സർവ്വശക്തിയുമെടുത്ത് കരടിയുടെ പിടിയിൽനിന്ന് കുതറി മാറി ഒരോട്ടം വച്ചു കൊടുത്തു.

കരടി നോക്കിയപ്പോഴുണ്ട് അളകരടിയുടെ തൊലിയുടെ ഒരു കഷ്ണവും വാലിന്റെ തുമ്പും അവന്റെ നഖങ്ങളിൽ കോർത്തിരിക്കുന്നു. തൊലിക്കഷ്ണം ദൂരെ എറിഞ്ഞുകളഞ്ഞിട്ട് അവൻ വാൽത്തുമ്പ് വച്ചുപിടിപ്പിച്ചു. പിന്നീട് മരപ്പൊത്തിൽ ബാക്കിയുള്ള തേൻ കുടിക്കാനായി അങ്ങോട്ടു പോയി.

അളകരടിയാകട്ടെ, എന്തു ചെയ്യേണ്ടു എന്ന രൂപമില്ലായിരുന്നു. അവൻ അത്രയേറെ ഭയന്നുപോയിരുന്നു. എവിടെ ഒളിച്ചിരുന്നാലും കരടി ഏതു നിമിഷവും വന്ന് വാലിന്റെ ബാക്കി ഭാഗവുംകൂടി കൊണ്ടുപോകുമെന്ന് അവനു തോന്നി. അതുകൊണ്ട് അവൻ നിലത്ത് വലിയൊരു മാളം തുരന്ന് അതിനകത്ത് താമസമായി. അവന്റെ മുതുകത്തെ മുറിവ് കരിഞ്ഞു. അതുണ്ടായിരുന്ന സ്ഥാനത്ത് ഒരു നീണ്ട കറുത്ത പാടുമാത്രം അവശേഷിച്ചു. അതിനുശേഷം അത് അല്പംപോലും മങ്ങിയിട്ടില്ല.

ഒരു ദിവസം കുറുക്കൻ ബദ്ധപ്പെട്ട് ഓടിവന്നു. നോക്കിയപ്പോൾ നിലത്ത് ഒരു മാളം കണ്ടു. ആരോ മൂക്കറ്റം കുടിച്ചു കിടക്കുന്നതുപോലെ അതിനുള്ളിൽ നിന്നും ഉച്ചത്തിലുള്ള കൂർക്കംവലികൾ കേൾക്കാം. കുറുക്കൻ മാളത്തിൽ ഇറങ്ങി നോക്കിയപ്പോഴുണ്ട് അതാ അളകരടി ഗാഢനിദ്രയിലാണ്ടു കിടക്കുന്നു.

"അയൽക്കാരാ, നിനക്കു മുകളിൽ വേണ്ടത്ര ഇടമില്ലേ? പിന്നെന്തിന് ഭൂമിക്കടിയിൽ ഒളിച്ചിരിക്കുന്നു?" കുറുക്കൻ അത്ഭുതത്തോടെ ചോദിച്ചു.

"ഇല്ല, പ്രിയപ്പെട്ട കുറുക്കാ." അളകരടി നെടുവീർപ്പിട്ടു. "എനിക്ക് ഇരതേടി പോകേണ്ടതില്ലായിരുന്നെങ്കിൽ രാത്രിപോലും ഞാൻ ഈ മാളം വിട്ട് ഇറങ്ങുകയില്ലായിരുന്നു."

തനിക്കു മുകളിൽ ഇടമില്ലാത്തതെന്തുകൊണ്ടാണെന്ന് അളകരടി കുറുക്കനെ പറഞ്ഞുകേൾപ്പിച്ചു.

"അങ്ങനെയാണോ," കുറുക്കൻ മനസ്സിൽ വിചാരിച്ചു. "കരടി അളകരടിയുടെ വാലെടുക്കാൻ നോക്കിയെങ്കിൽ എന്റേതും

നഷ്ടപ്പെട്ടേക്കുമെന്ന അപകടമുണ്ട്. കാരണം, എന്റെ വാൽ നൂറിരട്ടി ഭംഗിയുള്ളതാണ്."

അങ്ങനെ കരടിയിൽനിന്നും ഒളിച്ചിരിക്കാൻ ഒരിടം അന്വേഷിച്ച് അവൻ ഓടിപ്പോയി. രാത്രിമുഴുവൻ അവൻ ഓടി നടന്ന് അന്വേഷിച്ചു. പക്ഷേ ഒരിടവും കണ്ടില്ല. അവസാനം, നേരം വെളുത്തപ്പോൾ അവൻ അളകരടിയെപ്പോലെതന്നെ ഒരു മാളം തുരന്ന് അതിനകത്ത് കയറി രോമം നിറഞ്ഞ വാൽ കൊണ്ട് ദേഹം മൂടി സ്വസ്ഥമായി കിടന്നുറങ്ങി.

അന്നുതൊട്ട് അളകരടിയും കുറുക്കനും മാളങ്ങളിലാണ് പാർക്കുന്നത്. കരടിക്കാണെങ്കിൽ ഇന്നും വാലായിട്ട് ഒരു കൊച്ചു ഉണ്ടമാത്രമേയുള്ളൂ.

വാസിൽ സർപ്പത്തെ നിഗ്രഹിച്ചതെങ്ങനെ

ഒരു ബ്യെലോറഷ്യൻ നാടോടിക്കഥ

ഈ കഥ നേരോ നുണയോ എന്തുമാകട്ടെ, നമുക്കിതു കേൾക്കാം.

ഏതോ ഒരു രാജ്യത്ത് ഒരിക്കൽ ഒരു സർപ്പം പ്രത്യക്ഷപ്പെട്ടു. അതിഭയങ്കരനായ ഒരു സർപ്പമായിരുന്നു അത്. അവൻ പർവ്വതത്തിനടുത്ത് ഒരു വലിയ മാളം ഉണ്ടാക്കി അതിൽ കിടന്ന് ഉറങ്ങി.

അവൻ എത്ര കാലം ഉറങ്ങിയെന്ന് ഇപ്പോൾ ആർക്കും ഓർമ്മയില്ല. എന്നാൽ ഉണർന്ന ഉടൻ അവൻ ഇങ്ങനെ വിളിച്ചുപറയുന്നതു കേട്ടവർ പലരുമുണ്ട്:

"മാന്യമഹാജനങ്ങളേ! നിങ്ങളോരോരുത്തരും എനിക്കു തിന്നാൻ എന്തെങ്കിലും കൊണ്ടുവരണം-ആടോ, പശുവോ, പന്നിയോ എന്തായാലും വിരോധമില്ല. എനിക്ക് തിന്നാൻ കൊണ്ടുവരുന്നവർ ജീവിക്കും, കൊണ്ടുവരാത്തവരെ ഞാൻ തിന്നും."

ജനങ്ങൾ ഭയവിഹ്വലരായി സർപ്പം പറഞ്ഞത് അക്ഷരം പ്രതി അനുസരിച്ചു. അങ്ങനെ കാലം കുറെ കടന്നുപോയി. ഒടുവിൽ സർപ്പത്തിനു കൊടുക്കാൻ ആ നാട്ടിൽ ഒന്നും ഇല്ലാതായി. എന്നാൽ സർപ്പം ഒരു ദിവസം പോലും പട്ടിണികിടക്കാൻ തയ്യാറില്ലായിരുന്നു. അവൻ ഗ്രാമങ്ങൾ തോറും പറന്നുനടന്ന് ആളുകളെ പിടിച്ച് തന്റെ മാളത്തിലേക്കു കൊണ്ടുപോവുക പതിവാക്കി. ആളുകൾ ഉറക്കെ നിലവിളിച്ചുകൊണ്ട് അവനിൽനിന്ന് രക്ഷപ്പെടാനുള്ള മാർഗ്ഗങ്ങൾ

ആരാഞ്ഞുകൊണ്ടിരുന്നു.

അങ്ങനെയിരിക്കുമ്പോൾ വാസിൽ എന്നുപേരുള്ള ഒരു മനുഷ്യൻ ആ നാട്ടിൽ എത്തി. അവിടുത്തെ ആളുകൾക്ക് എന്താണിത്ര ദുഃഖമെന്ന് അവൻ അത്ഭുതപ്പെട്ടു.

"കാര്യമെന്താണ്? എല്ലാവരും കരയാൻ ഇവിടെ എന്തുണ്ടായി?" അവൻ ചോദിച്ചു.

ആളുകൾ അവനോട് കാര്യമെല്ലാം പറഞ്ഞു.

"നിങ്ങൾ സമാധാനമായിരിക്കൂ." അവൻ അവരെ ആശ്വസിപ്പിച്ചു.

"ഞാൻ ആ സർപ്പത്തിൽനിന്നു നിങ്ങളെ രക്ഷിക്കാം."

നല്ല കനമുള്ള ഒരു കുറുവടിയുമെടുത്തുകൊണ്ട് വാസിൽ സർപ്പം പാർത്തിരുന്ന മലയോരത്തെ കാട്ടിലേക്കു നടന്നു.

അവനെ കണ്ടപ്പോൾ സർപ്പം കണ്ണുരുട്ടിക്കൊണ്ട് ചോദിച്ചു:

"ആ വടി എന്തിനാ?"

"നിന്നെ അടിക്കാൻ," വാസിൽ പറഞ്ഞു.

"ഹോ! എന്തൊരു ധൈര്യം!" സർപ്പം പറഞ്ഞു. "നീ ഇവിടുന്ന് വേഗം സ്ഥലം വിടുന്നതാണ് നല്ലത്. ഞാൻ ഒന്ന് ഊതിയാൽ നിന്റെ പൊടി പോലും ഇവിടെ കാണുകയില്ല!"

“എടാ പീറ സർപ്പമേ, നീ വീമ്പടിക്കേണ്ട.” വാസിൽ പറഞ്ഞു. “നിന്നെക്കാൾ ഭയങ്കരന്മാരെ ഞാൻ കണ്ടിട്ടുണ്ട്. നീയാണോ ഞാനാണോ കൂടുതൽ ശക്തിയിൽ ഊതുന്നത് നമുക്കു പരീക്ഷിച്ചു നോക്കാം. ഊത്!”

സർപ്പം ഊതി. അതിന്റെ ശക്തികൊണ്ട് മരങ്ങളിലെ ഇലകളെല്ലാം കൊഴിഞ്ഞു വീണു. വാസിൽ മുട്ടുകുത്തി വീണു.

“ഇത്രേയുള്ളോ നിന്റെ ശക്തി?” വാസിൽ ചാടിയെണീറ്റുകൊണ്ട് ചോദിച്ചു. “ഇനി ഞാൻ ഒന്നൂതാം. പക്ഷേ നീ നിന്റെ കണ്ണുകൾ മൂടിവച്ചോളണം. അല്ലെങ്കിൽ അവ തെറിച്ചുപോകും.”

സർപ്പം ഒരു ടവ്വാല എടുത്ത് കണ്ണുകൾ മൂടിക്കെട്ടി. വാസിൽ കുറുവടിയെടുത്ത് സർപ്പത്തിന്റെ തലയിൽ ശക്തിയായി ഒരടി അടിച്ചു. സർപ്പത്തിന്റെ കണ്ണുകളിൽ നിന്നു തീപ്പൊരി പറന്നു.

“നിനക്കാണോ എന്നെക്കാൾ ശക്തി?'' സർപ്പം ചോദിച്ചു. “നമ്മളിൽ ആർക്കാണ് കൂടുതൽ വേഗത്തിൽ പാറ പൊട്ടിക്കാൻ കഴിയുന്നതെന്ന് നോക്കാം.”

നൂറ് പൂദ്[1] ഭാരമുള്ള ഒരു പാറ എടുത്ത് സർപ്പം പാദങ്ങൾകൊണ്ട് അമർത്തി. അതു പൊടിഞ്ഞുണ്ടായ ധൂളി മേഘം പോലെ മേലോട്ടുയർന്നു.

“ഇതിലെന്തിരിക്കുന്നു?” വാസിൽ ചിരിച്ചു. “പാറ പിഴിഞ്ഞ് വെള്ളമാക്കാൻ നിനക്കു കഴിയുമോ?

സർപ്പം അതു കേട്ട് പേടിച്ചുപോയി. വാസിലിനാണ് തന്നെക്കാൾ കൂടുതൽ ശക്തിയെന്ന് അവനു തോന്നിത്തുടങ്ങി. അവൻ വാസിലിന്റെ കുറുവടിയിലേക്കു നോക്കിയിട്ട് പറഞ്ഞു:

“എന്തു വേണമെങ്കിലും നീ എന്നോടു ചോദിച്ചോ. ഞാൻ അതു തരാം.”

“എനിക്ക് ഒന്നും വേണ്ട.” വാസിൽ മറുപടി പറഞ്ഞു. “ഒരു മനുഷ്യനുവേണ്ടതെല്ലാം എനിക്കുണ്ട്. അത് നിനക്കുള്ളതിനേക്കാൾ എത്രയോ കൂടുതലാണ്. നീ വിശ്വസിക്കുന്നില്ലെങ്കിൽ എന്റെകൂടെ വന്ന് നോക്കിക്കോ!”

സർപ്പവും വാസിലും ഒരു വണ്ടിയിൽ കയറി വാസിലിന്റെ വീട്ടിലേക്കു തിരിച്ചു. അപ്പോഴേക്കും സർപ്പത്തിന് വിശപ്പ

1 * പൂദ് – 16.38 കിലോഗ്രാം- എഡി.

സഹിക്കവെയ്യാതായിരുന്നു. കാടിന്റെ വക്കിൽ ഒരു പറ്റം കാളകൾ മേയുന്നത് സർപ്പം കണ്ടു. അവൻ പറഞ്ഞു:

"പോയി ഒരു കാളയെ പിടിച്ചുകൊണ്ടു വാ, നമുക്ക് തിന്നാം.

വാസിൽ കാട്ടിലേക്കു പോയി. അവൻ അവിടെ കണ്ട നാരകവൃക്ഷങ്ങളുടെ തൊലി ഉരിച്ചുതുടങ്ങി. സർപ്പം വളരെ നേരം കാത്തിരുന്നിട്ട് അങ്ങോട്ടു ചെന്നു.

"നീ ഇത്ര സമയമെടുക്കുന്നതെന്തിനാണ്?"

"ഞാൻ ഈ മരങ്ങളുടെ തൊലി ഉരിച്ചെടുക്കുന്നതു നീ കാണുന്നില്ലേ?"

വാസിൽ ചോദിച്ചു.

"ഇതെന്തിനാണ്?"

"നമുക്ക് ഇതുകൊണ്ട് ബലമുള്ള ഒരു കയർ ഉണ്ടാക്കണം-അഞ്ചു കാളകളെ ഒരുമിച്ച് പിടിച്ചുകെട്ടാൻ തക്ക ബലമുള്ള ഒരു കയർ."

"അഞ്ചെണ്ണത്തിനെ പിടിക്കുന്നതെന്തിനാണ്?" സർപ്പം ചോദിച്ചു. "ഒരെണ്ണം ധാരാളം മതി."

സർപ്പം ഒരു കാളയെ പിടിച്ച് വണ്ടിയുടെ അടുത്തേക്കു ഇഴച്ചുകൊണ്ടു പോയി.

"കാളയെ പൊരിക്കാൻ കുറെ വിറകു കൊണ്ടുവാ." സർപ്പം വാസിലിനോട് പറഞ്ഞു.

വാസിൽ കാട്ടിനുള്ളിലേക്കു നടന്നു. അവൻ ഒരു മരത്തിന്റെ ചുവട്ടിൽ ചെന്നിരുന്ന് ഒരു സിഗരറ്റു ചുരുട്ടി വലിച്ചു.

വിറകു കൊണ്ടുവരുന്നതും കാത്ത് സർപ്പം വളരെ നേരം ഇരുന്നു. ഒടുവിൽ ക്ഷമനശിച്ച് അവൻ കാട്ടിലേക്കു ചെന്നു.

"ഇത്രനേരം നീ എന്തെടുക്കുകയായിരുന്നു?"

"നമുക്ക് ചുരുങ്ങിയത് പത്തു ഓക്കുമരങ്ങളെങ്കിലും വെട്ടിയെടുക്കണം. ഞാനും വലിയ മരങ്ങൾ തിരഞ്ഞു പിടിക്കുകയാണ്."

"പത്തെണ്ണം എന്തിനാണ്? ഒന്നു ധാരാളം മതി." എന്നു പറഞ്ഞുകൊണ്ട് സർപ്പം അവിടെ ഉണ്ടായിരുന്ന ഏറ്റവും വണ്ണം കൂടിയ മരം ഒറ്റവലിക്ക് പിഴുതെടുത്തു. അവൻ കാളയെ പൊരിച്ചെടുത്തിട്ട് വാസിലിനെ തിന്നാൻ ക്ഷണിച്ചു.

"നീ തന്നെ അതു തിന്നോ." വാസിൽ പറഞ്ഞു. "ഒരു കാള എനിക്ക് ഒരു കടിയ്ക്കില്ല. ഞാൻ വീട്ടിൽ ചെന്ന് വല്ലതും കഴിച്ചോളാം."

സർപ്പം കാളയെ തിന്നിട്ട് ചിറിനക്കി. അവർ യാത്ര തുടർന്നു. വാസിലിന്റെ വീടടുത്തു. അച്ഛൻ വരുന്നത് വാസിലിന്റെ കുട്ടികൾ ദൂരെനിന്നേ കണ്ടു. അവർ ആഹ്ലാദത്തോടെ ആർത്തു വിളിച്ചു:

"അച്ഛൻ വന്നു! അച്ഛൻ വന്നു!"

എന്നാൽ സർപ്പത്തിന് കുട്ടികൾ വിളിച്ചു പറയുന്നതെന്താണെന്നു മനസ്സിലായില്ല. അവൻ ചോദിച്ചു.

"കുട്ടികൾ വിളിച്ചുപറയുന്നതെന്താണ്?"

"അവർക്കു തിന്നാൻ നിന്നെ കൊണ്ടുവന്നതു കണ്ട് അവർ തുള്ളിച്ചാടുകയാണ്. അവർ വിശന്നിരിക്കയായിരുന്നു."

സർപ്പം ഭയന്ന് വിറച്ചു. അവൻ വണ്ടിയിൽനിന്ന് ചാടിയിറങ്ങി ഓടി. എന്നാൽ വഴി നിശ്ചയമില്ലാത്തതുകൊണ്ട് അവൻ ഒരു ചതുപ്പിൽ ചെന്നു പെട്ടു. നല്ല ആഴമുള്ള ആ ചതുപ്പിൽനിന്ന് രക്ഷപ്പെടാൻ അവനു കഴിഞ്ഞില്ല. അവൻ അതിൽ മുങ്ങിപ്പോയി. അങ്ങനെ അവന്റെ കഥ കഴിഞ്ഞു.

പിലീപ്ക്ക

ഒരു ബൈലോറഷ്യൻ നാടോടിക്കഥ

ഒരിക്കൽ ഒരിടത്ത് ഒരു ഭർത്താവും ഭാര്യയും ഉണ്ടായിരുന്നു. അവർക്ക് കുട്ടികളില്ലായിരുന്നു. തൊട്ടിലാട്ടാനും തലോലിക്കാനും ആരുമില്ലാത്ത ഭാര്യ സദാ ദുഃഖിച്ചു കൊണ്ടിരുന്നു.

ഒരു ദിവസം ഭർത്താവ് കാട്ടിൽ പോയി ഒരു ആൾഡർമരത്തിൽ നിന്നും ഒരു തടിക്കഷ്ണം മുറിച്ചെടുത്ത് വീട്ടിൽ കൊണ്ടുപോയി ഭാര്യയ്ക്കു കൊടുത്തു.

"നോക്ക്," അയാൾ പറഞ്ഞു. "നീ ഇതിനെ തൊട്ടിലാട്ടിക്കൊ." ഭാര്യ തടിക്കഷ്ണം തൊട്ടിലിലിട്ട് ആട്ടിക്കൊണ്ട് പാടാൻ തുടങ്ങി:

"രാരിരാരോ കുഞ്ഞുമോനേ, തങ്കക്കുടമേ വാവയുറങ്ങ്!..."

അവൾ ആ തടിക്കഷ്ണം തൊട്ടിലിലിട്ട് ഒരു ദിവസം ആട്ടി, പിറ്റേന്നും ആട്ടി. മൂന്നാംദിവസം നോക്കിയപ്പോഴുണ്ട് ഒരു കൊച്ച് ആൺകുട്ടി തൊട്ടിലിൽ കിടക്കുന്നു!

ഭർത്താവും ഭാര്യയും അത്യന്തം ആഹ്ലാദിച്ചു. അവർ അവന് പിലീപ്ക്ക എന്നു പേരിട്ടു. അവനെ പൊന്നുപോലെ നോക്കിക്കാൻ തുടങ്ങി.

പിലീപ്ക്ക വളർന്നു വലുതായപ്പോൾ അവൻ അച്ഛനോടു പറഞ്ഞു:

"അച്ഛാ, എനിക്ക് ഒരു സ്വർണ്ണത്തോണിയും വെള്ളിപ്പങ്കായവും ഉണ്ടാക്കിത്തരൂ. എനിക്ക് മീൻ പിടിക്കാൻ പോകണം."

അച്ഛൻ അവന് ഒരു സ്വർണ്ണത്തോണിയും വെള്ളിപ്പങ്കായവും ഉണ്ടാക്കികൊടുത്തു.

പിലീപ്ക്ക ബദ്ധശ്രദ്ധനായി മീൻ പിടിക്കാൻ തുടങ്ങി. അവൻ പല ദിവസങ്ങളോളം രാവും പകലും തുടർച്ചയായി മീൻ പിടിച്ചു. മീനുകൾ എപ്പോഴും ചൂണ്ടയിൽ കുടുങ്ങുന്നതുകൊണ്ട് അവന് വീട്ടിൽ പോകാൻ പോലും ഒത്തില്ല. അമ്മ മകന് ഉച്ചയ്ക്കുള്ള ഭക്ഷണം കൊണ്ടു വന്നു കൊടുക്കുകയാണു ചെയ്യാറ്. അവർ കായൽക്കരയിൽ വന്നു വിളിക്കും:

"മോനേ, പിലീപ്ക്കാ. നേരം ഉച്ചയായി. നീ വന്ന് ഈ പലഹാരം തിന്നിട്ടു പോ!"

പിലീപ്ക്ക കരയിലേക്കു മടങ്ങും. പിടിച്ച മീൻ അങ്ങോട്ടെറിഞ്ഞിട്ട് അമ്മ കൊണ്ടുവന്ന പലഹാരം തിന്ന് വീണ്ടും കായലിന്റെ നടുവിലേക്ക് തുഴഞ്ഞുപോകും.

അമ്മ മകനെ വിളിക്കുന്നതെങ്ങിനെയെന്നു കേട്ടു മനസ്സിലാക്കിയ മന്ത്രവാദിനി ബാബ-യഗാ അവനെ വധിക്കാൻ തീരുമാനിച്ചു.

അവൾ ഒരു ചാക്കും തോട്ടിയുമെടുത്ത് കായൽക്കരയിൽ പോയി വിളിച്ചു:

"മോനേ, പിലീപ്ക്ക നേരം ഉച്ചയായി. നീ വന്ന് ഈ പലഹാരം തിന്നിട്ടുപോ!"

അമ്മ വിളിക്കുകയാണെന്നു വിചാരിച്ച് പിലീപ്ക്ക കരയിലേക്കു തുഴഞ്ഞുചെന്നു. ബാബ-യഗാ തോട്ടി തോണിയിൽ ഉടക്കി കരയിലേക്കു വലിച്ചു. പിലീപ്ക്കയെ പിടിച്ച് ചാക്കിനകത്തിട്ടു.

"ആഹാ!" അവൾ ആർത്തുവിളിച്ചു. "ഇനി നീ മീൻ പിടിക്കുകയില്ല!"

ചാക്ക് തോളത്തിട്ടുകൊണ്ട് അവൾ കാട്ടിനുള്ളിലേക്കു പോയി.

പക്ഷേ അവളുടെ വീട്ടിലേക്ക് ഒരുപാടു ദൂരം പോകണം. കുറെ കഴിഞ്ഞപ്പോൾ അവൾ ക്ഷീണിച്ച് വിശ്രമിക്കാൻ ഇരുന്നു. അങ്ങനെയങ്ങ് ഉറങ്ങിപ്പോവുകയും ചെയ്തു.

പിലീപ്ക്ക ചാക്കിനകത്തുനിന്ന് ഇഴഞ്ഞിറങ്ങി. അതു നിറയെ ഭാരിച്ച കല്ലുകൾ എടുത്തിട്ടശേഷം അവൻ വീണ്ടും കായലിലേക്കു മടങ്ങി.

ബാബ-യഗാ ഉണർന്ന് ചാക്ക് മുതുകിലേറി ഞെരങ്ങിയും മൂളിയും അതും ചുമന്ന് വീട്ടിലേക്കു നടന്നു.

അത് വീട്ടിൽ കൊണ്ടുവന്നിട്ട് അവൾ മകളോടു പറഞ്ഞു:

"ഈ മീൻപിടത്തക്കാരനെ എനിക്ക് ഉച്ചഭക്ഷണത്തിന് ചുട്ടുതാ.

അവൾ ചാക്ക് നിലത്തേക്ക് കുടഞ്ഞിട്ടപ്പോൾ അത്ഭുതം! അതിനകത്തു നിന്നു വീണത് കല്ലുകൾ മാത്രമാണ്.

ബാബു-യഗാ കലിതുള്ളി വിറച്ചു.

"നീ എന്നെ പറ്റിച്ചതിന് കാണിച്ചുതരാം!" എന്ന് ഉച്ചത്തിൽ വിളിച്ചു പറഞ്ഞുകൊണ്ട് അവൾ വീണ്ടും കായൽക്കരയിലേക്കോടി പിലീപ്ക്കായ വിളിക്കാൻ തുടങ്ങി:

"മോനേ, പിലീപ്ക്ക, നേരം ഉച്ചയായി. നീ വന്ന് ഈ പലഹാരം തിന്നിട്ടു പോ!"

പീലിപ്ക്ക അതു കേട്ട് തിരികെ വിളിച്ചു പറഞ്ഞു:

"എനിക്കു നിന്നെ ഭംഗിയായി അറിയാം! നീ എന്റെ അമ്മയല്ല, ബാബ-യഗായാണ്. എന്റെ അമ്മയുടെ ശബ്ദം ഇതിലും എത്രയോ നേർത്തതാണ്."

ബാബ-യഗാ എത്ര വിളിച്ചിട്ടും പിലീപ്ക്ക വിളി കേട്ടില്ല.

"സാരമില്ല," ബാബ-യഗാ തന്നത്താൻ പറഞ്ഞു. "ഞാൻ എന്റെ ശബ്ദം നേർത്തതാക്കും."

അവൾ ഒരു കൊല്ലന്റെ അടുത്തേക്കോടി.

"കൊല്ലാ, കൊല്ലാ, എന്റെ നാവിന്റെ മൂർച്ച കൂട്ടുകയും കട്ടി കുറയ്ക്കുകയും വേണം" അവൾ പറഞ്ഞു. "ശരി, അങ്ങനെയാവട്ടെ," കൊല്ലൻ പറഞ്ഞു. "അത് ഈ അടകല്ലിനു വെച്ചാൽ മതി." ബാബ -യഗാ അവളുടെ നീണ്ടനാക്കുനീട്ടി അടകല്ലിൽ വച്ചു. കൊല്ലൻ ചുറ്റികയെടുത്ത് അടിച്ചടിച്ച് അത് ഇലപോലെ പരത്തി. ബാബ-യഗാ അവിയടെനിന്നിറങ്ങി കായലിലേക്കോടി. അവൾ നേർത്ത ശബ്ദത്തിൽ പലീപ്ക്കയെ വിളിച്ചു.

"മോനേ, പിലീപ്ക്ക, നേരം ഉച്ചയായി. നീ വന്ന് ഈ പലഹാരം

തിന്നിട്ടു പോ!"

പിലീപ്ക്ക അതു കേട്ട് അമ്മയാണ് വിളിക്കുന്നതെന്നു വിചാരിച്ചു. അവൻ കരയിലേക്കു തുഴഞ്ഞുചെന്നപ്പോൾ ബാബ-യഗാ അവനെ പിടികൂടി ചാക്കിലിട്ടു.

"ഇനി നീ എന്നെ പറ്റിക്കുകയില്ലല്ലോ" ബാബ-യഗാ ആഹ്ലാദത്തോടെ വിളിച്ചു പറഞ്ഞു. വിശ്രമിക്കാൻ നിൽക്കാതെ അവൾ അവനെ നേരെ വീട്ടിലേക്കു കൊണ്ടുപോയി. അവനെ ചാക്കിനകത്തുനിന്നു കുടഞ്ഞിട്ടിട്ട് അവൾ മകളോടു പറഞ്ഞു.

"ഇതാ ആ തട്ടിപ്പുകാരൻ! അടുപ്പുകത്തിച്ച് ഇവനെ ഉച്ചഭക്ഷണത്തിനായി ചുട്ടെടുക്ക്!

ഇത്രയും പറഞ്ഞുകൊണ്ട് അവൾ ഇറങ്ങിപ്പോയി.

മകൾ അടുപ്പു കത്തിച്ചു. ഒരു തുമ്പ കൊണ്ടുവന്നിട്ട് അവൾ പിലീപ്ക്കയോടു പറഞ്ഞു.

"നീ ഈ തുമ്പയുടെ പുറത്ത് കിടക്ക്, ഞാൻ അടുപ്പത്തു വയ്ക്കട്ടെ"

പിലീപ്ക്ക കാൽരണ്ടും പൊക്കിപ്പിടിച്ചുകൊണ്ട് തുമ്പയുടെ പുറത്തു കിടന്നു.

"അങ്ങനെയല്ല!" ബാബ-യഗായുടെ മകൾ പറഞ്ഞു. "നീ കാലിങ്ങനെ പൊക്കിപ്പിടിച്ചാൽ എനിക്ക് നിന്നെ അടുപ്പിനകത്തു കയറ്റാൻ പറ്റുകയില്ല."

പിലീപ്ക്ക ഉടനെ കാലുകൾ താഴോട്ടു തൂക്കിയിട്ടു.

"അങ്ങനെയല്ല!" ബാബ-യഗായുടെ മകൾ വീണ്ടും പറഞ്ഞു.

"പിന്നെങ്ങിനെയാണ്?" പിലീപ്ക്ക ചോദിച്ചു. "കാണിച്ചു തരൂ!"

"നീ എന്തൊരു മണ്ടനാണ്!" ബാബ-യഗായുടെ മകൾ പറഞ്ഞു. "നോക്ക്, ഇങ്ങനെയാണ് കിടക്കേണ്ടത്?"

അവൾ തുമ്പയുടെ പുറത്ത് നീണ്ടുനിവർന്നു കിടന്നു. പിലീപ്ക്ക ഉടൻ തുമ്പയെടുത്ത് കത്തിക്കൊണ്ടിരിക്കുന്ന അടുപ്പിനകത്തേക്കു തള്ളി വച്ചിട്ട് അടുപ്പിച്ചു. അവൾ ചാടിപ്പോകാതിരിക്കാൻ വേണ്ടി ബാബ-യഗായുടെ തോട്ടിയെടുത്ത് അടുപ്പിന്റെ നേരെ ചാരിവച്ചു.

അവൻ കുടിലിന്റെ പുറത്തേക്കോടിയപ്പോൾ അതാ ബാബ-യഗാ നടന്നു വരുന്നു. പടർന്നു പന്തലിച്ചുനിൽക്കുന്ന ഒരു ഉയരം കൂടിയ അത്തിമരത്തിൽ അവൻ പിടിച്ചുകയറി അതിന്റെ

കൊമ്പുകൾക്കിടയിൽ ഒളിച്ചിരുന്നു.

ബാബ-യഗാ കുടിലിൽ വന്നു. മണം പിടിച്ചപ്പോൾ ചുട്ട മാംസത്തിന്റെ ഗന്ധം അനുഭവപ്പെട്ടു. അവൾ അടുപ്പിനകത്തുനിന്നും ചുട്ട മാംസം പുറത്തെടുത്തു മുഴുവനും തിന്നു. എല്ലുകൾ മുറ്റത്തെക്കെറിഞ്ഞു. അവയുടെ മീതെ കിടന്നുരുണ്ടുകൊണ്ട് അവൾ പറഞ്ഞു:

"ഈ എല്ലിൽമീതെ ഞാൻ വീണു, ഈ എല്ലിൻമീതെ കിടന്നുരുളും. പിലീപ്ക്കയുടെ മാംസം തിന്നു. അവന്റെ ചോര കുടിച്ചു ഞാൻ."

പിലീപ്ക്ക മരത്തിന്റെ മുകളിൽനിന്നും വിളിച്ചു പറഞ്ഞു:

"ഈ എല്ലിൻമീതെ നീ വീണോ. ഈ എല്ലിൻമീതെ കിടന്നുരുണ്ടോ. മകളുടെ മാംസം നീ തിന്നു. അവളുടെ ചോര കുടിച്ചു നീ..."

അതു കേട്ട് ബാബ-യഗായുടെ മുഖം കോപംകൊണ്ടു കറുത്തു. അവൾ അത്തിമരത്തിന്റെ അടുത്തേക്കോടി. പല്ലുകൊണ്ട് മരം കാർന്നു തുടങ്ങി. കാർന്നു കാർന്ന് അവളുടെ പല്ലെല്ലാം പോയി. എന്നിട്ടും മരത്തിന് ഒരു കുലുക്കവുമില്ല.

ബാബ-യഗാ കൊല്ലന്റെ അടുത്തേക്കോടി.

"കൊല്ലാ, കൊല്ലാ" അവൾ വിളിച്ചു പറഞ്ഞു. "എനിക്ക് ഉരുക്കുകൊണ്ട് ഒരു കോടാലി ഉണ്ടാക്കിത്താ. ഇല്ലെങ്കിൽ ഞാൻ നിന്റെ കുട്ടികളെ പിടിച്ചു തിന്നും."

കൊല്ലൻ പേടിച്ച് അവൾക്കൊരു കോടാലി ഉണ്ടാക്കിക്കൊടുത്തു.

ബാബ-യഗാ അതുമെടുത്ത് അത്തിമരത്തിന്റെ അടുത്തേക്കോടി അതു മുറിക്കാൻ തുടങ്ങി.

പിലീപ്ക്ക പറഞ്ഞു:

"മരത്തിനു പകരം പാറയിൽ മുട്ട്!"

ബാബ-യഗാ പറഞ്ഞു:

"പാറയ്ക്കും പകരം മരത്തിൽ മുട്ട്!"

പിലീപ്ക്ക വീണ്ടും പറഞ്ഞു:

മരത്തിനും പകരം പാറയിൽ മുട്ട്!"

ആ സമയത്ത് കോടാലി പെട്ടെന്ന് ഒരു പാറയിൽ മുട്ടി വക്ക് അടർന്നു പോവുകയും അതിന്റെ മൂർച്ച നഷ്ടപ്പെടുകയും ചെയ്തു.

ബാബ-യഗാ കോപത്തോടെ അട്ടഹസിച്ചുകൊണ്ട് കോടാലി

വലിച്ചെടുത്ത് അതിനു മൂർച്ച വയ്പിക്കാനായി വീണ്ടുംകൊല്ലന്റെ അടുക്കൽ ചെന്നു.

പിലീപ്ക്ക നോക്കിയപ്പോൾ അത്തിമരം ഒരു വശത്തേക്ക് ചരിഞ്ഞുതുടങ്ങിയതായി കണ്ടു. ബാബ-യഗാ അതു മുക്കാലും മുറിച്ചു കഴിഞ്ഞു. രക്ഷകിട്ടാൻ ഉടൻ എന്തെങ്കിലും ചെയ്തേ പറ്റൂ.

ആ സമയത്താണ് ഒരു പറ്റം വാത്തകൾ മീതേക്കൂടി പറന്നുവന്നത്.

"വാത്തകളേ, വാത്തകളേ ഒരൊറ്റ തൂവലെറിഞ്ഞുതരൂ" അവൻ അവയോട് വിളിച്ചു പറഞ്ഞു. "പറന്നു വീട്ടിൽ ചെന്നയുടൻ ഞാൻ നല്ലൊരു പ്രതിഫലമേകീടാം!"

വാത്തകൾ ഓരോ തൂവൽവീതം എറിഞ്ഞുകൊടുത്തു. ആ തൂവലുകൾക്കൊണ്ട് പിലീപ്ക്ക ഒരു ചിറകിന്റെ പകുതി ഉണ്ടാക്കി.

അപ്പോഴേക്ക് രണ്ടാമതൊരു പറ്റം വാത്തകൾ പറന്നുവന്നു. പിലീപ്ക്ക അവയുടെ നേരെ വിളിച്ചുപറഞ്ഞു:

"വാത്തകളേ, വാത്തുകളേ ഓരോ തൂവലെറിഞ്ഞുതരൂ. പറന്നു വീട്ടിൽ ചെന്നയുടൻ ഞാൻ നല്ലൊരു പ്രതിഫലമേകീടാം!"

രണ്ടാമത്തെ പറ്റവും ഓരോ തൂവൽവീതം എറിഞ്ഞുകൊടുത്തു.

തുടർന്ന് മൂന്നാമതും നാലാമതും ഓരോ പറ്റം വന്നു. വാത്തകൾ എല്ലാവരും പിലീപ്ക്കയ്ക്ക് ഓരോ തൂവൽ വീതം എറിഞ്ഞുകൊടുത്തു.

പിലീപ്ക്ക അവകൊണ്ട് രണ്ടു ചിറകുകളുണ്ടാക്കി വാത്തകളുടെ പിന്നാലെ പറന്നുപോയി.

അപ്പോഴേയ്ക്ക് ബാബ-യഗാ കൊല്ലന്റെ ആലയിൽനിന്ന് ഓടിവന്ന് വീണ്ടും അത്തിമരം വെട്ടിത്തുടങ്ങി. അവളുടെ വെട്ടിന്റെ ശക്തികൊണ്ട് മരപ്പൂളുകൾ നാലുപാടും ചിതറി.

അവൾ വെട്ടിവെട്ടി അവസാനം അത്തിമരം വലിയൊരു ശബ്ദത്തോടെ അവളുടെ മേലേയ്ക്കു മറിഞ്ഞുവീണു. അവൾ കൊല്ലപ്പെട്ടു.

പിലീപ്ക്ക വാത്തകളോടൊപ്പം പറന്ന് വീട്ടിലെത്തി. അവനെ കണ്ടപ്പോൾ അമ്മയ്ക്കും അച്ഛനും വലിയ സന്തോഷമായി. അവർ അവനെ മേശയുടെ അടുത്തുകൊണ്ടിരുത്തിയിട്ട് സ്വാദേറിയ പല വിഭവങ്ങളും കൊടുത്ത് വിരുന്നൂട്ടി.

വാത്തകൾക്കു കൊടുത്തു ഓട്സ്; അങ്ങനെ കഥയിതു തീർന്നു.

ഹിമവൃദ്ധനും ഹിമകുമാരനും

ഒരു ലിത്‌വാനിയൻ നാടോടിക്കഥ

ഒരിക്കൽ ഒരിടത്തു ഹിമവൃദ്ധനും അയാൾക്ക് ഹിമകുമാരൻ എന്ന് പേരുള്ള ഒരു മകനും ഉണ്ടായിരുന്നു. മകൻ വലിയ പൊങ്ങച്ചക്കാരനായിരുന്നു. ഭൂമുഖത്ത് അവനെക്കാൾ ബുദ്ധിമാനോ ബലവാനോ ആയിട്ട് മറ്റാരുമില്ലെന്നും തോന്നും അവന്റെ സംസാരം കേട്ടാൽ.

ഒരു ദിവസം ഹിമകുമാരൻ തന്നത്താൻ പറഞ്ഞു:

"എന്റെ അച്ഛനു വയസ്സായി. അദ്ദേഹം ശരിക്കു ജോലിചെയ്യുന്നില്ല. എനിക്കു ചെറുപ്പമാണ്. ഞാൻ ശക്തനുമാണ്, എനിക്ക് കൂടുതൽ നന്നായി ആളുകളെ മരവിപ്പിക്കാൻ കഴിയും. എന്നിൽനിന്ന് ആർക്കും ഒളിക്കാൻ കഴിയുകയില്ല. ആർക്കും എന്നെ തോല്പിക്കാൻ സാദ്ധ്യമല്ല. എനിക്ക് ആരേയും അടിയറവു പറയിക്കാൻ കഴിയും!"

മരവിപ്പിക്കാൻ ഒരാളെ തിരക്കി ഹിമകുമാരൻ പുറപ്പെട്ടു. ഒരു റോഡിലേക്കു പറന്നു ചെന്നപ്പോൾ ഒരു പ്രഭു വണ്ടിയിൽ പോകുന്നതു കണ്ടു. തടിച്ചുകൊഴുത്ത ഒരു കുതിരയാണ് വണ്ടിവലിക്കുന്നത്. പ്രഭുവിനുതന്നെ നല്ല വലിപ്പവും വണ്ണവുമുണ്ട്. ചൂടുള്ള ഒരു രോമക്കോട്ടാണ് ധരിച്ചിരിക്കുന്നത്. കാലു രണ്ടും കരിമ്പാടം കൊണ്ടു മൂടിയിരിക്കുന്നു

ഹിമകുമാരൻ പ്രഭുവിനെ ആകെയൊന്നു നോക്കി. അവൻ പൊട്ടിച്ചിരിച്ചു.

"ഹാഹാ!" അവൻ പറഞ്ഞു. "നിങ്ങൾ എത്ര രോമക്കോട്ടിട്ടു

മൂടിയാലും രക്ഷപ്പെടാൻ പോകുന്നില്ല. എന്റെ വൃദ്ധനായ അച്ഛന് നിങ്ങളെ ഒന്നും ചെയ്യാൻ കഴിഞ്ഞില്ലെന്നുവരും. പക്ഷേ എനിക്കു സാധിക്കും. ഞാൻ നിങ്ങളെ അസ്ഥിവരെ മരവിപ്പിക്കും. നിങ്ങളുടെ രോമക്കോട്ടുകൊണ്ടും കരിമ്പടം കൊണ്ടു ഒരു പ്രയോജനവുമുണ്ടാവില്ല."

ഹിമകുമാരൻ പ്രഭുവിന്റെ നേരെ പറന്നുചെന്ന് അയാളെ ശല്യപ്പെടുത്താൻ തുടങ്ങി. കരിമ്പടത്തിനടിയിലും കുപ്പായ കൈകൾക്കിടയിലും കോളറിനടിയിലും നുഴഞ്ഞു കയറി മൂക്കിൽ കടിച്ചു.

ഉടൻതന്നെ കുതിരയെ വേഗമോടിക്കാൻ പ്രഭു വണ്ടിക്കാരനോടു പറഞ്ഞു.

"ഞാൻ തണുത്തുകോച്ചും" അയാൾ പറഞ്ഞു.

ഹിമകുമാരൻ പ്രഭുവിനെ കൂടുതൽക്കൂടുതൽ ശല്യപ്പെടുത്തിക്കൊണ്ടിരുന്നു. അവൻ മൂക്ക് വേദനിക്കുന്നവണ്ണം മുറുക്കി കടിച്ചു. കൈകാലുകൾ മരവിപ്പിച്ചു. വീർപ്പു മുട്ടിച്ചു.

പ്രഭു ദേഹമനക്കുകയും ഇരിപ്പിടത്തിൽ അങ്ങോട്ടുമിങ്ങോട്ടും ഇളകുകയും ചെയ്തു. അയാൾ തണുത്തു വിറച്ചു. തണുപ്പുകൊണ്ട് ചൂളിപ്പോയി.

"കുറേക്കൂടി വേഗം ഓടിക്ക്!" അയാൾ വണ്ടിക്കാരനോട് വിളിച്ചു പറഞ്ഞു. "വേഗം!"

കുറേ കഴിഞ്ഞപ്പോൾ അയാൾക്ക് തൊണ്ടയടഞ്ഞ് ഒച്ചയിടാൻ വയ്യാതായി.

വീട്ടിലെത്തിയപ്പോൾ അർദ്ധപ്രാണനായിക്കഴിഞ്ഞിരുന്ന അയാളെ വണ്ടിയിൽനിന്നു ചുമന്നാണ് കൊണ്ടുപോയത്.

ഹിമകുമാരൻ അച്ഛനായ ഹിമവൃദ്ധന്റെ അടുക്കലേക്ക് പറന്നുചെന്ന് വീമ്പുപറയാൻ തുടങ്ങി.

"അച്ഛാ, എന്നെ നോക്കു! ഞാൻ എത്ര ബലവാനാണ്! അച്ഛന് ഒരിക്കലും എന്റെ ഒപ്പം എത്താൻ കഴിയുകയില്ല! എത്ര വലിയ ഒരു തടിമാടൻ പ്രഭുവിനെയാണ് ഞാൻ മരവിപ്പിച്ചതെന്നറിയാമോ! എത്ര ചൂടുള്ള ഒരു കോട്ടിനടിയിലാണ് ഞാൻ ഇഴഞ്ഞു കയറിയത്! അച്ഛനെക്കൊണ്ടാവാത്ത കാര്യമാണത്! ഈ വലിപ്പവും കരുത്തുമുള്ള ഒരാളെ അച്ഛന് മരവിപ്പിക്കാൻ സാദ്ധ്യമല്ല!"

ഹിമവൃദ്ധൻ പുഞ്ചിരിച്ചു.

"എടാ പൊങ്ങച്ചക്കാരാ!" അയാൾ പറഞ്ഞു. "നിന്റെ ശക്തിയെയും ധൈര്യത്തേയും പറ്റി വീമ്പടിക്കാൻ ഇത്ര തിടുക്കം കൂട്ടേണ്ട. നീ ആ തടിയൻ പ്രഭുവിനെ മരവിപ്പിക്കുകയും അയാളുടെ ചൂടുള്ള കോട്ടിനടിയിൽ ഇഴഞ്ഞുകയറുകയും ചെയ്തു. ശരിതന്നെ. പക്ഷേ അതിൽ കാര്യമില്ല. ദാ അവിടെ നോക്ക്. എല്ലുന്തിയ കുതിരയുടെ പുറത്ത് കീറിപ്പറഞ്ഞ കോട്ടുമിട്ടു യാത്രചെയ്യുന്ന ആ എല്ലുംതോലുമായ കൃഷിക്കാരനെ കണ്ടോ?"

"കണ്ടു"

"ശരി, അയാൾ വിറകു വെട്ടാൻ കാട്ടിലേക്കു പോവുകയാണ്. നീ അയാളെ ഒന്ന് മരവിപ്പിക്കാൻ നോക്കി. നിനക്ക് അതിനു കഴിയുമെങ്കിൽ നീ ശക്തനാണെന്നു സമ്മതിക്കാം."

"ഹും നല്ല കാര്യം!" ഹിമകുമാരൻ പറഞ്ഞു. "ഞാൻ അയാളെ ഞൊടിയിടയിൽ മരവിപ്പിക്കാം!"

ഹിമകുമാരൻ വായുവിലൂടെ പറന്ന് കൃഷിക്കാരന്റെ ഒപ്പമെത്തി. അയാളുടെ മീതെ ചാടിവീണ് അയാളെ ശല്യപ്പെടുത്താൻ തുടങ്ങി. അവൻ പലഭാഗത്തുനിന്നും മാറിമാറി അയാളെ ആക്രമിച്ചു. പക്ഷേ കൃഷിക്കാരൻ ഒരിടത്തും നിൽക്കാതെ യാത്രതുടർന്നു. ഹിമകുമാരൻ അയാളുടെ പാദങ്ങളിൽ കടിച്ചു. അയാൾ ഉടനെ തന്നെ വണ്ടിയിൽ നിന്നു ചാടിയിറങ്ങി കുതിരയുടെ ഒപ്പം ഓടിത്തുടങ്ങി.

"നീ നോക്കിക്കോ!" ഹിമകുമാരൻ വിചാരിച്ചു. "കാട്ടിൽ ചെല്ലുമ്പോൾ നിന്നെ ഞാൻ മരവിപ്പിക്കും!"

കൃഷിക്കാരൻ കാട്ടിലെത്തി. അയാൾ കോടാലി എടുത്ത് മരം വെട്ടാൻ തുടങ്ങി. മരപ്പൂളുകൾ നാലുപാടും ചിതറി.

ഹിമകുമാരൻ അയാൾക്ക് ഒരു സൈ്വര്യവും കൊടുത്തില്ല. അയാളുടെ കൈകാലുകളിൽ പിടിമുറുക്കുകയും കോളറിനടിയിൽ അരിച്ചുകയറുകയും ചെയ്തു.

പക്ഷേ ഹിമകുമാരൻ അയാളെ കൂടുതൽ മരവിപ്പിക്കാൻ ശ്രമിക്കും തോറും കൃഷിക്കാരൻ കൂടുതൽ വേഗത്തിൽ കോടാലികൊണ്ട് വെട്ടി ത്തുടങ്ങി. അവസാനം അയാൾ ഉഷ്ണം തോന്നി കയ്യുറകൾ ഊരുക പോലും ചെയ്തു.

ഹിമകുമാരൻ കൃഷിക്കാരനെ ശല്യപ്പെടുത്തിക്കൊണ്ടേയിരുന്നു. അവസാനം അവൻ തളർന്നു.

"സാരമില്ല!" അവൻ തന്നത്താൻ പറഞ്ഞു. "ഞാൻ ഏതായാലും നിന്നെ തോല്പിക്കും. നീ വീട്ടിലേക്കു മടങ്ങുമ്പോൾ ഞാൻ നിന്റെ അസ്ഥിവരെ മരവിപ്പിക്കും."

അവൻ ചെന്നുവണ്ടിയിൽ ചാടിക്കയറി. കൃഷിക്കാരന്റെ കയ്യുറകൾ കിടക്കുന്നതു കണ്ട് അവൻ അവയ്ക്കുള്ളിലേക്ക് ഇഴഞ്ഞുകയറി. അവൻ അവിടെ ഇരുന്ന് പൊട്ടിച്ചിരിച്ചുകൊണ്ട് സ്വയം പറഞ്ഞു:

"ആ കൃഷിക്കാരൻ ഈ കയ്യുറകൾ ഇടുന്നതൊന്നു കാണട്ടെ, ഞാനവ മരംപോലെ ആക്കിവച്ചിട്ടുണ്ട്. അവയ്ക്കകത്തു വിരലുകൾ കടത്താൻ സാദ്ധ്യമല്ല!"

ഹിമകുമാരൻ കയ്യുറകൾക്കുള്ളിൽ ഇരിക്കുമ്പോൾ കൃഷിക്കാരൻ തടിവെട്ടിക്കൊണ്ടേയിരുന്നു.

അവസാനം ഒരു വണ്ടി നിറയെ തടി തയ്യാറായി.

"ഇനി എനിക്കു വീട്ടിൽ പോകാം." കൃഷിക്കാരൻ പറഞ്ഞു.

അയാൾ കയ്യുറകളെടുത്ത് ഇടാൻ തുടങ്ങി. പക്ഷേ അവ പാറപോലെ ഉറച്ചിരിക്കുകയാണ്.

"ഇനി അയാൾ എന്തു ചെയ്യുമെന്നു നോക്കാം." ഹിമകുമാരൻ ചിരിച്ചുകൊണ്ട് തന്നത്താൻ പറഞ്ഞു.

പക്ഷേ കയ്യുറകൾ ഇടാൻ പറ്റില്ലെന്നു കണ്ടപ്പോൾ കൃഷിക്കാരൻ തന്റെ കോടാലിയെടുത്ത് അവയെ വീണ്ടും വീണ്ടും അടിച്ചു.

കൃഷിക്കാരൻ കോടാലികൊണ്ട് കയ്യുറകളുടെ മീതെ ഠേ!ഠേ!

എന്നടിച്ചപ്പോൾ അവയ്ക്കകത്ത് ഇരുന്നിരുന്ന ഹിമകുമാരൻ അയ്യോ! അയ്യോ! എന്നു നിലവിളിച്ചു.

കൃഷിക്കാരൻ ഹിമകുമാരനെ കണക്കിനു പ്രഹരിച്ചു. അവൻ അവിടന്ന് ജീവനും കൊണ്ടോടി.

കുതിര വേഗമോടാനായി ഉച്ചത്തിൽ വിളിച്ചുകൊണ്ട് കൃഷിക്കാരൻ തടിയുമായി വീട്ടിലേക്കു തിരിച്ചു. ഹിമകുമാരൻ ഞരങ്ങിക്കൊണ്ട് വേച്ചുവേച്ച് അച്ഛന്റെ അടുത്തെത്തി. ഹിമകുമാരനെ കണ്ടപ്പോൾ ഹിമവൃദ്ധൻ പൊട്ടിച്ചിരിച്ചു.

"എന്തുപറ്റി. മോനെ?" അയാൾ ചോദിച്ചു."നീ ഇങ്ങനെ വേച്ചു വേച്ചു നടക്കുന്നതെന്താണ്?"

"ഞാൻ ആ കൃഷിക്കാരനെ മരവിപ്പിക്കാൻ ശ്രമിച്ചിട്ട് ആകെ തളർന്നു."

"നീ ഇങ്ങനെ ദയനീയമായി ഞരങ്ങുന്നതെന്താണ്?"

"എന്റെ സ്ഥാനത്ത് ആരും ഞരങ്ങിപ്പോകും! കൃഷിക്കാരന്റെ അടികൊണ്ട് എന്റെ പള്ള വേദനിക്കുന്നു.

"മോനെ, നിനക്ക് ഇത് ഒരു പാഠമായിരിക്കട്ടെ. ഞൊട്ടയൊടിച്ചുനടക്കുന്ന പ്രഭുക്കന്മാരെ തോൽപ്പിക്കാൻ എളുപ്പമാണ്. പക്ഷേ ഒരു കൃഷിക്കാരനെ തോല്പിക്കാൻ ആർക്കും സാദ്ധ്യമല്ല. നീ അതു ഒരിക്കലും മറക്കരുത്!"

ഒരു പ്രഭു
കുതിരയായി മാറിയതെങ്ങിനെ

ഒരു ലാത് വിയൻ നാടോടിക്കഥ

പണ്ട്പണ്ട് ഒരിടത്ത് ഒരു ക്രൂരനായ പ്രഭു ഉണ്ടായിരുന്നു. അയാൾ തന്റെ വേലക്കാരോട് യാതൊരു കരുണയും കാട്ടിയില്ല. അർദ്ധപ്രാണരാകുന്നതുവരെ അവരെക്കൊണ്ടു പണിയെടുപ്പിച്ചു. ഒഴിവുദിവസങ്ങളിൽപ്പോലും അവർക്കു വിശ്രമം കൊടുത്തില്ല.

അന്നൊരു പ്രധാനപ്പെട്ട വിശേഷദിവസമായിരുന്നു. മിക്കവാറും വിശ്രമിക്കുകയാണ്. അന്നു രാവിലെ പ്രഭു തന്റെ വേലക്കാരെ ധാന്യം മെതിക്കാൻ കളപ്പുരയിലേക്കയച്ചു.

രാപകൽ ധാന്യം മെതിക്കുകയായിരുന്നതിനാൽ എഴുന്നേറ്റുനിൽക്കാൻ പോലും വയ്യാത്തവണ്ണം അവർ തളർന്നിരുന്നു.

അവർ പണിതുടങ്ങുമ്പോഴേയ്ക്കു പ്രഭു ഒരു വടിയുമായി കളപ്പുരയിലേക്ക് ഓടിയെത്തി. തന്റെ വേലക്കാർ വളരെ പതുക്കെയാണ് ജോലി ചെയ്യുന്നതെന്ന് അയാൾക്കു തോന്നി. അയാൾ വടി വീശിക്കൊണ്ട് അവരുടെനേരെ ഭീഷണികളും അധിക്ഷേപങ്ങളും ചൊരിഞ്ഞു.

"തെണ്ടിപ്പരിഷ!" അയാൾ അട്ടഹസിച്ചു. "ഈ ധാന്യം മുഴുവൻ മെതിച്ചുകഴിയാതെ നിങ്ങൾ ഈ കളപ്പുരയ്ക്കപ്പുറത്ത് പോവുകയില്ല!"

ജോലി കൂടുതൽ വേഗത്തിൽ ചെയ്യുന്നതിന് മെതിയന്ത്രത്തിൽ പൂട്ടാൻ ഒരു കുതിരയെ അവർ ചോദിച്ചു.

എന്ത്?!! പ്രഭു ഗർജ്ജിച്ചു.

"ഞാൻ നിങ്ങൾക്ക് ഒരു കുതിരയെ തരണമെന്നോ? അക്കാര്യം

ഇനി മിണ്ടിപ്പോയാൽ മടിയന്മാരായ നിങ്ങളെ ഞാൻ ഈ വെറും കൈകൾകൊണ്ട് കഴുത്തുഞെക്കി കൊന്നുകളയും! കുതിരയ്ക്ക് വിശ്രമം ആവശ്യമാണ്. നിങ്ങൾ കുതിരയില്ലാതെ ജോലി ചെയ്താൽ മതി!"

തൊണ്ടയടയുന്നതുവരെ ഒച്ചയിട്ടശേഷം പ്രഭു കളപ്പുരയിൽനിന്നു വേഗം പുറത്തുകടന്നു. കാരണം അവിടത്തെ പൊടി വിഴുങ്ങുന്നത് അത്ര സുഖകരമല്ലല്ലോ!

അയാൾ പുറത്തുകടന്നതേയുള്ളൂ. അപ്പോഴേയ്ക്ക് "അയ്യോ! നിർത്തൂ! അയ്യോ!" എന്ന് ആരോ വിളിച്ചു പറയുന്നതു കേട്ടു.

ആ സമയത്ത് ഒരു കുതിര ചിനച്ചു. ഒരു കുതിരക്കോപ്പ് കിലുങ്ങി ആരോ ഒരു കുതിരയെ പൂട്ടുകയാണെന്നു വ്യക്തമായി.

അതാരായിരിക്കും?

പെട്ടെന്ന് ഒരു വൃദ്ധൻ കുളപ്പുരയിലേക്കു കടന്നുവന്നു. നീണ്ടു കിടന്ന നരച്ച താടിയോടും മിന്നൽപ്പിണർപോലെ വെട്ടിത്തിളങ്ങുന്ന കണ്ണുകളോടും കൂടിയ വളരെയേറെ പ്രായം ചെന്ന ഒരു വൃദ്ധനായിരുന്നു അത്. തവിട്ടുനിറത്തിലുള്ള കരുത്തനായ ഒരു കുതിരയെ അയാൾ ബലമായി കടിഞ്ഞാണിട്ടു പിടിച്ചിട്ടുണ്ട്.

വൃദ്ധ വേലക്കാരെ അഭിവാദ്യം ചെയ്തുകൊണ്ടു പറഞ്ഞു:

"ഇതാ ഈ കുതിര നിങ്ങൾക്കുള്ളതാണ്. മെതിയന്ത്രത്തിൽ പൂട്ടിക്കൊളിൻ. അതു കഴിഞ്ഞ് അവനെ ഏറ്റവും കഠിനമായ ജോലിക്ക് ഉപയോഗിക്കണം. നിങ്ങൾ കാട്ടിൽ പോകുമ്പോൾ മരം തുണ്ടായി മുറിച്ച് വണ്ടിയിൽ ഇടേണ്ട ആവശ്യമില്ല. മരം വെട്ടിയിട്ടയുടനെ കുതിരയെ അതിന്റെ തലപ്പിനോട് ചേർത്തുകെട്ടുക. അവൻ ആ മരം

കൊമ്പും ഇലയുമെല്ലാമുൾപ്പെടെ അതേപടി പ്രഭുവിന്റെ വീട്ടിലേക്ക വലിച്ചുകൊണ്ടുപോകട്ടെ. എതിർപ്പു കാട്ടിയാൽ യാതൊരു ദാക്ഷിണ്യമില്ലാതെ അവനെ ചാട്ടകൊണ്ടടിക്കണം. പുറത്തും പള്ളയ്ക്കും അടിച്ചോളിൻ. പക്ഷേ അവന്റെ തലയിൽ മാത്രം തൊടരുത്. അവന് തിന്നാൻ യാതൊന്നും കൊടുക്കരുത്. വൈകുന്നേരം ലായത്തിലാക്കുമ്പോൾ അവനെ കയറുകൊണ്ടു കെട്ടി മച്ചിൽനിന്ന് തൂക്കിയിടണം. പകലത്തെപണി കഴിഞ്ഞ് അവൻ രാത്രി അങ്ങനെ തൂങ്ങിക്കിടക്കട്ടെ. അതുകൊണ്ട് അവനു ഗുണമേ വരൂ."

ഇത്രയും പറഞ്ഞശേഷം വൃദ്ധൻ അപ്രത്യക്ഷനായി.

കുതിര ഉച്ചത്തിൽ ചിനച്ചു. അവന്റെ ശബ്ദത്തിന് പ്രഭുവിന്റേതുമായി വളരെയേറെ സാമ്യമുണ്ടായിരുന്നു. അവൻ എത്തരത്തിലുള്ള കുതിരയാണെന്ന് വേലക്കാർ ഊഹിച്ചു.

"ഇടിമിന്നലിന്റെ ദേവനായ പെർക്കോനായിരിക്കും ഇവനെ ഇവിടെ കൊണ്ടുവന്നത്!" അവർ പറഞ്ഞു. "പെർക്കോനിന്റെ ആജ്ഞ അനുസരിച്ചേ തീരൂ. കുതിരയെക്കൊണ്ടു ചെയ്യിക്കണമെന്ന് അദ്ദേഹം പറഞ്ഞ കാര്യങ്ങൾ നമ്മൾ ചെയ്യിക്കും."

അവർ കുതിരയെ മെതിയന്ത്രത്തോടു പൂട്ടി ഉടനെ ജോലി തുടങ്ങി. കുതിര വാശിപിടിച്ചു നിന്നു. അവൻ തല പുറകോട്ടു വലിക്കുകയും ചീനയ്ക്കുകയും കുളമ്പുകൾ തറയിൽ ചവിട്ടുകയും കഴുത്തു തിരിക്കുകയും ചെയ്തു. അവനു ജോലി ചെയ്യാൻ ഇഷ്ടമല്ലെന്നു വ്യക്തമായിരുന്നു. പക്ഷേ അവരത് ഗൗനിച്ചില്ല. അവന്റെ മടി കളയാൻ വേണ്ടി അവർ അവനെ ഭംഗിയായി പ്രഹരിച്ചു.

ആ ദിവസം തൊട്ട് കാര്യങ്ങൾ അങ്ങനെ നടന്നു. ഏറ്റവും കഠിനമായ ജോലിചെയ്യാനുള്ളപ്പോൾ തവിട്ടുനിറത്തിലുള്ള കുതിരയെ പൂട്ടും. തീർച്ച. മടി കാണിച്ചാൽ ചാട്ടയും വടിയുംകൊണ്ട് അവനെ നിർദ്ദയം പ്രഹരിക്കും.

കുതിര പകൽസമയം മുഴുവൻ വിശ്രമമില്ലാതെ പണിയെടുക്കും. രാത്രിയാവുമ്പോൾ അവനെ ലായത്തിൽ കൊണ്ടുപോയി മച്ചിൽനിന്ന് കയറിട്ടു കെട്ടിത്തൂക്കും. രാവിലെവരെ അവൻ അവിടെ തൂങ്ങിക്കിടക്കും.

അവന് തീറ്റികൊടുത്തതുമില്ല. ശൈത്യകാലത്ത് വണ്ടിക്കകത്തു നിന്ന് ആരും കാണാതെ ശകലം വയ്ക്കോൽ തിന്നതും

വേനൽക്കാലത്ത് വേലിക്കരികിൽ നില്ക്കുന്ന ഏതാനും ചൊറിയ ണച്ചെടികൾ കടിച്ചുപറിച്ചു തിന്നതുമൊഴിച്ചാൽ ഇക്കാലം മുഴുവൻ യാതൊന്നും തിന്നിട്ടില്ല.

തവിട്ടു നിറത്തിലുള്ള കുതിര വന്ന അതേദിവസം ക്രൂരനായ പ്രഭു അപ്രത്യക്ഷനായി. അയാളുടെ ഭാര്യ വളരെയൊക്കെ അന്വേഷിച്ചിട്ടും അയാളെ കണ്ടുകിട്ടിയില്ല.

ഒരു വർഷം മുഴുവൻ കടന്നുപോയി. തുടക്കത്തിൽ കുതിരയ്ക്ക് നല്ല കരുത്തും ഓജസ്സും അഴകുമുണ്ടായിരുന്നു. പക്ഷേ വർഷാവസാന ത്തിൽ അവൻ തീരെ ശോഷിച്ചുപോയി. കണ്ണുകൾ കുഴിഞ്ഞു. കീഴ്ച്ചു ണ്ട് താഴോട്ട് തൂങ്ങിക്കിടന്നു. എല്ലുകൾ എഴുന്നുനിന്നു. മുതുകൊട്ടി. രോമം ചിടപിടിച്ച് തൂങ്ങിക്കിടന്നു.

ഒരു ദിവസം കുതിര മുറ്റത്തു നിൽക്കുന്നതു കണ്ട പ്രഭ്വി കുതിരക്കാ രനോടു പറഞ്ഞു:

"ആ വൃത്തികെട്ട വയസ്സൻ കുതിരയെ കാട്ടിൽ കൊണ്ടുപോയി കൊല്ലുകയാണ് നല്ലത്. അതിനെ കാണുമ്പോൾ എനിക്ക് മനം പുരട്ടുന്നു.!"

പക്ഷേ അത് എത്തരത്തിലുള്ള കുതിരയാണെന്ന് കുതിരക്കാരനും ഊഹിച്ചുകാണും. അയാൾ അതുകൊണ്ട് അതിനെ കൊന്നില്ല.

വലിയൊരു പെരുന്നാൾ ദിവസം എല്ലാവരും വിശ്രമിക്കുമ്പോൾ തവിട്ടുനിറത്തിലുള്ള കുതിര ഒച്ചകേൾപ്പിക്കാതെ ലായത്തിൽനിന്നി റങ്ങി പ്രഭുവിന്റെ പച്ചക്കറിത്തോട്ടത്തിൽ കടന്ന് മുട്ടക്കൂസ് തിന്നാൻ തുടങ്ങി,

നടക്കാനിറങ്ങിയ പ്രഭ്വി പച്ചക്കറിത്തോട്ടത്തിലേക്ക് കടന്നപ്പോ ഴുണ്ട് അതാ ആ വൃത്തികെട്ട കുതിര മുട്ടക്കൂസ് തൊലിച്ചുതൊലിച്ചു അകത്താക്കുന്നു!

പ്രഭ്വിക്ക് കലശലായ കോപം വന്നു.

"എടാ കാശിനുകൊള്ളാത്തവനേ!" അവർ അട്ടഹസിച്ചു. "നീ നോക്കിക്കോ. ഞാൻ നിന്നെ ഒരു പാഠം പഠിപ്പിക്കുന്നുണ്ട്!"

ഒരു വണ്ണമുള്ള വടിയെടുത്ത് അവർ കുതിരയുടെ തലയ്ക്കടിച്ചു. അത്ഭുതം! ഞൊടിയിടയിൽ പ്രഭു മുമ്പിൽ നിൽക്കുന്നു!

ദയനീയമായ തളർന്ന സ്വരത്തിൽ പ്രഭു പറഞ്ഞു:

“എന്റെ പ്രിയപ്പെട്ട പത്നി, നീ എന്തിനാണ് എന്നെ അടിച്ചത്? എനിക്ക് കുറച്ച് മുട്ടക്കുസ് തിന്നുടെ? ഒരു വർഷത്തെ പട്ടിണിക്കു ശേഷം അത് ഞാൻ ഇതേവരെ കഴിച്ചിട്ടുള്ള ഏറ്റവും സ്വാദേറിയ ഭക്ഷണത്തേക്കാൾ രുചികരമായി തോന്നുന്നു!”

പ്രഭ്വി അയാളെ തിരിച്ചറിഞ്ഞു. അവർ പല ആശ്ചര്യശബ്ദങ്ങളും പുറപ്പെടുവിച്ചു. പ്രഭു അളാകെ മാറിയിരിക്കുന്നു. വളരെ ശോഷിച്ചു പോയിട്ടുണ്ട്. മുഖം കറുത്തിരിക്കുന്നു. താടിയും നഖങ്ങളും വളരെ നീണ്ടിരിക്കുന്നു. ദേഹം നിറയെ മുറിവും ചതവുമാണ്. വസ്ത്രമാകെ കീറിപ്പറഞ്ഞുപോയിരിക്കുന്നു.

ആരും കാണാതിരിക്കാൻവേണ്ടി പ്രഭ്വി അയാളെ കൈയ്ക്കുപിടിച്ച് അകത്തേക്കു കൊണ്ടുപേയി.

അന്നുമുതൽ പ്രഭു എപ്പോഴും ശാന്തനും വിനയശീലനുമായി കാണപ്പെട്ടു.

ഓരോരുത്തർക്കും
കിട്ടേണ്ടതു കിട്ടി

ഒരു എസ്റ്റോണിയൻ നാടോടിക്കഥ

ഒരിക്കൽ ദരിദ്രനും വൃദ്ധനുമായ ഒരു വഴിയാത്രക്കാരൻ റോഡിലൂടെ നടന്നു പോവുകയായിരുന്നു. നേരം സന്ധ്യയായി. രാത്രിയാകാറായി.

രാത്രി ഒരിടത്തു തങ്ങാമെന്നു കരുതി വൃദ്ധൻ ഒരു വലിയ വീടിന്റെ ജനാലയിൽ മുട്ടി.

"നല്ലവരായ വീട്ടുകാരേ, ഈ രാത്രി എന്നെ ഇവിടെ താമസിപ്പിക്കൂ." അയാൾ പറഞ്ഞു.

അതു കേട്ട് പണക്കാരിയായ ഗൃഹനായിക പുറത്തിറങ്ങി വന്ന് അയാളെ ശകാരിക്കാനും അയാളുടെ നേരെ തട്ടിക്കയറാനും തുടങ്ങി.

"ഞാൻ തന്റെനേരെ നായ്ക്കളെ അഴിച്ചുവിടും!" അവൾ അട്ടഹസിച്ചു.

"രാത്രി ഇവിടെ താമസിപ്പിക്കണമെന്ന് എന്നോടു പറഞ്ഞാലത്തെ അനുഭവം അപ്പോൾ താൻ അറിഞ്ഞുകൊള്ളും. പോടോ ഇവിടുന്ന്!"

വൃദ്ധൻ പിന്നെയും നടന്നു. ഒരു ദരിദ്രനായ കൊച്ചു വീട് കണ്ട് അതിന്റെ ജനാലയിൽ മുട്ടി.

"നല്ലവരായ വീട്ടുകാരേ, എനിക്ക് രാത്രി കിടക്കാൻ ഇടം തരാമോ?" അയാൾ ചോദിച്ചു.

"അകത്തുവരൂ, അകത്തുവരൂ" ഗൃഹനായിക സ്നേഹഭാവത്തിൽ പറഞ്ഞു. "നിങ്ങൾക്ക് രാത്രി ഇവിടെ കഴിച്ചുകൂട്ടാം. ഇവിടെ വലിയ ഒച്ചയും ബഹളവുമാണെന്നേയുള്ളൂ. അധികം ഇടവുമില്ല. നിങ്ങൾ അത് കാര്യമാക്കുകയില്ലല്ലോ."

വൃദ്ധൻ വീട്ടിനകത്തേക്കു കടന്നു. വീട്ടുകാർ വളരെ പാവപ്പെട്ടവരാണെന്ന് അയാൾക്കു മനസ്സിലായി. കുട്ടികൾ ഒരുപാടുണ്ട്. കീറിപ്പറഞ്ഞ കുപ്പായങ്ങളാണ് ധരിച്ചിരിക്കുന്നത്.

"നിങ്ങൾ കുട്ടികളെ ഈ കീറിപ്പറഞ്ഞ വേഷത്തിൽ നിർത്തിയിരിക്കുന്നതെന്താണ്?" അയാൾ ചോദിച്ചു. "നിങ്ങൾ അവർക്ക് പുതിയ കുപ്പായങ്ങൾ തുന്നിക്കൊടുത്തതെന്താണ്?"

"എനിക്കെങ്ങനെ കഴിയും?" സ്ത്രീ പറഞ്ഞു. "എന്റെ ഭർത്താവ് മരിച്ചുപോയി. ഞാൻ ഒറ്റയ്ക്കുവേണം ഈ കുട്ടികളെ വളർത്താൻ... ഞങ്ങൾക്ക് ആഹാരം വാങ്ങാൻപോലും പണമില്ല. പിന്നല്ലേ തുണി!"

അപ്പറഞ്ഞതെല്ലാം വൃദ്ധൻ കേട്ടു. പക്ഷേ മറുപടിയൊന്നും പറഞ്ഞില്ല. മേശപ്പുറത്ത് അത്താഴം എടുത്തുവച്ചിട്ട് വീട്ടുകാരി അയാളേയും ക്ഷണിച്ചു.

"ഞങ്ങളുടെകൂടെ വന്നിരുന്നു കഴിക്കൂ." അവൾ പറഞ്ഞു.

"നന്ദി, വേണ്ട" വൃദ്ധൻ പറഞ്ഞു. "എനിക്കു വിശപ്പില്ല. ഞാൻ കുറച്ചു മുമ്പാണ് ആഹാരം കഴിച്ചത്."

അയാൾ തന്റെ സഞ്ചിയഴിച്ച് അതിലുണ്ടായിരുന്ന ഭക്ഷണം മുഴുവൻ കുട്ടികൾക്കും കൊടുത്തു. അനന്തരം ഉറങ്ങാൻ കിടന്നു. തൽക്ഷണം ഉറങ്ങുകയും ചെയ്തു.

രാവിലെ വൃദ്ധൻ എഴുന്നേറ്റ് ഗൃഹനായികയോട് അവരുടെ ഔദാര്യത്തിന് നന്ദി പറഞ്ഞു. പോകാൻ നേരത്ത് അയാൾ പറഞ്ഞു:

"നിങ്ങൾ രാവിലെ ചെയ്യുന്നത് രാത്രിവരെ ചെയ്തുകൊണ്ടിരിക്കും."

വൃദ്ധൻ പറഞ്ഞതിന്റെ അർത്ഥം ആ സ്ത്രീക്ക് മനസ്സിലായില്ല. അവൾ അത് ഗൗനിച്ചതുമില്ല. അയാളെ പടിക്കൽ കൊണ്ടാക്കിയ ശേഷം അവൾ വീട്ടിലേക്കു മടങ്ങി.

"എന്റെ കുട്ടികൾ കീറിപ്പറഞ്ഞത് ഉടുത്തുനടക്കുന്നവരാണെന്ന് ഈ ദരിദ്രൻ പോലും പറയുകയാണെങ്കിൽ മറ്റുള്ളവർ എന്തായിരിക്കും പറയുക!" അവൾ മനസ്സിൽ വിചാരിച്ചു.

വീട്ടിൽ ആകെ ബാക്കിയുണ്ടായിരുന്ന അവസാനത്തെ തുണിക്കഷ്ണം കൊണ്ട് ഒരു കുപ്പായമെങ്കിലും തുന്നാൽ അവൾ തീരുമാനിച്ചു. കൂടുതൽ തുന്നാൻ തുണിയുണ്ടായിരുന്നില്ല. ഒരു കുപ്പായത്തിനുതന്നെ തുണി മതിയാകുമോ എന്ന് അളന്നുനോക്കുന്നതിന് വാരക്കോൽ വാങ്ങാനായി അവൾ അടുത്തുള്ള പണക്കാരിയുടെ വീട്ടിൽപോയി.

അയൽക്കാരിയുടെ വീട്ടിൽനിന്നു തിരിച്ചുവന്നയുടനെ ആ പാവപ്പെട്ട സ്ത്രീ നേരെ സ്റ്റോർ മുറിയിൽ പോയി. തട്ടിൽനിന്ന് തുണിക്കഷ്ണമെടുത്ത് അളക്കാൻ തുടങ്ങി. അവൾ അളക്കുംതോറും ആ തുണിക്കഷ്ണത്തിന് നീളം കൂടിക്കൂടിവന്നു. അതു തീരുകയേയില്ലെന്നു തോന്നി. പകൽസമയം മുഴുവൻ അവൾ തുണി അളക്കുകയായിരുന്നു. നേരം വളരെ വളരെ ഇരുട്ടിയതിനുശേഷമേ അളന്നുതീർന്നുള്ളൂ.

അവൾക്കും അവളുടെ കുട്ടികൾക്കും ആയുഷ്ക്കാലം മുഴുവൻ വേണ്ട തുണിയുണ്ടെന്ന് അവൾക്ക് ഉറപ്പായിരുന്നു.

"അപ്പോൾ ആ വൃദ്ധൻ പറഞ്ഞതിന്റെ അർത്ഥം ഇതായിരുന്നു!" അവൾ വിചാരിച്ചു.

അവൾ അന്നു രാത്രിതന്നെ വാരക്കോൽ അയൽപക്കത്തെ പണക്കാരിയെ തിരികെ ഏല്പിച്ചു. വൃദ്ധൻ പറഞ്ഞതനുസരിച്ച് തനിക്ക് ഒരു മുറി നിറയെ തുണി കിട്ടിയതെങ്ങിനെയാണെന്ന് അവൾ ഒന്നും മറച്ചുവെയ്ക്കാതെ പറഞ്ഞു.

"ദൈവമേ! ഞാൻ അയാളെ രാത്രി താമസിപ്പിക്കാഞ്ഞതെന്താണ്!"

പണക്കാരി വിചാരിച്ചു. അവൾ തന്റെ വേലക്കാരനെ വിളിച്ചു പറഞ്ഞു.

"നീ വേഗം ഒരു കുതിരയെ പൂട്ടി ആ പിച്ചക്കാരന്റെ പിന്നാലെ

ചെല്ലൂ! അയാളെ എങ്ങനെയെങ്കിലും കൊണ്ടുവന്നേ പറ്റൂ! പാവപ്പെട്ട വരെ നിർലോഭം സഹായിക്കേണ്ടതാണ്.

വേലക്കാരൻ ഉടനെ വണ്ടിയുമായി വൃദ്ധനെ അന്വേഷിച്ച് പുറപ്പെട്ടു. പിറ്റേന്ന് അയാളൊടൊപ്പമെത്തി. പക്ഷേ വൃദ്ധൻ തിരികെ പോകാൻ വിസമ്മതിച്ചു.

വേലക്കാരൻ ധർമ്മസങ്കടത്തിലായി.

“ഞാൻ എന്തൊരു ഭാഗ്യം കെട്ടവനാണ്!” അയാൾ പറഞ്ഞു. “ഞാൻ നിങ്ങളെ കൂട്ടിക്കൊണ്ട് ചെന്നില്ലെങ്കിൽ യജമാനത്തി എന്നെ കൂലി തരാതെ ആട്ടിപ്പുറത്താക്കും.”

“വിഷമിക്കാതെ.” വൃദ്ധൻ പറഞ്ഞു. “ശരി, ഞാൻ നിന്റെ കൂടെ വരാം.”

അയാൾ വണ്ടിയിൽ കയറി വേലക്കാരനോടൊപ്പം പോയി.

പണക്കാരി അക്ഷമയോടെ പടിക്കൽത്തന്നെ നില്പുണ്ടായിരുന്നു. അവൾ വൃദ്ധനെ പുഞ്ചിരിയോടെ വന്ദിച്ചു സ്വീകരിക്കുകയും അയാളെ വീട്ടിനകത്തേക്ക് കൂട്ടിക്കൊണ്ടുപേയി ആഹാരം കൊടുക്കുകയും ചെയ്തു. അയാൾക്കുവേണ്ടി മാർദ്ദവമേറിയ ഒരു മെത്തയൊരുക്കിയിട്ട് അവൾ പറഞ്ഞു:

“അപ്പൂപ്പാ, ഇവിടെ കിടന്ന് വിശ്രമിക്കൂ!”

വൃദ്ധൻ പണക്കാരിയുടെ വീട്ടിൽ താമസം തുടങ്ങിയിട്ട് ദിവസം ഒന്നു കഴിഞ്ഞു, രണ്ടു കഴിഞ്ഞു, മൂന്നു കഴിഞ്ഞു. അയാൾ ആഹാരം കഴിച്ചു, ഉറങ്ങി. പൈപ്പു വലിച്ചു. ഗൃഹനായിക അയാൾക്ക് ആഹാരം കൊടുക്കുകയും അയാളോട് സ്നേഹത്തിൽ സംസാരിക്കുകയും ചെയ്തു. പക്ഷേ അവളുടെ ഉള്ള് നീറുകയായിരുന്നു..

“ഈ കിഴട്ടുകിളവൻ എന്നാണ് ഇറങ്ങിപ്പോകുന്നത്?” അവൾ തന്നത്താൻ പറഞ്ഞു.

പക്ഷേ വൃദ്ധനെ ആട്ടിപ്പുറത്താക്കാൻ അവൾ ധൈര്യപ്പെട്ടില്ല. അങ്ങനെ ചെയ്താൽ അയാൾക്കുവേണ്ടി ഈ പാടെല്ലാം പെട്ടത് വെറുതെയാവും.

നാലാം ദിവസം അതിരാവിലെ വൃദ്ധൻ പുറപ്പെടാൻ തയ്യാറാവുന്നതു കണ്ടപ്പോൾ അവൾക്ക് വലിയ സന്തോഷം തോന്നി. പണക്കാരി അയാളെ യാത്ര അയയ്ക്കാൻ ഒപ്പം പുറത്തേക്കിറങ്ങി.

വൃദ്ധൻ ഒന്നും മിണ്ടാതെ പടിവരെ നടന്നു. ഒന്നും മിണ്ടാതെ പടിക്കു പുറത്തു കടന്നു. പണക്കാരിക്ക് സ്വയം അടക്കാൻ കഴിഞ്ഞില്ല.

"ഞാൻ ഇന്ന് എന്താണു ചെയ്യേണ്ടതെന്നു പറയൂ." അവൾ പറഞ്ഞു.

വൃദ്ധൻ അവളെ നോക്കി.

"നിങ്ങൾ രാവിലെ ചെയ്യുന്നത് രാത്രിവരെ ചെയ്തുകൊണ്ടിരിക്കും." അയാൾ പറഞ്ഞു.

പണക്കാരി വീട്ടിലേക്കോടി തുണി അളക്കാനായി വാരക്കോലെടുത്തു.

പക്ഷേ പെട്ടെന്ന് അവൾ അത്യുച്ചത്തിൽ ഒന്നു തുമ്മി. അവളുടെ തുമ്മലിന്റെ ശബ്ദം കേട്ട് മുറ്റത്തുണ്ടായിരുന്ന കോഴിക്കുഞ്ഞുങ്ങൾ ഭയന്ന് നാലുപാടും പറന്നു.

അവൾ പകൽസമയം മുഴുവൻ നിർത്താതെ തുമ്മിക്കൊണ്ടിരുന്നു:

"ഹ-ച്ഛീ! ഹ-ച്ഛീ! ഹ-ച്ഛീ!"

അവൾക്ക് ഒന്നും തിന്നാനും കഴിഞ്ഞില്ല, കുടിക്കാനും കഴിഞ്ഞില്ല. ചോദ്യങ്ങൾക്കൊന്നും മറുപടി പറയാനും കഴിഞ്ഞില്ല.

"ഹ-ച്ഛീ! ഹ-ച്ഛീ! ഹ-ച്ഛീ!"

ഇതാണ് അവളിൽ നിന്ന് ആകെ വന്ന ശബ്ദം.

സൂര്യൻ അസ്തമിച്ച് നേരം ഇരുട്ടിയതിനുശേഷം മാത്രമേ അവൾ തുമ്മൽ നിർത്തിയുള്ളൂ.

ഹിയ്സിയുടെ തിരികല്ല്

ഒരു കരേലിയൻ നാടോടിക്കഥ

ഒരിക്കൽ ഒരിടത്ത് രണ്ടു സഹോദരന്മാരുണ്ടായിരുന്നു. ഒരാൾ ധനികനും മറ്റേയാൾ ദരിദ്രനുമായിരുന്നു. ധനികനായ സഹോദരൻ അയൽക്കാരുമായി സ്നേഹത്തിലും ലോഹ്യത്തിലും പെരുമാറി. എന്നാൽ സ്വന്തം സഹോദരനോട് അയാൾ പരിചയം പോലും നടിച്ചില്ല. ദരിദ്രൻ അതുമിതും ചോദിച്ചുകൊണ്ട് വരുമോ എന്നായിരുന്നു അയാളുടെ ഭയം.

വാസ്തവത്തിൽ ദരിദ്രനായ സഹോദരൻ നിവൃത്തിയുണ്ടെങ്കിൽ തന്റെ ധനികനായ ജ്യേഷ്ഠനോട് യാതൊന്നും ചോദിക്കാറില്ലായിരുന്നു.

പക്ഷേ ഒരിക്കൽ ഒരു വിശേഷദിവസത്തിന് വീട്ടിൽ ഒന്നും തന്നെ ഇല്ലായിരുന്നു. ഭാര്യ അയാളോടു പറഞ്ഞു.

“നമ്മൾ ഈ വിശേഷദിവസം എങ്ങനെ ആഘോഷിക്കും? ജ്യേഷ്ഠന്റെ അടുത്തു പോയി കുറച്ചു മാംസം കടം വാങ്ങൂ. അദ്ദേഹം ഇന്നലെ ഒരു പശുവിനെ കശാപ്പു ചെയ്തിട്ടുണ്ട്. ഞാൻ കണ്ടതാണ്.”

ദരിദ്രനായ സഹോദരന് ജ്യേഷ്ഠന്റെ അടുക്കൽ പോകാൻ ഇഷ്ടമല്ലായിരുന്നു. അയാൾ അക്കാര്യം ഭാര്യയോട് പറയുകയും ചെയ്തു. പക്ഷേ വേറെ എവിടെ പോകാനാണ്?

അതുകൊണ്ട് അയാൾ ധനികസഹോദരന്റെ അടുക്കൽ ചെന്നു പറഞ്ഞു:

“ജ്യേഷ്ഠാ, എനിക്ക് കുറച്ചു മാംസം കടം തരൂ. വിശേഷദിവസത്തിന്

ഞങ്ങൾക്ക് വീട്ടിൽ യാതൊന്നുമില്ല."

ധനിക സാഹോദരൻ അയാൾക്ക് ഒരു പശുവിന്റെ കുളമ്പ് എറിഞ്ഞുകൊടുത്തിട്ട് പറഞ്ഞു.

"ഓ, എടുത്തുകൊണ്ടു പോയി ഹിയ്സിക്കു കൊടുക്ക്!"

ദരിദ്രസഹോദരൻ ധനികന്റെ വീട്ടിൽനിന്നും ഇറങ്ങിയപ്പോൾ ആലോചിച്ചു.

"ജ്യേഷ്ഠൻ ഈ കുളമ്പു തന്നത് എനിക്കായിട്ടില്ല. വനഭ്രതമായ ഹിയ്സിക്കായിട്ടാണ്. അതുകൊണ്ട് ഞാനിത് ഹിയ്സിക്ക് കൊണ്ടുക്കൊടുക്കുന്നതാണ് നല്ലത്."

അയാൾ അങ്ങനെ കാട്ടിലേക്കു തിരിച്ചു.

അയാൾ കാട്ടിൽ എത്ര ദൂരം നടന്നെന്ന് ആർക്കും അറിഞ്ഞുകൂടാ. ഏതായാലും കുറെ കഴിഞ്ഞപ്പോൾ അയാൾ കുറെ മരം വെട്ടുകാരെ കണ്ടു.

"എങ്ങോട്ട് പോകുന്നു?" മരം വെട്ടുകാരൻ ചോദിച്ചു.

"വനഭ്രതമായ ഹിയ്സിയ്ക്ക് ഈ പശുക്കുളമ്പ് കൊടുക്കാൻ" ദരിദ്രൻ മറുപടി പറഞ്ഞു. "അദ്ദേഹത്തിന്റെ കുടിൽ എവിടെയാണെന്ന് പറഞ്ഞുതരുമോ?"

മരം വെട്ടുകാർ പറഞ്ഞു:

"നേരെ നടന്നാൽ മതി. ഒരിടത്തും തിരിയരുത്. അപ്പോൾ അവിടെ എത്തും. പക്ഷേ ആദ്യം ഞങ്ങൾ പറയുന്നതു ശ്രദ്ധിക്കു. പശുക്കുളമ്പ് കൊടുത്തതിനു പ്രതിഫലമായി ഹിയ്സി നിങ്ങൾക്ക് വെള്ളി തരാൻ ശ്രമിക്കുകയാണെങ്കിൽ അതു വാങ്ങരുത്, സ്വർണ്ണം തരാൻ ശ്രമിച്ചാലും വാങ്ങരുത്. അദ്ദേഹത്തിന്റെ തിരികല്ലു തരാൻ പറയൂ. മറ്റൊന്നും ചോദിക്കരുത്."

മരംവെട്ടുകാരുടെ സദുപദേശത്തിനു നന്ദിപറഞ്ഞുകൊണ്ട് ദരിദ്രൻ

അവരോട് യാത്രപറഞ്ഞ് നടപ്പ തുടർന്നു.

അയാൾ എത്ര ദൂരം നടന്നെന്ന് ആർക്കും അറിഞ്ഞുകൂടാ. കുറെ ദൂരം ചെന്നപ്പോൾ ഒരു കുടിൽ കണ്ടു. അയാൾ അകത്തു കയറിയപ്പോഴുണ്ട് അതാ ഹിയ്സ് തന്നെയാണ് അവിടെ ഇരിക്കുന്നത്!

ഹിയ്സി അയാളെ നോക്കിക്കൊണ്ട് പറഞ്ഞു:

"ആളുകൾ എനിക്ക് സമ്മാനങ്ങൾ തരാമെന്നു പലപ്പോഴും പറയാറുണ്ട്. പക്ഷേ കൊണ്ടുത്തരുന്നത് അപൂർവ്വമാണ്. നിങ്ങൾ എന്താണ് കൊണ്ടുവന്നിട്ടുള്ളത്?"

"ഒരു പശുവിന്റെ കുളമ്പ്."

ഹിയ്സിയ്ക്ക് വലിയ സന്തോഷമായി.

"ഞാൻ മാംസം കഴിച്ചിട്ട് മുപ്പതു വർഷമായി." അദ്ദേഹം പറഞ്ഞു.

"എനിക്ക് വേഗം ആ കുളമ്പു തരൂ!"

അദ്ദേഹം കുളമ്പു വാങ്ങി തിന്നു.

"ഞാൻ ഇതിന് പ്രതിഫലം തരാൻ ആഗ്രഹിക്കുന്നു." അദ്ദേഹം പറഞ്ഞു.

"ഒരു പാട്ടു വേണോ? ഇതാ രണ്ടു പിടി വെള്ളി എടുത്തോളൂ."

"എനിക്കു വെള്ളി വേണ്ട." ദരിദ്രൻ പറഞ്ഞു.

അപ്പോൾ ഹിയ്സി കുറെ സ്വർണ്ണമെടുത്ത് രണ്ടുപിടി ദരിദ്രന്റെ നേരെ നീട്ടി.

"എനിക്ക് സ്വർണ്ണവും വേണ്ട," ദരിദ്രൻ പറഞ്ഞു.

"പിന്നെന്തു വേണം?"

"അങ്ങയുടെ തിരികല്ല്."

"അതു സാദ്ധ്യമല്ല. അതു തരാൻ സാദ്ധ്യമല്ല, ഞാൻ നിങ്ങൾക്ക് എത്ര പണം വേണമെങ്കിലും തരാം."

പക്ഷേ ദരിദ്രൻ വാങ്ങിയില്ല. അയാൾ തിരികല്ല് ചോദിച്ചുകൊണ്ടിരുന്നു.

"ഞാൻ പശുകുളമ്പ് തിന്നുകഴിഞ്ഞു." ഹിയ്സി പറഞ്ഞു. "അതിനു പ്രതിഫലം തരാതെ നിവൃത്തിയില്ല. ശരി, എന്റെ തിരികല്ല് എടുത്തോളൂ. പക്ഷേ അതുകൊണ്ട് എന്താണ് ചെയ്യേണ്ടതെന്ന് അറിയാമോ?"

"ഇല്ല, അറിയാൻവയ്യ, എനിക്കു പറഞ്ഞു തരൂ."

"ഇതു വെറും സാധാരണ തിരികല്ലല്ല," ഹിയ്സി പറഞ്ഞു. "നിങ്ങൾ ആവശ്യപ്പെടുന്നതെന്തും അതു തരും. 'തിരിയൂ, എന്റെ തിരികല്ലേ.!' എന്നു പറഞ്ഞാൽ മതി. അതു നിർത്തണമെങ്കിൽ 'മതിയാക്കൂ!' എന്നു പറയുകയേവേണ്ടൂ. അതു നിൽക്കും. ഇനി പോകൂ!"

ദരിദ്രൻ ഹിയ്സിയോടു നന്ദി പറഞ്ഞുകൊണ്ട് വീട്ടിലേക്കു തിരിച്ചു. അയാൾ വളരെനേരം കാട്ടിലൂടെ നടന്നു. നേരം ഇരുട്ടി. മഴ ശക്തിയായി പെയ്തു. കാറ്റ് ചൂളംവിളിച്ചു. മരക്കൊമ്പുകൾ അയാളുടെ മുഖത്തു വന്നടിച്ചു. അയാൾ വീട്ടിലെത്തിയപ്പോഴേക്ക് നേരം പുലർന്നു കഴിഞ്ഞിരുന്നു.

"ഇന്നലെ പകലും രാത്രിയും മുഴുവൻ എവിടെ അലഞ്ഞുനടക്കുകയായിരുന്നു?" ഭാര്യ ചോദിച്ചു. "നിങ്ങളെ ഇനി കാണാനൊക്കുകയേയില്ലെന്നു ഞാൻ വിചാരിച്ചു."

"ഞാൻ വനഭ്രുതമായ ഹിയ്സിയുടെ വീട്ടിൽ പോയിരുന്നതാണ്," ദരിദ്രൻ പറഞ്ഞു. "അദ്ദേഹം എനിക്കു തന്നത് കണ്ടോ!"

അയാൾ സഞ്ചിയിൽ നിന്ന് തിരിക്കല്ല് പുറത്തെടുത്തു.

"തിരിയൂ, എന്റെ തിരികല്ലേ!" അയാൾ പറഞ്ഞു. " ഈ വിശേഷ ദിവസം ഞങ്ങൾക്കു തിന്നാൻ നല്ല സാധനങ്ങൾ തരൂ"

തിരികല്ല് തന്നത്താൻ തിരിഞ്ഞുതുടങ്ങി. ഗോതമ്പുപൊടിയും ധാന്യവും പഞ്ചസാരയും മാംസവും മത്സ്യവും മറ്റെന്തെല്ലാം വേണോ അതത്രയും മേശപ്പുറത്തേക്കു പ്രവഹിച്ചു. ദരിദ്രന്റെ ഭാര്യ ചാക്കുകളും കിണ്ണങ്ങളും കൊണ്ടുവന്ന് അവയിലെല്ലാം ഭക്ഷണസാധനങ്ങൾ നിറച്ചു. ദരിദ്രൻ തിരിക്കല്ലിൽ തട്ടിക്കൊണ്ടു പറഞ്ഞു. "മതിയാക്കൂ!" തിരികല്ല് തൽക്ഷണം തിരിയൽ നിർത്തി നിശ്ചലമായി.

ഗ്രാമത്തിലെ മറ്റാരേക്കാളും കേമമായി ദരിദ്രന്റെ കുടുംബം വിശേഷദിവസം കൊണ്ടാടി. അന്നുമുതൽ അവരുടെ ജീവിതം കൂടുതൽ അഭിവൃദ്ധിപ്പെട്ടു.. വീട്ടിൽ സുഭിക്ഷത കളിയാടി. ഭാര്യയ്ക്കും കുട്ടികൾക്കും പുതിയ നല്ല വസ്ത്രങ്ങളും ലഭിച്ചു. അവർക്ക് ഒന്നിനും ഒരു കുറവുമില്ലായിരുന്നു.

ഒരു ദിവസം തന്റെ കുതിരയ്ക്ക് കുറെ ഓട്സ് വേണമെന്ന് ദരിദ്രൻ തിരികല്ലിനോടു പറഞ്ഞു. തിരികല്ല് അത് കൊടുക്കുകയും ചെയ്തു. കുതിര ഓട്സ് തിന്നുകൊണ്ട് വീട്ടിനടുത്തു നിന്നു.

ആ സമയത്താണ് ധനികനായ സഹോദരൻ തന്റെ കുതിരകളെ കായലിൽ കൊണ്ടുപോയി. കുളിപ്പിക്കാൻ വേലക്കാരനോടു പറഞ്ഞത്. വേലക്കാലൻ കുതിരകളെ കായലിലേക്കു കൊണ്ടുപോയി.

പക്ഷേ ദരിദ്രനായ സഹോദരന്റെ വീടിനടുത്തെത്തിയപ്പോൾ അവ അവിടെ നിന്ന് ദരിദ്രന്റെ കുതിരയോടൊപ്പം ഓട്സ് തിന്നാൽ തുടങ്ങി.

വീട്ടിലിരുന്നുകൊണ്ട് ഇതു കണ്ട ധനികൻ പുറത്തിറങ്ങിവന്നു.

"ഹേയ്!" അയാൾ വേലക്കാരനോടു വിളിച്ചുപറഞ്ഞു."കുതിരകളെ ഉടൻ ഇവിടെ കൊണ്ടുവാ! അവ ആ വീട്ടിനടുത്തു നിന്ന് ചവറ് തിന്നുകയാണ്".

വേലക്കാരൻ കുതിരകളെ തിരിച്ചുകൊണ്ടുവന്നു.

"യജമാനനെ, അങ്ങേയ്ക്ക് തെറ്റിപ്പോയി." അവൻ പറഞ്ഞു. "അത് ചവറായിരുന്നില്ല, മേൽത്തരം ഓട്സായിരുന്നു. അങ്ങയുടെ സഹോദരന് ഓട്സും മറ്റ് എല്ലാ സാധനങ്ങളും ധാരാളമുണ്ട്."

ധനികനായ സഹോദരന് ജിജ്ഞാസ തോന്നി.

"എന്റെ സഹോദരൻ പെട്ടെന്ന് ധനികനായത് എന്തു മറിമായം കൊണ്ടാണെന്ന് ഞാൻ ഒന്നു പോയി നോക്കിയിട്ടുവരാം." അയാൾ പറഞ്ഞു.

അയാൾ സഹോദരന്റെ അടുത്തൽ ചെന്നു.

"നീ ഇത്ര പെട്ടെന്ന് ധനികനായത് എങ്ങനെയാണ്?" അയാൾ ചോദിച്ചു. "ഈ നല്ല സാധനങ്ങളെല്ലാം എവിടന്നു വന്നു?"

ദരിദ്രനായ സഹോദരൻ ഒന്നും മറച്ചുവെച്ചില്ല.

"ഹിയ്സിയാണ് എന്നെ സഹായിച്ചത്," അയാൾ പറഞ്ഞു.

"എന്താണീ പറയുന്നത്?" ധനികസഹോദരൻ ചോദിച്ചു.

"ഞാൻ പറഞ്ഞതുതന്നെ. വിശേഷദിവസത്തിന്റെ തലേന്ന് ജ്യേഷ്ഠൻ എനിക്കൊരു പശുവിന്റെ കുളമ്പു തന്നിട്ട്, എടുത്തുകൊണ്ടു പോയി ഹിയ്സിയ്ക്കു കൊടുക്ക് എന്നു പറഞ്ഞില്ലേ. ഞാൻ അതുതന്നെ ചെയ്തു. ഞാൻ ഹിയ്സിയ്ക്ക് കുളമ്പു കൊടുത്തു. അദ്ദേഹം പകരം ഒരു അത്ഭുതതിരികല്ല് എനിക്കു സമ്മാനിച്ചു. ആ തിരികല്ലാണ് ഞാൻ ചോദിക്കുന്നതെന്തും എനിക്കു തരുന്നത്."

"എന്നെ കാണിക്ക്!"

"കാണിക്കാം."

അവർക്കു തിന്നാൻ സ്വാദുള്ള പലതരം പലഹാരങ്ങൾ കൊണ്ടുവരാൻ ദരിദ്രൻ തിരികല്ലിനോടു പറഞ്ഞു. തിരികല്ല് ഉടനെ തിരിഞ്ഞു തുടങ്ങി. പലഹാരങ്ങളും പൊരിച്ച മാംസവും മറ്റു പല വിഭവങ്ങളും

മേശപ്പുറത്തു നിരന്നു.

ധനികസഹോദരന്റെ കണ്ണു തള്ളിപ്പോയി.

"എനിക്ക് ആ തിരികല്ല് വിൽക്ക്," അയാൾ യാചിച്ചു.

"ഓ, ഇല്ലില്ല." ദരിദ്രസഹോദരൻ പറഞ്ഞു. "അതു എനിക്കാവശ്യമുണ്ട്."

പക്ഷേ ധനികസഹോദരൻ എളുപ്പത്തിൽ വിട്ടുകൊടുത്തില്ല.

"നിനക്ക് എന്തു വില വേണമെങ്കിലും തരാം. എനിക്കു താ ആ തിരികല്ല്!" അയാൾ നിർബന്ധിച്ചു.

"അതു വില്പനയ്ക്കല്ല."

ഇങ്ങനെ അലട്ടിക്കൊണ്ടിരുന്നിട്ട് പ്രയോജനമില്ലെന്നു മനസ്സിലായപ്പോൾ ധനികസഹോദരൻ അടവു മാറ്റി.

"നിന്നെപ്പോലെ നന്ദികെട്ടവൻ വേറെ ആരുണ്ട്!" അയാൾ പറഞ്ഞു.

"ഞാനല്ലേ നിനക്ക് പശുവിന്റെ കുളമ്പു തന്നത്?"

"അതെ."

"കണ്ടില്ലേ. എന്നിട്ടാണ് നീ എനിക്ക് ആ തിരിക്കല്ലു തരാൻ മടിക്കുന്നത്. വിൽക്കുന്നില്ലെങ്കിൽ കുറെ ദിവസത്തേക്ക് എനിക്കത് വായ്പയായിട്ടെങ്കിലും താ."

ദരിദ്രനായ സഹോദരൻ അതേപ്പറ്റി ആലോചിച്ചു.

"എന്നാൽ ചേട്ടന്റെ ഇഷ്ടം പോലെ," അയാൾ പറഞ്ഞു. "കുറെ ദിവസത്തേക്ക് ചേട്ടൻ അത് വച്ചോളൂ."

ധനിക സഹോദരന് വലിയ സന്തോഷമായി. അയാൾ തിരികല്ലുമെടുത്തുകൊണ്ട് വീട്ടിലേക്കോടി. അത് വേണ്ടപ്പോൾ നിർത്തേണ്ടതെങ്ങിനെയയാണെന്ന് ചോദിച്ചുപോലുമില്ല.

പിറ്റേന്നു രാവിലെ അയാൾ തിരികല്ലുമെടുത്തുകൊണ്ട് ഒരു കപ്പലിൽ കയറി കടലിൽപോയി.

"മീൻ ഉപ്പിട്ടുണക്കുന്ന സമയമാണിത്," അയാൾ വിചാരിച്ചു.

"ഉപ്പിനു നല്ല വിലയുണ്ട്. ഞാൻ ഉപ്പുകച്ചവടം തുടങ്ങാൻ പോവുകയാണ്."

അയാൾ കടലിൽ വളരെ ദൂരം പൊയ്ക്കഴിഞ്ഞിരുന്നു. അയാൾ തിരിക്കല്ലിനോടു പറഞ്ഞു. "തിരിയൂ, എന്റെ തിരികല്ലേ! എനിക്ക് ഉപ്പു വേണം. എത്രയും കൂടുതൽ കിട്ടുന്നോ അത്രയും നന്ന്."

തിരികല്ല് തിരിയാൻ തുടങ്ങി. ഏറ്റവും ശുദ്ധമായ വെളുത്തഉപ്പ് അതിൽനിന്നും പ്രവഹിച്ചു.

ധനികൻ ആഹ്ലാദത്തോടെ അതു നോക്കി നിന്നു. അയാൾ ലാഭം കണക്കാക്കുകയായിരുന്നു. തിരികല്ലിനോട് നിർത്താൻ പറയേണ്ട സമയം അതിക്രമിച്ചു. പക്ഷേ അയാളാകട്ടെ,

തിരിയൂ, എന്റെ തിരികല്ലേ, തിരിയൂ, നിർത്തരുത്!" എന്നു കൂടെക്കൂടെ ആവർത്തിച്ചുകൊണ്ടിരുന്നതേയുള്ളൂ.

ഉപ്പിന്റെ ഭാരംകൊണ്ട് കപ്പൽ കുറേശ്ശ താണുതുടങ്ങി. പക്ഷേ ധനികസഹോദരന്റെ പ്രജ്ഞ നശിച്ചതുപോലെ തോന്നി. കാരണം, അയാൾ പിന്നെയും "തിരിയൂ, എന്റെ തിരികല്ലേ, തിരിയൂ!" എന്നു പറഞ്ഞുകൊണ്ടിരുന്നു.

വെള്ളം അകത്തു കയറിത്തുടങ്ങി. കപ്പൽ മുങ്ങാറായി. അപ്പോഴാണ് ധനികസഹോദരന് ബോധം വീണതും.

"തിരിയൽ നിർത്തൂ, തിരികല്ലേ!" അയാൾ വിളിച്ചുപറഞ്ഞു.

പക്ഷേ തിരിക്കല്ല തിരിഞ്ഞുകൊണ്ടിരുന്നു.

"തിരികല്ല്, തിരിയൽ നിർത്തൂ, നിർത്തൂ." ധനികൻ വീണ്ടും വിളിച്ചുപറഞ്ഞു. പക്ഷേ തിരികല്ല് നിർത്താതെ തിരിഞ്ഞുകൊണ്ടിരുന്നു.

ധനികസഹോദരൻ തിരികല്ല് പൊക്കിയെടുത്ത് കടലിലേറക്കറിയാൻ നോക്കി. പക്ഷേ അത് കപ്പലിൽ ഒട്ടിപ്പിടിച്ചതുപോലെ തോന്നി. അയാൾക്കത് പൊക്കാൻ കഴിഞ്ഞില്ല.

"സഹായിക്കണേ! രക്ഷിക്കണേ!" ധനികസഹോദരൻ നിലവിളിച്ചു.

പക്ഷേ അയാളെ സഹായിക്കാനും രക്ഷിക്കാനും അവിടെ ആരുമില്ലായിരുന്നു.

കപ്പൽ മുങ്ങി, ധനികസഹോദരൻ വെള്ളത്തിനടിയിലേക്കു മറഞ്ഞു. കടൽ അയാളെ മൂടി.

ഇനി തിരികല്ലിന്റെ കാര്യമോ? കടലിനടിയിൽവച്ചും അത് നിർത്താതെ തിരിഞ്ഞുകൊണ്ട് കൂടുതൽ കൂടുതൽ ഉപ്പുണ്ടാക്കിക്കൊണ്ടിരുന്നത്രെ. നിങ്ങൾ വിശ്വസിക്കുമോ? അതുകൊണ്ടാണുപോലും കടലിലെ വെള്ളത്തിന് ഇത്രയേറെ ഉപ്പുരസമുള്ളത്.

മൂന്നു സഹോദരന്മാർ അച്ഛന്റെ നിധി കണ്ടെത്തിയതെങ്ങിനെ

ഒരു മോൾഡാവിയൻ നാടോടിക്കഥ

ഒരിക്കൽ ഒരച്ഛനു് മൂന്നു പുത്രന്മാരുണ്ടായിരുന്നു. അയാൾ ഒരു അദ്ധ്വാനശീലനായിരുന്നു. ഒരിക്കലും അലസനായി ഇരുന്നില്ല. നേരം വെളുക്കുന്നതുമുതൽ രാത്രി വളരെ ഇരുട്ടുന്നതുവരെ അയാൾ പ്രയത്നിച്ചുവന്നു. വൃദ്ധൻ ഒരിക്കലും ജോലിചെയ്തു തളരുന്നതായി കണ്ടില്ല. എല്ലാ ഭംഗിയായും സമയത്തിനും ചെയ്തു തീർത്തു.

നേരേമറിച്ച് നല്ല ഉയരവും അഴകും ആരോഗ്യവുമുള്ള മൂന്നു പുത്രന്മാർക്ക് പണിയെടുക്കാൻ ഇഷ്ടമല്ലായിരുന്നു.

അച്ഛൻ പാടത്തും തോട്ടത്തിലും വീട്ടിലും പണിയെടുക്കും. പക്ഷേ മക്കൾ മരത്തണലിൽ വെടിപറഞ്ഞിരിക്കുകയോ ദ് നേസ്റ്റർനദിയിൽ മീൻപിടിക്കാൻ പോവുകയോ ചെയ്യും.

"നിങ്ങൾ പണിയെടുത്ത് അച്ഛനെ സഹായിക്കാത്തതെന്താണ്?" അയൽക്കാർ ചോദിച്ചു.

“ഞങ്ങൾ എന്തിനു പണിയെടുക്കണം?” മക്കൾ പറഞ്ഞു. “അച്ഛൻ ഞങ്ങളെ നല്ലവണ്ണം നോക്കുന്നുണ്ട്. എല്ലാ ജോലിയും വളരെ ഭംഗിയായി അച്ഛൻ തന്നെ ചെയ്യുന്നുണ്ട്.”

ഓരോ വർഷവും ഇങ്ങനെ തുടർന്നു.

മക്കൾ വളർന്നു വലുതായി. അച്ഛനു വയസ്സുമായി. ശരീരം ക്ഷീണിച്ചു. പണ്ടത്തെപ്പോലെ പണിയെടുക്കാൻ വയ്യാതായി. വീടിനു ചുറ്റുമുള്ള തോട്ടം കാടുകയറി കിടന്നു. പാടം കളപിടിച്ചു കിടന്നു. മക്കൾ ഇതു കണ്ടു. പക്ഷേ പണിയെടുക്കാൻ തീരെ ഇഷ്ടമല്ലാത്തതുകൊണ്ട് അവർ ഒന്നും ചെയ്തില്ല.

“മക്കളേ, നിങ്ങൾ അവിടിരുന്ന് വെറുതെ സമയം കളയുന്നതെന്തിനാണ്?” അച്ഛൻ അവരോടു ചോദിക്കും. “ചെറുപ്പത്തിൽ ഞാൻ പണിയെടുത്തു. ഇപ്പോൾ നിങ്ങളുടെ സമയം വന്നു.”

“ഓ, പണിയെടുക്കുന്നത് പിന്നീടായാലും കുഴപ്പമില്ല.” മക്കൾ പറഞ്ഞു.

തന്റെ മക്കൾ ഇത്രയേറെ അലസന്മാരായതിൽ വൃദ്ധന് വലിയ വിഷമം തോന്നി. ദുഃഖംകൊണ്ട് അയാൾ രോഗംപിടിപെട്ട് കിടപ്പിലായി.

വീട്ടിലെ സ്ഥിതി അങ്ങേയറ്റം പരുങ്ങലിലായി. തോട്ടത്തിൽ ചൊറിയണവും മുൾച്ചെടികളും മുകളിലോട്ട് പടർന്നു കയറി വീട് കാണാൻ തന്നെവയ്യെന്നായി

ഒരു ദിവസം വൃദ്ധൻ മക്കളെ അരികിൽ വിളിച്ചു.

“മക്കളേ,” അയാൾ അവരോടു പറഞ്ഞു. “എന്റെ അവസാനമായി. ഞാനില്ലാതെ നിങ്ങൾ എങ്ങനെയാണ് ജീവിക്കാൻ പോകുന്നത്? നിങ്ങൾക്ക് പണിയെടുക്കാൻ ഇഷ്ടമല്ല, പണിയെടുക്കാൻ അറിയാനും വയ്യ.”

മക്കൾക്ക് കടുത്ത മനോവേദന തോന്നി. അവർ പൊട്ടിക്കരഞ്ഞു.

“അച്ചാ, ഞങ്ങൾ എന്തു ചെയ്യണമെന്നു പറഞ്ഞുതരൂ. അച്ഛന്റെ അന്ത്യോപദേശം തരൂ,” മൂത്ത മകൻ യാചിച്ചു.

“ശരി.” അച്ഛൻ പറഞ്ഞു. “ഞാൻ ഒരു രഹസ്യം പറയാം. നിങ്ങളുടെ അമ്മയും ഞാനും വളരെയേറെ പാടുപെട്ടിട്ടുണ്ടെന്ന് നിങ്ങൾക്കറിയാമല്ലോ. വളരെ വർഷങ്ങൾക്കൊണ്ട് ഞങ്ങൾക്കുവേണ്ടി

കുറേശ്ശെക്കുറേശ്ശെയായി ഒരു നിധി ശേഖരിച്ചുവച്ചിട്ടുണ്ട്- ഒരു കുടം നിറയെ സ്വർണ്ണം. ഞാൻ ആ കുടം വീട്ടിനടുത്ത് കുഴിച്ചിട്ടു. പക്ഷേ എവിടെയാണെന്ന് ഓർക്കുന്നില്ല. എന്റെ നിധി കണ്ടുപിടിക്കിൻ. നിങ്ങൾക്കു പിന്നെ പട്ടിണിയും കഷ്ടപ്പാടും കൂടാതെ ജീവിക്കാൻ കഴിയും."

ഇത്രയും പറഞ്ഞുകൊണ്ട് വൃദ്ധൻ മക്കളോട് വിടവാങ്ങി അന്ത്യ ശ്വാസം വലിച്ചു.

മക്കൾ തങ്ങളുടെ വൃദ്ധപിതാവിനെ സംസ്കരിക്കുകയും മരണത്തിൽ ദുഃഖാചരണം നടത്തുകയും ചെയ്തു. ഒരു ദിവസം മൂത്ത സഹോദരൻ പറഞ്ഞു:

"അനുജന്മാരെ, നമ്മൾ വാസ്തവത്തിൽ ദരിദ്രരാണ്. നമുക്ക് റൊട്ടി വാങ്ങാൻപോലും പണമില്ല. മരിക്കുന്നതിനുമുമ്പ് അച്ഛൻ പറഞ്ഞ കാര്യം ഓർമ്മയുണ്ടല്ലോ. നമുക്ക് ആ സ്വർണ്ണം നിറച്ച കുടം അന്വേഷിക്കാം."

അവർ തൂമ്പകളെടുത്ത് വീടിനടുത്ത് കൊച്ചു ദ്വാരങ്ങൾ കുഴിക്കാൻ തുടങ്ങി. എത്ര കുഴിച്ചിട്ടും അവർക്ക് കുടം കണ്ടുകിട്ടിയില്ല.

രണ്ടാമത്തെ സഹോദരൻ പറഞ്ഞു:

"സഹോദരന്മാരെ, നമ്മൾ ഇങ്ങനെ കുഴിച്ചാൽ അച്ഛന്റെ നിധി ഒരിക്കലും കണ്ടെത്തുകയില്ല, വീടിനു ചുറ്റുമുള്ള നിലം മുഴുവൻ നമുക്ക് കുഴിക്കാം."

സഹോദരന്മാർ സമ്മതിച്ചു. അവർ വീണ്ടും തൂമ്പയെടുത്ത് വീടിനു ചുറ്റുമുള്ള നിലം മുഴുവൻ കുഴിച്ചു. എന്നിട്ടും സ്വർണ്ണം നിറച്ച കുടം കണ്ടു കിട്ടിയില്ല.

"നമുക്ക് കുറേക്കൂടി ആഴത്തിൽ ഒന്നുകൂടി കുഴിക്കാം," ഏറ്റവും ഇളയ സഹോദരൻ പറഞ്ഞു. "ഒരു പക്ഷേ അച്ഛൻ ആ കുടം വളരെ താഴ്ത്തിയായിരിക്കും, കുഴിച്ചിട്ടിരിക്കുന്നത്."

സഹോദരന്മാർ ഒരിക്കൽക്കൂടി സമ്മതിച്ചു. അച്ഛൻ നിധി കണ്ടെത്താൻ അവർ അത്യന്തം ഉത്സുകരായിരുന്നു.

അവർ വീണ്ടും പണി തുടങ്ങി. പെട്ടെന്ന് തന്റെ തൂമ്പ വലിപ്പവും കട്ടിയുമുള്ള എന്തോ ഒന്നിൽ തട്ടുന്നതായി വളരെ നേരം കുഴിച്ചുകൊണ്ടിരുന്ന മൂത്ത സഹോദരനു തോന്നി. അയാളുടെ ഹൃദയം ഉദ്വേഗം കൊണ്ടു മിടിച്ചു. അയാൾ തന്റെ സഹോദരന്മാരോടു വിളിച്ചു പറഞ്ഞു:

"വേഗം വരിൻ! ഞാൻ അച്ഛന്റെ നിധി കണ്ടെത്തി!"

മറ്റു രണ്ടു സഹോദരന്മാരും ഓടിയെത്തി മൂത്ത സഹോദരനെ സഹായിച്ചു.

അവർ വളരെ കഠിനമായി പ്രയത്നിച്ചു. പക്ഷേ അവർ നിലത്തു നിന്നു കുഴിച്ചെടുത്തത് സ്വർണ്ണം നിറച്ച കുടമായിരുന്നില്ല, ഒരു വലിയ കല്ലായിരുന്നു.

സഹോദരന്മാർക്ക് കടുത്ത നിരാശ തോന്നി.

"നമ്മൾ ഈ കല്ല് എന്തു ചെയ്യാനാണ്?" അവർ പറഞ്ഞു. "അവിടെ ഇട്ടിട്ടു കാര്യമില്ല. നമുക്ക് അത് ചുമന്ന് ഓടയിൽ കൊണ്ടിടാം."

പറഞ്ഞുതീരും മുമ്പ് അവരതു ചെയ്തു. കല്ലുമാറ്റിക്കഴിഞ്ഞു അവർ വീണ്ടും കുഴിച്ചുതുടങ്ങി. ഭക്ഷണത്തിനോ വിശ്രമത്തിനോ നില്ക്കാതെ അവർ പകൽസമയം മുഴുവൻ കുഴിച്ചുകൊണ്ടിരുന്നു. അങ്ങനെ അവർ ആ തോട്ടമാകെ കിളച്ചു മറിച്ചു. തുമ്പാക്കീഴിൽ മണ്ണിനു നല്ല മാർദ്ദവവും പശിമയും കൈവന്നു. പക്ഷേ സ്വർണ്ണം നിറച്ച കുടം കണ്ടുകിട്ടിയില്ല.

"നമ്മൾ മണ്ണു മുഴുവൻ കിളച്ചുകഴിഞ്ഞ സ്ഥിതിക്ക് അതു വെറുതെ യിട്ടിട്ടു കാര്യമില്ല." മൂത്ത സഹോദരൻ പറഞ്ഞു. "നമുക്ക് ഇവിടെ മുന്തിരി നടാം."

"അതൊരു നല്ല ബുദ്ധിയാണ്.!" മറ്റു രണ്ടു സഹോദരന്മാരും സമ്മതിച്ചു. "നമ്മൾ ചെയ്ത പണി പാഴാകാതെയിരിക്കുകയെങ്കിലും ചെയ്യും."

അങ്ങനെ അവർ മുന്തിരി നട്ടു. അത് ജാഗ്രതയോടെ വളർത്തി ക്കൊണ്ടുവന്നു.

കുറച്ചുകാലം കഴിഞ്ഞപ്പോൾ ഒന്നാന്തരം ഒരു മുന്തിരിത്തോട്ടം അവർക്കുണ്ടായി. മധുരമാർന്ന, നീരുള്ള മുന്തിരിക്കുലകൾ പഴുത്തു നിന്നു.

സഹോദരന്മാർക്ക് സമൃദ്ധമായ ഒരു വിളവു കിട്ടി. സ്വന്തം ആവശ്യ ത്തിനുള്ളത് മാറ്റിവെച്ചിട്ട് ശേഷിച്ച മുന്തിരിങ്ങ അവർ ലാഭത്തിനു വിറ്റു.

മൂത്ത സഹോദരൻ പറഞ്ഞു:

"നമ്മൾ മണ്ണു കിളച്ചത് വെറുതെയായില്ല. കാരണം, മരിക്കുന്നതി നുമുമ്പ് അച്ഛൻ പറഞ്ഞ നിധി നമുക്കു കിട്ടുകതന്നെ ചെയ്തു."

കുർമ്മ ബുദ്ധിയായ സർനിയ്യാറിന്റെ കഥ

ഒരു അസെർബൈജാൻ നാടോടിക്കഥ

ഞാൻ ആരെപ്പറ്റിയാണ് പറയേണ്ടത്? എനിക്കറിയാം. മിസാർ എന്ന നഗരത്തിലെ നിവാസിയും അന്യനാട്ടുകളിൽ സഞ്ചരിച്ച് പലതരം സാധനങ്ങൾ കച്ചവടം ചെയ്തുവന്നയാളുമായ മമേദ് എന്ന വ്യാപാരിയെപ്പറ്റി.

വളരെ വിദൂരമായ ഒരു നാട്ടിലേക്കു തിരിക്കണമെന്ന് ഒരു ദിവസം മമേദ് തീരുമാനിച്ചു. അയാൾ പലവിധത്തിലുള്ള ഒട്ടേറെ സാധനങ്ങൾ വാങ്ങുകയും ഭൃത്യന്മാരെ കൂലിക്കെടുക്കുകയും വീട്ടുകാരോട് വിടവാങ്ങി ചുമട്ടുമൃഗങ്ങളുമായി യാത്രതിരിക്കുകയും ചെയ്തു.

അയാൾ ഓരോ സ്ഥലങ്ങൾ സന്ദർശിച്ച് അവസാനം മുമ്പു കേട്ടിട്ടേയില്ലാത്ത ഒരു നഗരത്തിലെത്തി.

തന്റെ ദീർഘയാത്ര കഴിഞ്ഞ് അവിടെ വിശ്രമിക്കാൻ നിശ്ചയിച്ചുകൊണ്ട് അയാൾ ഭൃത്യന്മാരുമായി സത്രത്തിൽ താമസിച്ചു.

ഭക്ഷണം കഴിച്ചുകൊണ്ടിരിക്കുമ്പോൾ ഒരു അപരിചിതൻ അയാളുടെ അടുക്കൽ വന്നു.

"ഹേ, വ്യാപാരി!" അയാൾ പറഞ്ഞു. "നിങ്ങൾ ദൂരദേശത്തുനിന്നു വന്നതുകൊണ്ടായിരിക്കും. ഈ നഗരത്തിലെ ആചാരങ്ങൾ അറിയാൻ വയ്യാത്തത്."

"എന്താണ് ഈ നഗരത്തിലെ ആചാരങ്ങൾ?" മമേദ് ചോദിച്ചു.

“ഞാൻ പറയാം. ഇവിടെ വരുന്ന ഏതൊരു വ്യാപാരിയും ഇവിടുത്തെ ഷായ്ക്ക് ഉചിതമായ ഒരു സമ്മാനം നൽകണം. പകരം ഷാ വ്യാപാരിയെ തന്റെ കൊട്ടാരത്തിലേക്കു ക്ഷണിച്ച് അയാളുമായി പകിട കളിക്കും.”

മമേദ് എന്തുചെയ്യാനാണ്? ഷായെ പോയി കണ്ടേപറ്റൂ. അതുകൊണ്ട് കൈവശമുള്ളതിൽവച്ച് ഏറ്റവും വിലകൂടിയ ഏതാനും തുണിത്തരങ്ങൾ ഒരു സ്വർണ്ണത്തളികയിൽ വച്ച് അയാൾ കൊട്ടാരത്തിലേക്കു തിരിച്ചു.

ഷാ സമ്മാനങ്ങൾ സ്വീകരിച്ചുകൊണ്ട് അയാൾ ഏതു നഗരത്തിൽ നിന്നു വരുന്നു. എന്തെല്ലാം ചരക്കുകൾ കച്ചവടം ചെയ്യുന്നു. എവിടെല്ലാം പോയിരുന്നു തുടങ്ങിയ വിവരങ്ങൾ ചോദിക്കാൻ തുടങ്ങി. മമേദ് ചോദ്യങ്ങൾക്കെല്ലാം സത്യസന്ധമായ മറുപടി നൽകി. അയാൾക്ക് പറയാനുള്ളത് മുഴുവൻ കേട്ടുകഴിഞ്ഞപ്പോൾ ഷാ പറഞ്ഞു.

“ഇന്നു രാത്രി എന്റെ കൊട്ടാരത്തിൽ വരൂ. നമുക്കു രണ്ടുപേർക്കും പകിടകളിക്കാം.”

രാത്രി മമേദ് കൊട്ടാരത്തിൽ ചെന്നു. ഷാ പകിടകളുമായി കാത്തിരിപ്പുണ്ട്.

“അല്ലയോ വ്യാപാരി, എന്റെ ചട്ടങ്ങൾ എന്തെല്ലാമാണെന്നു കേൾക്കൂ.” ഷാ പറഞ്ഞു. “എനിക്ക് പണ്ഡിതനായ ഒരു പൂച്ചയുണ്ട്. കത്തിച്ചുവച്ച ഏഴു വിളക്കുകൾ രാത്രി മുഴുവൻ-പ്രദോഷം മുതൽ

പ്രഭാതം വരെ- താഴെ വീഴാതെ വാലിൽ നിർത്താൻ അതിനു കഴിയും. നമ്മൾ കളിച്ചുകൊണ്ടിരിക്കുന്ന സമയം മുഴുവൻ അതിന് വിളക്കുകൾ താഴെ വീഴാതെ നിർത്താൻ കഴിഞ്ഞാൽ നിങ്ങളുടെ എല്ലാ സ്വത്തും ചരക്കുകളും എന്റേതാകും. നിങ്ങളെ വരിഞ്ഞുകെട്ടി ഇരുട്ടറയിലടയ്ക്കാൻ ഞാൻ കല്പിക്കും. പക്ഷേ പൂച്ച ഒന്നനങ്ങുകപോലും ചെയ്താൽ എന്റെ ഖജനാവ് മുഴുവൻ നിങ്ങളുടേതാവും. നിങ്ങൾക്ക് എന്നെ എന്തുവേണമെങ്കിലും ചെയ്യാം."

വ്യാപാരി എന്തു ചെയ്യാനാണ്? ഓടിരക്ഷപ്പെടാൻ സാദ്ധ്യമല്ല. പ്രതിഷേധിച്ചിട്ടു പ്രയോജനമില്ല. ഷായുടെ വ്യവസ്ഥകൾ സ്വീകരിക്കുകയേ നിർവ്വാഹമുള്ളു. താൻ ഈ നഗരത്തിൽ വന്നതിന് തന്നത്താൻ ശപിച്ചുകൊണ്ട് അയാൾ അവിടെ ഇരുന്നു.

"കയ്യിലുള്ള സാധനങ്ങൾ മാത്രമല്ല ജീവൻവരെ നഷ്ടപ്പെടാൻ ഇവിടെ എളുപ്പമാണ്." അയാൾ വിചാരിച്ചു.

ഷാ തന്റെ പണ്ഡിതനായ പൂച്ചയെ വിളിച്ചു. പൂച്ച വന്ന് വാൽ ചുഴറ്റി അയാളുടെ മുമ്പിലിരുന്നു.

"വിളക്കുകൾ കൊണ്ടുവരിൻ!" ഷാ കല്പിച്ചു.

ഉടൻ ഭൃത്യന്മാർ ഏഴു വിളക്കുകൾ കൊണ്ടുവന്ന് പൂച്ചയുടെ വാലിന്മേൽ വച്ചു.

ഷാ പകിടകളെടുത്തു. കളി തുടങ്ങി.

കരുക്കൾ നീക്കുമ്പോൾ വ്യാപാരി കൂടെക്കൂടെ പൂച്ചയെ നോക്കും. പൂച്ച അനങ്ങാതെ ഒരു പ്രതിമപോലെ ഇരിക്കുകയാണ്. യാതൊരു ഇളക്കവുമില്ല.

അങ്ങനെ ഒരു പകലും രാത്രിയും കഴിഞ്ഞു. തുടർന്ന് രണ്ടു പകലും രണ്ടു രാത്രിയും കഴിഞ്ഞു. മമേദ് ഷായുമായി പകിടകളി തുടർന്നു. പൂച്ച അതേപടി ഇരിക്കുകയാണ്.

ഒടുവിൽ മമേദിന് കൂടുതൽ താങ്ങാൻ വയ്യെന്നായി.

"എനിക്കിനി കളിക്കാൻ വയ്യ!" അയാൾ പറഞ്ഞു. "ഷാ, അങ്ങ് ജയിച്ചു.!"

ഇതിനുവേണ്ടിയാണ് ഷാ കാത്തിരുന്നത്. അയാൾ ഭൃത്യന്മാരെ വിളിച്ചു പറഞ്ഞു:

"ഈ വ്യാപാരിയുടെ കൈവശമുള്ള എല്ലാ ചരക്കുകളും സ്വർണ്ണവും

എനിക്കു കൊണ്ടുത്തരിൻ. വ്യാപാരിയെ വരിഞ്ഞുകെട്ടി ഒരു ഇരുട്ടറയിലടയ്ക്കിൻ!"

ഷായുടെ ഭൃത്യന്മാർ മമേദിനെ പിടികൂടുകയും ഷായുടെ ഉത്തരവിൽ പ്രകാരം പ്രവർത്തിക്കുകയും ചെയ്തു.

ഇരുട്ടറയിൽ കിടന്നുകൊണ്ട് മമേദ്, ഈ നഗരത്തിൽ നിൽക്കാതെ പോകാനുള്ള ബുദ്ധി തനിക്കില്ലാതെപോയതിൽ തന്നത്താൻ ശപിക്കുകയും ഷായേയും അയാളുടെ പണ്ഡിതനായ പൂച്ചയേയും മനസ്സിൽ പ്രാകുകയും ചെയ്തു.

പക്ഷേ നമുക്ക് മമേദിനെ അവിടെ വിട്ടിട്ട് അയാളുടെ ഭാര്യ സർനിയ്യാറിന്റെ അടുത്തേക്കു പോകാം.

ഭർത്താവിന്റെ വരവും കാത്ത് സർനിയ്യാർ വീട്ടിൽ ശാന്തയായി കഴിഞ്ഞു. പക്ഷേ അയാൾ വന്നില്ല. അയാൾ വരുന്ന യാതൊരു ലക്ഷണവും കണ്ടില്ല.

"അദ്ദേഹത്തിന് എന്തെങ്കിലും സംഭവിച്ചുകാണുമോ?" അവൾ ആലോചിച്ചു.

ഇങ്ങനെ വ്യാകുലപ്പെട്ടുകൊണ്ട് അവൾ വളരെ നാൾ കഴിഞ്ഞു. അങ്ങനെയിരിക്കെ ഒരു ദിവസം മമേദിന്റെ ഭൃത്യൻ ചളിപുരണ്ട മുഖവും കീറിപ്പറഞ്ഞ വസ്ത്രവുമായി അവളുടെയടുക്കൽ ഓടിയെത്തി.

"യജമാനത്തി, യജമാനത്തി," അയാൾ പറഞ്ഞു. "വളരെ ദൂരദേശത്തുള്ള ഒരു ഷാ യജമാനനെ തടവിലാക്കുകയും അദ്ദേഹത്തിന്റെ എല്ലാ ചരക്കുകളും എല്ലാ സ്വർണ്ണവും പിടിച്ചെടുക്കുകയും ചെയ്തിരിക്കുകയാണ്. ഞാൻ മാത്രം ജീവനും കൊണ്ട് ഓടിരക്ഷപ്പെട്ടു. ഇനി നമ്മൾ എന്തു ചെയ്യാനാണ്?"

നടന്ന കാര്യങ്ങൾ മുഴുവൻ പറയാൻ സർനിയ്യാർ ഭൃത്യനോട് ആവശ്യപ്പെട്ടു. അതിനുശേഷം കുറെയധികം ചുണ്ടെലികളെ പിടിച്ച് ഒരു വലിയ പെട്ടിയിൽ നിറയ്ക്കാൻ അവൾ ആജ്ഞാപിച്ചു. അനന്തരം കുറെ വെള്ളിയും സ്വർണ്ണവും കയ്യിലെടുത്തു. നീണ്ടമുടി ഒരു പൊക്കമുള്ള രോമത്തൊപ്പിക്കടിയിലാക്കി പുരുഷവേഷവും ധരിച്ച് അവൾ ഭർത്താവിനെ രക്ഷിക്കാനായി ചുമട്ടുമൃഗങ്ങളുമായി തിരിച്ചു.

വഴിക്കെങ്ങും തങ്ങുകയോ താമസം വരുത്തുകയോ ചെയ്യാതെ അവൾ യാത്ര ചെയ്ത് അവസാനം ഭർത്താവ് തടവറയിൽ കിടന്നു നരകിക്കുന്ന നഗരത്തിലെത്തി.

തന്റെ ഭൃത്യന്മാരിൽ ചിലരോട് തനിക്കുവേണ്ടി സത്രത്തിൽ കാത്തിരിക്കാനും ബാക്കിയുള്ളവരോട് ഷായുടെ കൊട്ടാരത്തിലേക്ക് തന്നെ അനുഗമിക്കാനും അവൾ ആജ്ഞാപിച്ചു.

പിന്നീട് അവൾ കൊത്തുപണി ചെയ്ത വലിയൊരു സ്വർണ്ണത്താലമെടുത്ത് അതിൽ വിലപിടിച്ച പലതരം സമ്മാനങ്ങൾ നിരത്തിവച്ചു. അതുമായി കൊട്ടാരത്തിലേക്കു തിരിച്ചു. ചുണ്ടെലികളെ നിറച്ച പെട്ടിയും ചുമന്നുകൊണ്ട് ഭൃത്യന്മാർ പുറകെ നടന്നു.

കൊട്ടാരത്തിനടുത്തെത്തിയപ്പോൾ സർനിയ്യാർ ഭൃത്യന്മാരോടു പറഞ്ഞു:

"ഞാൻ ഷായുമായി പകിടകളിക്കുമ്പോൾ നിങ്ങൾ ഓരോ ചുണ്ടെലിയെ വീതം മുറിക്കകത്തേയ്ക്കു തുറന്നുവിടണം."

ഭൃത്യന്മാർ പെട്ടിയുമായി വാതുക്കൽ നിന്നു. സർനിയ്യാർ ഷായുടെ മുറിയിൽ പ്രവേശിച്ചു.

അവൾ ഷായോടു പറഞ്ഞു:

"അല്ലയോ രാജാധിരാജ! അങ്ങ് ദീർഘായുസ്സായിരിക്കട്ടെ! അങ്ങയുടെ നാട്ടിലെ ആചാരമനുസരിച്ച് ഞാൻ അങ്ങേക്ക് വിലപിടിച്ച ഒരു സമ്മാനം കൊണ്ടുവന്നിട്ടുണ്ട്."

അവൾ ഒരു പുരുഷനാണെന്നു ധരിച്ച് ഷാ സർനിയ്യാറിനെ ഉപചാരപൂർവ്വം സ്വീകരിക്കുകയും അവളുടെ മുമ്പിൽ ഏറ്റവും സ്വാദുള്ള വിഭവങ്ങൾ നിരത്തിവയ്ക്കുകയും ചെയ്തു. അതിനുശേഷം അവളെ പകിടകളിക്കാൻ ക്ഷണിച്ചു.

"അല്ലയോ രാജാധിരാജാ, എന്തെല്ലാമാണ് അങ്ങയുടെ വ്യവസ്ഥകൾ?" സർനിയ്യാർ ചോദിച്ചു.

ഷാ പറഞ്ഞു.

"എന്റെ പണ്ഡിതനായ പൂച്ച ഇരുന്നിടത്തുനിന്ന് അനങ്ങുന്നതുവരെ നമ്മൾ കളിക്കും."

"അങ്ങയുടെ പണ്ഡിതനായ പൂച്ച ഇരുന്നിടത്തുനിന്ന് അനങ്ങിയാലോ?" സർനിയ്യാർ ചോദിച്ചു.

"അനങ്ങിയാൽ ഞാൻ കളിയിൽ തോറ്റെന്നു സമ്മതിക്കാം. നിങ്ങൾക്ക് എന്നെ എന്തു വേണമെങ്കിലും ചെയ്യാം."

"ശരി," സർനിയ്യാർ പറഞ്ഞു. "അങ്ങയുടെ ഇഷ്ടം പോലെ."

ഷാ തന്റെ പണ്ഡിതനായ പൂച്ചയെ വിളിച്ചു. പൂച്ച ഒച്ചകേൾപ്പിക്കാതെ നടന്നുവന്ന് അയാളുടെ മുമ്പിലുള്ള കരിമ്പടത്തിൽ തികഞ്ഞ ഗാംഭീര്യത്തോടെ ഇരുന്നു. ഷായുടെ ഭൃത്യന്മാർ ഏഴു വിളക്കുകളുമായി വന്ന് അവ പൂച്ചയുടെ വാലിന്മേൽ വച്ചു.

ഷാ സർനിയ്യാറുമായി പകിട കളിക്കാൻ തുടങ്ങി. കളിക്കുമ്പോൾ അയാൾ പുഞ്ചിരിച്ചുകൊണ്ടിരുന്നു. ചെറുപ്പക്കാരനായ ഈ വ്യാപാരി തോൽവി സമ്മതിക്കുന്നതും കാത്ത് ഇരിക്കുകയാണയാൾ.

ആ സമയത്ത് സർനിയ്യാറിന്റെ ഭൃത്യന്മാർ പെട്ടി തുറന്ന് ഒരു ചുണ്ടെലിയെ ഷായുടെ മുറിയിലേക്കു വിട്ടു.

ചുണ്ടെലിയെ കണ്ടപ്പോൾ പൂച്ചയുടെ കണ്ണുകൾ തിളങ്ങാൻ തുടങ്ങി. അത് ഇരുന്നിടത്തുനിന്ന് അനങ്ങാൻ ഭാവിച്ചു. പക്ഷേ ഷായുടെ രൂക്ഷമായ നോട്ടം കണ്ടയുടനെ അത് അടങ്ങി. അത് ഇരുന്നിടത്ത് ഉറച്ചുപോയതുപോലെ തോന്നി.

അല്പസമയം കഴിഞ്ഞ് സർനിയ്യാറിന്റെ ഭൃത്യന്മാർ ഏതാനും ചുണ്ടെലി കളെക്കൂടി മുറിയിലേക്ക് തുറന്നുവിട്ടു. ചുണ്ടെലികൾ തറയിലൂടെ അങ്ങോട്ടു മിങ്ങോട്ടും ഓടിനടക്കുകയും ഭിത്തികളോടു ചേർന്ന് പരക്കം പാഞ്ഞ് ഓടുകയും ചെയ്തു. ഇത്രയുമായപ്പോൾ പണ്ഡിതനായ പൂച്ചയ്ക്ക് സഹിക്കാൻ കഴിഞ്ഞില്ല. അത് "ങ്യാവൂ" എന്നു കരഞ്ഞുകൊണ്ട് പെട്ടെന്ന് എടുത്തുചാടി. അതോടെ വിളക്കുകൾ ഏഴും തറയിൽ വീണു.

ഷാ എത്ര അട്ടഹസിച്ചിട്ടും അയാളുടെ പണ്ഡിതനായ പൂച്ച അതു കേട്ടതായി ഭാവിച്ചില്ല.

അപ്പോൾ മാത്രമേ സർനിയ്യാർ തന്റെ ഭൃത്യന്മാരെ വിളിച്ചുള്ളൂ. അവർ മുറിയിലേക്കു പാഞ്ഞുവന്ന് ഷാ യുടെ കൈകാലുകൾ വരിഞ്ഞു കെട്ടുകയും അയാളെ തോൽവാറുകൊണ്ട് പ്രഹരിക്കാൻ തുടങ്ങുകയും ചെയ്തു. അയാൾ ദയ യാചിച്ചു.

"ഞാൻ എന്റെ എല്ലാ തടവുകാരേയും മോചിപ്പിക്കാം." അയാൾ വിളിച്ചുപറഞ്ഞു. "അവരുടെയടുത്തുനിന്നും എടുത്തതെല്ലാം മടക്കിക്കൊടുക്കാം. എന്നെ വെറുതെവിട്ടാൽ മാത്രം മതി."

സർനിയ്യാറിന്റെ ഭൃത്യന്മാർ പ്രഹരം നിർത്താതെ തുടർന്നു. ഷാ ഉച്ചത്തിൽ നിലവിളിച്ചു. അയാളുടെ ആളുകൾ ആ നിലവിളികൾ കേട്ടെങ്കിലും ആരും സഹായത്തിനെത്തിയില്ല. കാരണം, അയാളുടെ

ക്രൂരതയും ആർത്തിയും കൊണ്ട് എല്ലാവരും മടുത്തുകഴിഞ്ഞിരുന്നു.

സർനിയ്യാർ തന്റെ ഭർത്താവിനേയും കൂടെയുള്ള എല്ലാവരേയും മോചിപ്പിക്കാൻ ആജ്ഞാപിക്കുകയും ഷാ യെ ഇരുട്ടറയിൽ അടയ്ക്കുകയും ചെയ്തു.

അതിനുശേഷം സർനിയ്യാറും മമേദും സ്വന്തം നഗരമായ മിസാറിലേക്കു മടങ്ങുകയും അവിടെ സുഭിക്ഷമായും സാമാധാനമായും സന്തോഷമായും ജീവിക്കുകയും ചെയ്തു. നിങ്ങളും അങ്ങനെയാണ് ജീവിക്കേണ്ടത്.

മാനത്തുനിന്ന് മൂന്ന് ആപ്പിൾപ്പഴങ്ങൾ വീണിട്ടുണ്ട്. ഒന്ന് എനിക്കും രണ്ടാമത്തേത് ഈ കഥ പറഞ്ഞയാൾക്കും മൂന്നാമത്തേത് അതു കേട്ടയാൾക്കുമുള്ളതാണ്.

മൃഗകുമാരനും സുന്ദരിയായ യെലേനയും

ഒരു ജോർജ്ജിയൻ നാടോടിക്കഥ

ഈ കഥ നടന്നതായിരിക്കാം. അല്ലായിരിക്കാം. ഏതായാലും, പണ്ട് വളരെ ധനികനായ ഒരു രാജാവുണ്ടായിരുന്നുവത്രെ. ഒരു ദിവസം അദ്ദേഹം തന്റെ നായാട്ടുകാരോടു പറഞ്ഞു:

"നിങ്ങൾ പോയി ആദ്യം കാണുന്ന മൃഗത്തെ കൊല്ലിൻ!"

നായാട്ടുകാർ കാട്ടിലേക്കു പോയി. വെളിസ്ഥലത്തു നിന്നിരുന്ന ഒരു പേടമാനാണ് അവർ കണ്ട ആദ്യത്തെ മൃഗം. രാജാവിന്റെ കല്പനപ്രകാരം അവർ അതിനെ വെടിവെയ്ക്കാൻ ഉന്നം പിടിച്ചു. അപ്പോഴാണ് ഒരു കൊച്ചുബാലൻ അതിന്റെ മുല കുടിച്ചുകൊണ്ടു നിൽക്കുന്നത് അവർ കണ്ടത്. അവരെ കണ്ടയുടനെ കുട്ടി മുലകുടി നിർത്തി പേടമാനിന്റെ കഴുത്തിൽ കൈ ചുറ്റിക്കൊണ്ട് അതിനെ ഉമ്മവെയ്ക്കാനും താലോലിക്കാനും തുടങ്ങി.

നായാട്ടുകാർ അത്ഭുതപ്പെട്ടു.

അവർ കുട്ടിയേയും എടുത്തുകൊണ്ട് രാജാവിന്റെയടുക്കൽ ചെന്ന് തങ്ങൾ കണ്ടകാര്യങ്ങൾ പറഞ്ഞു.

നായാട്ടുകാർ കണ്ടെത്തിയ ബാലന്റെ പ്രായത്തിൽത്തന്നെയുള്ള ഒരു കൊച്ചുമോൻ രാജാവിനുണ്ടായിരുന്നു. അതുകൊണ്ട് രാജാവ് അവർക്ക് ഒന്നിച്ചു പേരിട്ടു. കാട്ടിൽനിന്നു കണ്ടുമുട്ടിയ കുട്ടിക്ക് മൃഗകുമാരൻ എന്നാണു പേരിട്ടത്.

മൃഗകുമാരനെ രാജകുമാരനോടൊപ്പം വളർത്തിക്കൊണ്ടുവന്നു. അവർ ഒരേ മുറിയിൽ കിടന്നുറങ്ങി, ഒരേ പോറ്റമ്മയുടെ മുല കുടിച്ചു.

ചില കുട്ടികൾ വർഷംതോറും വളർന്നുവരുന്നു. എന്നാൽ ഇവർ

രണ്ടുപേരും ദിവസം തോറും വളർന്നു. വയസ്സ് പന്ത്രണ്ടായത്. അവർ അറിഞ്ഞതേയില്ല. തന്റെ മക്കൾ രണ്ടുപേരും കൊട്ടാരത്തിൽ വളർന്നുവരുന്നതു കണ്ട് രാജാവ് സന്തോഷിച്ചു.

ഒരു ദിവസം ബാലന്മാർ രണ്ടുപേരും കൂടി അമ്പും വില്ലുമെടുത്ത് പാടത്തുപോയി. രാജകുമാരൻ ഒരു അമ്പ് എയ്തു. വെള്ളം ചുമന്നു കൊണ്ടുപോകുന്ന ഒരു വൃദ്ധയുടെ കുടത്തിൽ അമ്പു ചെന്നുമുട്ടി. അതിന്റെ പിടി അറ്റുപോയി.

വൃദ്ധ തിരിഞ്ഞുനിന്നു പറഞ്ഞു:

"നീ ഏക സന്താനമായതിനാൽ നിന്നെ ഞാൻ ശപിക്കുന്നില്ല. എങ്കിലും സുന്ദരിയായ യെലേനയോടു പ്രേമം തോന്നി നിന്റെ ഹൃദയം തപിക്കട്ടെ."

അതു കേട്ട് മൃഗകുമാരൻ അത്ഭുതപ്പെട്ടു.

"അവർ പറയുന്നതിന്റെ അർത്ഥമെന്താണ്?" അവൻ ചോദിച്ചു.

പക്ഷേ ആ നിമിഷംതൊട്ട് രാജകുമാരന് സുന്ദരിയായ യെലേനയെപ്പറ്റി മാത്രമായി വിചാരം. കാരണം അവന്റെ ഹൃദയത്തിൽ വേരൂന്നിക്കഴിഞ്ഞിരുന്ന പ്രേമത്തിന്റെ വിത്തുകൾ അവന് ഒരു സ്വൈരവും നൽകിയില്ല.

എന്താണു ചെയ്യുക? മൂന്നാഴ്ച കഴിഞ്ഞു. രാജകുമാരൻ അർദ്ധപ്രജ്ഞനായി നടക്കുകയാണ്. ഒരിക്കലും കാണാത്ത കന്യകയോടുള്ള പ്രേമം അവന്റെ ആരോഗ്യത്തെയും ശേഷിയേയും കാർന്നുതിന്നുകൊണ്ടിരുന്നു.

ഒരു ദിവസം മൃഗകുമാരൻ അവനോടു പറഞ്ഞു:

"സുന്ദരിയായ യെലേനയെ നിനക്കുവേണ്ടി കൊണ്ടുവന്നില്ലെങ്കിൽ നിന്റെ വളർത്തുസഹോദരൻ മരിച്ചു പോകട്ടെ!"

അവൻ രാജാവിന്റെ അടുക്കൽ ചെന്നു പറഞ്ഞു:

"അച്ഛാ, എനിക്ക് ഇരുമ്പുകാലുറകളും ഇരുമ്പുകൊണ്ടുള്ള വില്ലും അമ്പുകളും കൊല്ലനെക്കൊണ്ടു തീർപ്പിച്ചുതരൂ. കാരണം എനിക്ക് സുന്ദരിയായ യെലേനയെ അന്വേഷിച്ചു പുറപ്പെടണം."

രാജാവ് സമ്മതിച്ചു. ഇരുന്നൂറ് റാത്തൽ ഭാരം വരുന്ന വില്ലും

അമ്പുകളും ഒരു ജോടി ഇരുമ്പുകാലുറകളും മൃഗകുമാരനുവേണ്ടി തയ്യാറാക്കപ്പെട്ടു. അവനും രാജകുമാരനും കൂടി യാത്രതിരിച്ചു.

വളർത്തച്ഛനോടു വിടവാങ്ങുമ്പോൾ മൃഗകുമാരൻ പറഞ്ഞു

"അച്ഛാ, പേടിക്കണ്ട, അച്ഛന് മൃഗകുമാരനെ വിശ്വസിക്കാം. ഞങ്ങൾക്കുവേണ്ടി രണ്ടുകൊല്ലം കാത്തിരിക്കൂ. അച്ഛൻ ഒരു കാര്യം ഓർക്കണം: ഞങ്ങൾ കാര്യം നേടിയേ മടങ്ങിവരൂ. ഇല്ലെങ്കിൽ വരികയില്ല."

അങ്ങനെ രണ്ടു സഹോദരന്മാരും കൂടി പുറപ്പെട്ടു. അവർ നടന്നു നടന്ന് മരങ്ങൾ ഇടതൂർന്ന് നില്ക്കുന്ന ഒരു വലിയ കാടിന്റെ വക്കത്തെത്തി. അതിലൂടെ കുറെ ദൂരം നടന്നപ്പോൾ ചെങ്കുത്തായ ഒരു പാറയുടെ പുറത്ത് വളരെ പൊക്കത്തിൽ ഒരു കൂറ്റൻ വീടും അതിന്റെ മുമ്പിൽ മനോഹരമായ ഒരു ഉദ്യാനവും കണ്ടു. അഞ്ചു തലകളും ഒമ്പതു തലകളുമുള്ള മനുഷ്യഭുക്കുകളായ രാക്ഷസന്മാർ പാർക്കുന്ന വീടായിരുന്നു അത്.

രാജകുമാരൻ മൃഗകുമാരനോടു പറഞ്ഞു:

"സഹോദരാ, ഞാൻ തളർന്നു. നമുക്ക് ഇവിടെ കുറച്ചു നേരം വിശ്രമിക്കാം."

"ശരി," മൃഗകുമാരൻ സമ്മതിച്ചു.

രാജകുമാരൻ നിലത്ത് കണ്ണടച്ചു കിടന്നു.

"ഇവിടെ കിടന്ന് ഉറങ്ങിക്കോളൂ." മൃഗകുമാരൻ പറഞ്ഞു. "ഞാൻ അക്കാണുന്ന തോട്ടത്തിൽപോയി അതിലെ സ്വാദേറിയ പഴങ്ങൾ കുറെ പറിച്ചുകൊണ്ടുവരാം."

ഒരു സഹോദരൻ മറ്റൊരു സഹോദരനോടെന്നപോലല്ല, ഒരച്ഛൻ മകനോടെന്നപോലാണ് മൃഗകുമാരൻ രാജകുമാരനോടു പെരുമാറിയത്.

അവൻ തോട്ടത്തിലെത്തി അതിലെ ഏറ്റവും നല്ല ആപ്പിൾമരം തിരഞ്ഞുപിടിച്ച് പഴങ്ങൾ പറിക്കാൻ തുടങ്ങി.

പെട്ടെന്ന് ഒമ്പതു തലയുള്ള ഒരു രാക്ഷസൻ ഓടിയടുത്തു.

"ഈ തോട്ടത്തിൽ കയറാൻ ആരാണ് ധൈര്യപ്പെട്ടത്?" അയാൾ അലറി. "ഇവിടെ എന്നെ പേടിച്ച് ആകാശത്തിലൂടെ ഒരൊററ പക്ഷിയും പറക്കുകയില്ല, നിലത്തുടെ ഒരൊറ്റ ഉറുമ്പും ഇഴയുകയില്ല."

"ഞാൻ മൃഗകുമാരനാണ്!" ആ യുവാവ് ഉച്ചത്തിൽ വിളിച്ചു പറഞ്ഞു.

അതു കേട്ടമാത്രയിൽ രാക്ഷസൻ ഭയവും കോപവും കൊണ്ട് പിറുപിറുത്തുകൊണ്ട് പുറകോട്ടു വലിഞ്ഞു. കാരണം, മൃഗകുമാരൻ വന്നാൽപ്പിന്നെ രക്ഷയില്ലെന്ന് മറ്റെല്ലാ രാക്ഷസന്മാരേയും പോലെ അയാൾക്കറിയമായിരുന്നു. ഭയന്നുവിരണ്ട രാക്ഷസന്മാർ

ഒളിക്കാനിടമന്വേഷിച്ച് നാലുപാടും പാഞ്ഞു. പക്ഷേ തട്ടുംപുറത്തു കയറി ഒളിച്ചിരുന്ന അഞ്ചുതലയുള്ള ഒരു രാക്ഷസനെയൊഴികെ മറ്റെല്ലാവരേയും മൃഗകുമാരൻ പിടികൂടി കൊന്നു.

ഈ സമയത്തെല്ലാം രാജകുമാരൻ തണലത്ത് സുഖമായി ഉറങ്ങുകയായിരുന്നു.

വീട്ടിൽനിന്നു രാക്ഷസന്മാരെ മുഴുവൻ തുരത്തുകളഞ്ഞശേഷം മാത്രമേ മൃഗകുമാരൻ മടങ്ങിവന്ന് തന്റെ സഹോദരനെ വിളിച്ചുണർത്തിയുള്ളൂ. ഇപ്പോൾ രാക്ഷസന്മാരുടെ വീടും എല്ലാം സ്വത്തുക്കളും അവരുടേതായിത്തീർന്നു.

സഹോദരന്മാർ തോട്ടത്തിലൂടെ ഉലാത്തുകയും പലവിധത്തിൽ നേരം പോക്കുകയും ചെയ്തു. അപ്പോഴെല്ലാം അഞ്ചുതലയുള്ള രക്ഷസനായ ബബഖാൻജൊമി പേടിച്ചുവിറച്ച് തട്ടും പുറത്ത് ഇരിക്കുകയായിരുന്നു.

അവസാനം ധൈര്യം സംഭരിച്ചുകൊണ്ട് അയാൾ, താൻ പതുങ്ങിയിരുന്നിരുന്ന മൂലയിൽനിന്നും ഇഴഞ്ഞു പുറത്തുവന്ന് മൃഗകുമാരനോട് കേണപേക്ഷിച്ചു:

"എന്നെ കൊല്ലരുതെ. ഞാൻ നിങ്ങളെ ശല്യപ്പെടുത്തുകയില്ല. ഞങ്ങളുടെ സ്വത്തെല്ലാം നിങ്ങൾക്ക് എടുക്കാം."

മൃഗകുമാരൻ പുഞ്ചിരിച്ചു. അഞ്ചു തലയുള്ള രാക്ഷസൻ തുടർന്നു:

"നിങ്ങൾ എന്തിനാണ് വീടു വിട്ട് ഇങ്ങനെ ഗ്രാമങ്ങൾ തോറും നഗരങ്ങൾ തോറും അലഞ്ഞുനടക്കുന്നത്?"

മൃഗകുമാരൻ പറഞ്ഞു,

"ഞങ്ങൾക്ക് ഒരു കാര്യം സാധിക്കാനുണ്ട്. അതു സാധിക്കാൻ നീ സഹായിക്കുകയില്ലെങ്കിൽ മറ്റു രാക്ഷസന്മാരെ കൊന്നപോലെ ഞാൻ നിന്നെയും കൊല്ലും. ഞങ്ങൾ സുന്ദരിയായ യെലേനയെ അന്വേഷിച്ച് ഇറങ്ങിയിരിക്കുകയാണ്. നീയും ഞങ്ങളോടൊപ്പം അവളെ അന്വേഷിക്കണം."

പുറത്ത് ചുമന്നുകൊണ്ടു നടക്കാവുന്ന ഒരു കൊച്ചു വീട് ബബഖാൻ ജൊമിക്കുണ്ടായിരുന്നു.

അയാൾ പറഞ്ഞു:

"എന്റെ ഈ കൊച്ചുവീട്ടിൽ കയറിയിരുന്നോളൂ. നമുക്ക് സുന്ദരിയായ യെലേനയെ അന്വേഷിച്ചുനോക്കാം. പക്ഷേ അവളെ സ്വന്തമാക്കാൻ എളുപ്പമല്ല. അതിന് ആഗ്രഹിക്കുന്ന പലരുമുണ്ട്."

സഹോദരന്മാർ രണ്ടുപേരും രാക്ഷസന്റെ വീട്ടിൽ കടന്നിരുന്ന് അയാളുടെ പുറത്ത് സഞ്ചരിച്ചു.

അവരങ്ങിനെ കുറഞ്ഞത് മൂന്നു മാസമെങ്കിലും സഞ്ചരിച്ചു.

അവസാനം അവർ ഒരു പുഴവക്കിലെത്തി.

"ഞാൻ ക്ഷീണിച്ചു." രാജകുമാരൻ മൃഗകുമാരനോടു പറഞ്ഞു. "നമുക്കു വിശ്രമിക്കാം."

ബബഖാൻജൊമി അതിലേറെ തളർന്നിരുന്നു. സഹോദരന്മാർ അയാളുടെ കൊച്ചുവീട്ടിൽനിന്ന് പുറത്തു കടന്ന് പുഴവക്കിൽ വിശ്രമിക്കാനിരുന്നു. കലശലായ ദാഹം തോന്നിയതിനാൽ അവർ പുഴയിലെ വെള്ളം കുടിക്കാൻ ശ്രമിച്ചു. പക്ഷേ വെള്ളത്തിന് ഉപ്പുരസമായിരുന്നു.

"ഈ വെള്ളത്തിന് ഉപ്പുരസം വന്നതെങ്ങനെ?" മൃഗകുമാരൻ അത്ഭുതത്തോടെ ചോദിച്ചു.

"ഇതു വെള്ളമല്ല, കണ്ണീരാണ്." ബബഖാൻജൊമി പറഞ്ഞു. "ഈ പുഴയുടെ കുറെ മുകളിലായി അഞ്ചു തലയുള്ള ഒരു രാക്ഷസൻ പാർക്കുന്നുണ്ട്. അയാളും സുന്ദരിയായ യെലേനയെ പ്രേമിക്കുന്നു. പക്ഷേ അവൾ അയാളെ നിരസിച്ചിരിക്കുകയാണ്. അവളോടുള്ള പ്രേമം കൊണ്ട് അയാൾ നീറിക്കത്തുന്നു, കണ്ണുനീർപ്പുഴകൾ ഒഴുകുന്നു."

അതിയായ അത്ഭുതത്തോടെയാണ് മൃഗകുമാരൻ ഇതു കേട്ടത്.

"സുന്ദരിയായ യെലേനയെ എന്റെ സഹോദരനു വേണ്ടി നേടിയില്ലെങ്കിൽ എന്റെ പേർ മൃഗകുമാരനെന്നല്ല." അവൻ പറഞ്ഞു.

പുഴയുടെ മുകൾ ഭാഗത്തു താമസിക്കുന്ന രാക്ഷസനെ അവർ ചെന്നുകണ്ടു. മൃഗകുമാരൻ അയാളോടു പറഞ്ഞു.

"രാക്ഷസാ, നിനക്ക് സുന്ദരിയായ യെലേനയോട് അത്ര കടുത്ത പ്രേമമുണ്ടോ?

രാക്ഷസൻ കരഞ്ഞുകൊണ്ടിരുന്നു. അയാളുടെ കണ്ണീരൊഴുകി ഒരു പുഴയായി.

"എനിക്കവളെ ഒരു നോക്കു കാണാൻ കഴിഞ്ഞാൽ, പിന്നെ മരിച്ചാലും സങ്കടമില്ല," അയാൾ പറഞ്ഞു.

"ശരി," മൃഗകുമാരൻ പറഞ്ഞു. "ഞങ്ങൾ അവളെ വീട്ടിലേക്ക് കൂട്ടിക്കൊണ്ടുപോകുമ്പോൾ നിനക്ക് അവളെ കാണാൻ കഴിയും. ഞാൻ വാക്കു തരുന്നു."

അവർ പിന്നെയും യാത്ര തുടർന്നു.

മാസങ്ങൾ ചിലതു കടന്നുപോയി. അവർ എന്നിട്ടും യാത്ര തുടർന്നു. കണ്ണിൽപ്പെട്ട വന്യമൃഗങ്ങളെ വേട്ടയാടി അവർ വിശപ്പടക്കി. എങ്കിലും അവർക്കു തിന്നാനുള്ള വക കുറഞ്ഞുവന്നു. നടന്നുനടന്ന് അവർ അവസാനം ഒരു ചെറിയ തോപ്പിലെത്തി. സുന്ദരിയായ യെലേനയുടെ യാതൊരു ലക്ഷണവുമില്ല.

മൃഗകുമാരൻ പറഞ്ഞു:

"ദൂരെ ഒരു ഗ്രാമമുണ്ട്. ഞാൻ അവിടെ പോയി ചോദിക്കും.

സുന്ദരിയായ യെലേനയെ തിരക്കേണ്ടതെവിടെയാണെന്ന് ഒരുപക്ഷേ ആ ഗ്രാമത്തിലെ ആർക്കെങ്കിലും അറിയാമായിരിക്കും."

ബബഖാൻജൊമിയേയും അയാളുടെ കൊച്ചു വീട്ടിനകത്തിരുന്നിരുന്ന രാജകുമാരനേയും അവിടെ വിട്ടിട്ട് മൃഗകുമാരൻ ഗ്രാമത്തിലേക്ക് തിരിച്ചു. ഒരു വൃദ്ധ ഒരു കുടിലിനടുത്തു നിൽക്കുന്നതു കണ്ടു അവൻ പറഞ്ഞു:

"പുത്രവാത്സല്യത്തിന്റെ പേരിൽ പറയൂ, അമ്മൂമ്മേ സുന്ദരിയായ യെലേന എവിടെ കാണുമെന്ന് അറിയാമോ?"

വൃദ്ധയ്ക്ക് അതിയായ അത്ഭുതം തോന്നി. സുന്ദരിയായ യെലേനയെ കാണാൻ എത്രത്തോളം പ്രയാസമാണെന്ന് അവർക്കറിയാം. കുമാരന്റെ നിർവ്യാജമായ സംസാരം കേട്ട് അവർ അത്ഭുതപ്പെട്ടു.

"അവളെ കാണാൻ വളരെവളരെ പ്രയാസമാണ്, മകനെ," അവർ പറഞ്ഞു. "നിനക്ക് അവളെപ്പറ്റി അധികമെന്നും അറിഞ്ഞുകൂടെന്നു തോന്നുന്നു.

മഹാനായ വായുരാജാവ് അവളെ പ്രേമിക്കുന്നുണ്ട്. അവളെ വീട്ടിൽനിന്നു തട്ടിക്കൊണ്ടുപോകാൻ അദ്ദേഹം സദാ ശ്രമിച്ചുകൊണ്ടിരിക്കുകയാണ്. അതുകൊണ്ടാണ് അവളെ ഒമ്പതു താഴിട്ടു പൂട്ടി വച്ചിരിക്കുന്നത്. ഒരു സൂര്യകിരണം പോലും അവൾ കാണുന്നില്ല. അവളെ തട്ടിക്കൊണ്ടുപോകുമോ എന്നാണു അവളുടെ വീട്ടുകാരുടെ ഭയം."

സുന്ദരിയായ യെലേന എവിടെ കാണുമെന്ന് വൃദ്ധ മൃഗകുമാരനോട് തുടർന്നു പറഞ്ഞു.

"അവളുടെ കോട്ട വലിയൊരു തോട്ടത്തിന്റെ പിൻഭാഗത്ത് സ്ഥിതി ചെയ്യുന്നു." അവർ പറഞ്ഞു. "ചുറ്റിനും ഉയരം കൂടിയ മതിലുണ്ട്. അമ്മയും സഹോദരന്മാരുമൊന്നിച്ച് സുന്ദരിയായ യെലേന പാർക്കുന്നത് അവിടെയാണ്."

"പക്ഷേ അവിടെ എങ്ങനെ എത്താം?" മൃഗകുമാരൻ ചോദിച്ചു.

"എന്റെ സഹോദരൻ അവളെ വിവാഹം ചെയ്യാൻ ആഗ്രഹിച്ചിരുന്നു."

"അത് എളുപ്പമല്ല," വൃദ്ധ പറഞ്ഞു. "സുന്ദരിയായ യെലേനയ്ക്ക് പല വിവാഹാർത്ഥികളുമുണ്ട്. നിന്റെ സഹോദരനെ വിവാഹം ചെയ്യാൻ അവളുടെ വീട്ടുകാർ സമ്മതിക്കുകയില്ല. അവൾ തന്റെ വിവാഹാർത്ഥികളെ മൂന്നു ജോലികൾ ഏല്പിക്കും. അവ നിറവേറ്റുന്നയാളെ വിവാഹം ചെയ്യാമെന്നു വാക്കുകൊടുക്കും. പക്ഷേ, അതിൽ പരാജയപ്പെടുന്നവരെ അവളുടെ സഹോദരന്മാർ വധിക്കും."

മൃഗകുമാരൻ പുഞ്ചിരിച്ചു. തനിക്കും തന്റെ സഹോദരനും

നിറവേറ്റാൻ കഴിയാത്ത ഏതെങ്കിലും ജോലി സുന്ദരിയായ യെലേന യ്ക്ക് ആലോചിക്കാൻ കഴിയുമോ? തന്റെ സഹോദരനേയും ബബഖാൻ ജൊമിയേയും വിട്ടുപോന്ന ഇടത്തേക്ക് അവൻ മടങ്ങി.

മൃഗകുമാരനും രാജകുമാരനും ഇരിക്കുന്ന കൊച്ചുവീട് രാക്ഷസൻ മുതുകിലേറ്റി. അവർ വീണ്ടും യാത്ര തുടർന്നു.

അവർ സുന്ദരിയായ യെലേനയുടെ കോട്ടയിലെത്തി. ആദ്യം അകത്തുകടന്നത് മൃഗകുമാരനാണ്.

സുന്ദരിയായ യെലേനയുടെ അമ്മ ഒരു മന്ത്രവാദിനിയായിരുന്നു. അവർക്ക് ഒരാളെ കൊല്ലാനും ജീവിപ്പിക്കാനും കഴിയുമായിരുന്നു.

അവർ മൃഗകുമാരനെ നോക്കി. നല്ല പൊക്കവും കരുത്തുമുള്ള ആ സുന്ദരരൂപത്തിൽനിന്ന് അവർക്ക് കണ്ണെടുക്കാൻ തോന്നിയില്ല.

"നീ ആരാണ്? എന്തിനിവിടെ വന്നു?" അവർ ചോദിച്ചു.

മൃഗകുമാരൻ പറഞ്ഞു:

"ഞാൻ വന്നിട്ടുള്ളത് ശത്രുവായിട്ടല്ല, മിത്രമായിട്ടാണ്."

"പക്ഷേ നിനക്ക് എന്താണു വേണ്ടത്?"

"നിങ്ങളുടെ മകൾ സുന്ദരിയായ യെലേനയെ എന്റെ സഹോദര പത്നിയായി എനിക്കു വേണം."

യെലേനയ്ക്ക് മൂന്നു സഹോദരന്മാരാണുള്ളത്. ആ സമയത്ത് അവർ മൂന്നുപേരും നായാട്ടിനായി കാട്ടിൽ പോയിരിക്കുകയായിരുന്നു.

"നീ ഇവിടെ ഇരിക്ക്" സുന്ദരിയായ യെലേനയുടെ അമ്മ പറഞ്ഞു.

"എന്റെ പുത്രന്മാർ തിരിച്ചുവരുന്നതുവരെ കാക്ക്. നീ അവരോടു സംസാരിച്ചതിനുശേഷം കാര്യങ്ങളെല്ലാം തീരുമാനിക്കാം."

അങ്ങനെ, സുന്ദരിയായ യെലേനയുടെ സഹോദരന്മാർ മടങ്ങിവരുന്നതും കാത്ത് മൃഗകുമാരൻ തോട്ടത്തിൽ ഇരുന്നു.

ഈ സയയത്ത് മൃഗകുമാരനെ കാത്ത് ഇരുന്നിരുന്ന രാജകുമാരനും ബബഖാൻജൊമിയും ഭയന്നു. മഹാനായ വായുരാജാവ് അവനുമായി ഏറ്റുമുട്ടി അവനെ വധിച്ചേക്കുമോ എന്ന്, അതുകൊണ്ട് അവന്റെ സ്ഥിതിയെന്താണെന്നു പോയി നോക്കാൻ അവർ തീരുമാനിച്ചു.

നേരമിരുട്ടിത്തുടങ്ങിയപ്പോഴാണ് സുന്ദരിയായ യെലേനയുടെ സഹോദരന്മാർ മടങ്ങിയെത്തിയത്. ഒരാൾ തോളിൽ ഒരു മാനിനെ അതേപടി ചുമന്നുകൊണ്ടാണ് വന്നത്. രണ്ടാമൻ ഒരു പെൺമാനിനേയും മൂന്നാമൻ തീകത്തിക്കാൻ ഒരു മരവും അതേപടി ചുമന്നുകൊണ്ടുവന്നു.

ഒരു അപരിചിതന്റെ സാന്നിദ്ധ്യം മണത്തറിഞ്ഞിട്ട് അവർ അമ്മയോടു ചോദിച്ചു:

"അമ്മേ, ഇവിടെ ആരാണു വന്നിരിക്കുന്നത്?"

“കുട്ടികളേ, മിത്രമായി വന്നിരിക്കുന്ന ഒരാളാണ്. നിങ്ങൾ അവനെ ഉപദ്രവിക്കരുത്.” അമ്മ പറഞ്ഞു.

ഇതിനകം ബബഖാൻജൊമി രാജകുമാരനെ കോട്ടയ്ക്കകത്ത് എത്തിച്ചുകഴിഞ്ഞിരുന്നു. എന്തു നടക്കാൻ പോകുന്നുവെന്നു കാണാൻ വേണ്ടി രാജകുമാരൻ അവിടെ കാത്തുനിന്നു.

സുന്ദരിയായ യെലേനയുടെ സഹോദരന്മാർ മാനിന്റെ തോലുരിക്കാൻ തുടങ്ങി. മൃഗകുമാരനും സഹായിക്കാൻകൂടി. അവർ ഒരു കാലിലെ തോൽ ഉരിച്ചുകളയാനെടുത്ത സമയംകൊണ്ട് മൃഗകുമാരൻ മിന്നൽ വേഗത്തിൽ മാനിന്റെ ദേഹത്തുനിന്നു മുഴുവൻ തോലുരിച്ചുമാറ്റി. സഹോദരന്മാർ മൂന്നുപേരും അവനെ അത്ഭുതത്തോടെ നോക്കി.

അവർ ഭക്ഷണത്തിനിരുന്നു. മൃഗകുമാരൻ വലിയ വലിയ മാംസത്തുണ്ടുകളെടുത്ത് വിഴുങ്ങി. വീണ്ടും സഹോദരന്മാർ മൂവരും അവനെ അത്ഭുതത്തോടെ നോക്കി.

അത്താഴം കഴിഞ്ഞ് അവർ ഉറങ്ങാൻ പോയി. പിറ്റേന്നു രാവിലെ സുന്ദരിയായ യെലേന പറഞ്ഞു:

“ഞാൻ ഏല്പിക്കുന്ന മൂന്നു ജോലികൾ രാജകുമാരൻ നിറവേറ്റിയാൽ ഞാൻ അദ്ദേഹത്തെ വിവാഹം ചെയ്യാം. അതിൽ പരാജയപ്പെട്ടാൽ ഞാൻ വിവാഹം ചെയ്യുകയില്ല.”

രാജകുമാരനെ അവളുടെ മുമ്പിൽ ഹാജരാക്കി. സുന്ദരിയായ യെലേന അയാളോട്ടു സംസാരിച്ചു. പക്ഷേ ആ സാധുയുവാവ്, ഒരക്ഷരം മിണ്ടാതെ, അവിടെ നടക്കുന്നതെന്താണെന്നു മനസ്സിലാവാതെ സ്തംഭിച്ചുനിന്നു. വാസ്തവം പറഞ്ഞാൽ, സുന്ദരിയായ യെലേനെയുടെ അമ്മ അയാളെ മന്ത്രശക്തികൊണ്ട് മയക്കിനിർത്തിയിരിക്കുകയായിരുന്നു.

“എന്റെ മുമ്പിൽനിന്നു പോകൂ!”

സുന്ദരിയായ യെലേന വിളിച്ചു പറഞ്ഞു. അവൾ രാജകുമാരനെ മുറിയിൽ നിന്ന് ഇറക്കിവിട്ടു.

രാജകുമാരൻ ഒരു ഉന്മത്തനെപ്പോലെ വേച്ചുവേച്ച് പുറത്തിറങ്ങി. മൃഗകുമാരൻ അയാളുടെ അടുത്തേക്ക് ഓടിച്ചെന്ന് ചോദിച്ചു.

“അവൾ എന്തു പറഞ്ഞു?”

“സഹോദരാ, എനിക്കറിഞ്ഞുകൂടാ. ഞാൻ സ്തംഭിച്ചു നിൽക്കുകയായിരുന്നു.” രാജകുമാരൻ പറഞ്ഞു.

മൃഗകുമാരന് കോപം സഹിച്ചില്ല. അവൻ സുന്ദരിയായ യെലേനയുടെ അടുത്തുപോയി തന്റെ സഹോദരനെ രണ്ടാമതൊന്നുകൂടി കാണണമെന്നു പറഞ്ഞു.

പക്ഷേ രണ്ടാമത്തെ തവണയും അവളുടെ മുമ്പിൽ രാജകുമാരൻ മൗനം പൂണ്ടു നിൽക്കുകയാണ് ചെയ്തത്. ഒരു

സ്വപ്നാടനക്കാരനെപ്പോലെയാണ്. അയാൾ സുന്ദരിയായ യെലേനയുടെ മുമ്പിൽ നിന്ന് ഇറങ്ങിപ്പോയത്.

നടന്നകാര്യങ്ങൾ മൃഗകുമാരൻ ബബഖാൻജൊമിയോടു പറഞ്ഞു. അവർ കൂടിയാലോചിച്ച് എന്തു ചെയ്യണമെന്നതിനെപ്പറ്റി ഒരു തീരുമാനത്തിലെത്തി.

മൃഗകുമാരൻ വീണ്ടും സുന്ദരിയായ യെലേനയെ സമീപിച്ച് രാജകുമാരനെ മൂന്നാമതൊരിക്കൽക്കൂടി കാണമണെന്ന് അപേക്ഷിച്ചു.

കൊത്തിവച്ച പ്രതിമപോലെയാണ് രാജകുമാരൻ സുന്ദരിയായ യെലേനയുടെ മുമ്പിൽ നിന്നത്. കാരണം അവളുടെ അമ്മ അയാളെ വീണ്ടും മന്ത്രശക്തിയാൽ മയക്കിയിരുന്നു. പക്ഷേ ബബഖാൻജൊമി മന്ത്രിശക്തി മാറ്റാൻ ഉപയോഗിക്കുന്ന തരത്തിലുള്ള ചില എഴുത്തോലകളെടുത്ത്, സുന്ദരിയായ യെലേന രാജകുമാരനോടു സംസാരിച്ചു കൊണ്ടിരുന്ന മുറിയിലേക്ക് എറിഞ്ഞു.

പെട്ടെന്ന് ചുമരുകൾ ആടി. രാജകുമാരന് പ്രജ്ഞ വന്നു. മന്ത്രശക്തി മാറിക്കഴിഞ്ഞതിനാൽ സുന്ദരിയായ യെലേനയെ കണ്ടയുടൻ അയാൾ അവളുടെ അടുത്തേക്ക് ഓടിച്ചെന്ന് അവളുടെ കൈ പിടിച്ചു.

"നീ എന്റേതാണ്. നീ എന്റേതാണ്." അയാൾ പറഞ്ഞു.

മൃഗകുമാരൻ ആഹ്ലാദിച്ചു. സുന്ദരിയായ യെലേനയ്ക്കും വലിയ സന്തോഷമായി. കാരണം, താൻ വിവാഹം കഴിക്കാതിരിക്കാൻ വേണ്ടി തന്റെ അമ്മ വിവാഹാഭ്യർത്ഥനയുമായി വരുന്നവരെ മന്ത്രശക്തിയാൽ മയക്കുന്നുണ്ടെന്ന് അവൾക്കറിയാമായിരുന്നു. അവളും രാജകുമാരനും കൂടി സന്തോഷഭരിതരായി പുഞ്ചിരിച്ചുകൊണ്ട് പുറത്തേക്കു വന്നു.

പിറ്റേന്ന് രാവിലെ വധൂവരന്മാർ തോട്ടത്തിൽ ഉലാത്താനിറങ്ങി. അവരങ്ങിനെ പോകുന്നതു കണ്ട് സന്തോഷിച്ചുകൊണ്ട് മൃഗകുമാരൻ അടുത്തു നില്പുണ്ടായിരുന്നു. പെട്ടന്ന് വായുരാജാവ് ഒരു കൊടുങ്കാറ്റുപോലെ വന്ന് രാജകുമാരനെ നിലത്തെറിഞ്ഞു: സുന്ദരിയായ യെലേനയെ പിടികൂടി ആകാശത്തേക്കു കൊണ്ടുപോയി.

സഹോദരൻ നിലത്ത് നിർജ്ജീവമായി കിടക്കുന്നതു കണ്ടപ്പോൾ മൃഗകുമാരന് ദുഃഖം സഹിച്ചില്ല. അവൻ സുന്ദരിയായ യെലേനയുടെ കാര്യം മറന്നു. താൻ കണ്ട വൃദ്ധ മഹാനായ വായുരാജാവിനെപ്പറ്റി തനിക്കു മുന്നറിയിപ്പുതന്ന കാര്യം അവൻ ഓർത്തു. പക്ഷേ, കഷ്ടം! ഓർത്തതു വൈകിപ്പോയി.

മൃഗകുമാരൻ ഇരുന്ന് വാവിട്ടു കരഞ്ഞു. സുന്ദരിയായ യെലേനയുടെ അമ്മ വന്ന് അവനോടു പറഞ്ഞു:

"നീ കരയണ്ട. നിന്റെ സഹോദരനെ ഞാൻ ജീവിപ്പിക്കാം.

പക്ഷേ, മഹാനായ വായുരാജാവ് സുന്ദരിയായ യെലേനയെ തട്ടിക്കൊണ്ടുപോയല്ലോ. അവളെ എങ്ങനെ തിരികെ കൊണ്ടുവരാനൊക്കുമെന്ന് എനിക്കറിഞ്ഞുകൂടാ."

അവർ ഒരു തുവാലയെടുത്ത് രാജകുമാരന്റെ മുഖം തുടച്ചു. അയാൾക്ക് ഉടനെ ജീവൻ വന്നു. എഴുന്നേറ്റ് കണ്ണു തിരുമ്മിക്കൊണ്ട് അയാൾ പറഞ്ഞു:

"ഞാൻ ഒരുപാടു നേരം ഉറങ്ങിപ്പോയി."

പക്ഷേ ചുറ്റും നോക്കിയപ്പോൾ സുന്ദരിയായ യെലേനയെ കാണാഞ്ഞ് അയാൾ തേങ്ങികരയാൻ തുടങ്ങി. എന്തു ചെയ്യണമെന്ന് അയാൾക്കു നിശ്ചയമില്ലായിരുന്നു.

മൃഗകുമാരൻ ബബഖാൻജൊമിയുടെ അടുത്തു പോയി പറഞ്ഞു:

"മഹാനായ വായുരാജാവ് വധുവിനെ തട്ടിക്കൊണ്ടുപോയി. നമുക്ക് എന്തു വില കൊടുത്തും അവളെ തിരിച്ചുകൊണ്ടുവരണം."

രക്ഷസൻ പറഞ്ഞു:

"നിങ്ങളെ സഹായിക്കാൻ കഴിഞ്ഞില്ലെങ്കിൽ ബബഖാൻജൊമി നിന്നനില്പിൽ മരിച്ചുവീഴട്ടെ! എന്റെ വലത്തെ ചെവിയിൽ നോക്കു. അവിടെ ഒരു ജീനി കാണും. എന്റെ ഇടത്തെ ചെവിയിൽ നോക്കു. അവിടെ ഒരു കടിഞ്ഞാണും ചാട്ടയും കാണും. അവ പുറത്തെടുത്ത് എന്നെ കടിഞ്ഞാണിടൂ. നമുക്ക് ഉടൻ പുറപ്പെടാം."

രാജകുമാരനെ സുന്ദരിയായ യെലേനയുടെ വീട്ടിലിരുത്തിയിട്ട് മൃഗകുമാരൻ ബബഖാൻജൊമിക്ക് കടിഞ്ഞാണിട്ടു. അയാളുടെ പുറത്ത് ജീനി വച്ച് ഒമ്പതു വാറിട്ടു കെട്ടി അയാളുടെ വായിൽ ഒമ്പതു കടിവാളമിട്ടു.

"ഇനി എന്റെ പുറത്ത് ചാടിക്കയറി ഇരിക്കൂ". ബബഖാൻ ജോമി പറഞ്ഞു. "ചാട്ടകൊണ്ട് എന്നെ മൂന്നു തവണ ശക്തിയായി അടിക്കണം. ആ അടിയേറ്റ് എന്റെ പുറത്തെ തൊലിയുടെ ഒമ്പതു തുണ്ടുകൾ ഉരിഞ്ഞുപോകണം. അതുകഴിഞ്ഞ് മുറുകെ പിടിച്ചിരുന്നോളൂ. പേടിക്കേണ്ട. വായുവേഗത്തിലായിരിക്കും പറക്കുക!

ബബഖാൻജൊമി പറഞ്ഞ കാര്യങ്ങൾ ചെയ്യുന്നതിനുമുമ്പ് മൃഗകുമാരൻ സഹോദരനായ രാജകുമാരനോടു വിടവാങ്ങാൻ പോയി.

"ഇവിടെ ഞങ്ങൾക്കുവേണ്ടികാത്തിരിക്കൂ." അവൻ പറഞ്ഞു. "ഞങ്ങൾ സുന്ദരിയായ യെലേനയെ തേടിപോവുകയാണ്."

അവൻ രാക്ഷസന്റെ പുറത്തു ചാടിക്കയറി ഇരുന്നു. പുറത്തെ തൊലിയുടെ ഒമ്പതു തുണ്ടുകൾ ഉരിഞ്ഞുപോകുമാറ് മൂന്നുപ്രാവശ്യം ചാട്ട വീശി. രക്ഷസൻ മോങ്ങുകയും ചൂളംവിളിക്കുകയും ചെയ്തു. തറയിൽ ദേഹം ആഞ്ഞമർത്തിയിട്ട് മുകളിലോട്ടു കുതിച്ചു മേഘങ്ങൾക്കപ്പുറം

കടന്നു. ആകാശത്തുകൂടി അവർ അങ്ങനെ പറന്നുപറന്ന് പോയി. ഒരുപാടം കണ്ടപ്പോൾ മാത്രമേ അവർ താഴെ ഇറങ്ങിയുള്ളൂ. പാടത്ത് ഒരു വൃദ്ധ നില്പുണ്ടായിരുന്നു. മഹാനായ വായുരാജാവ് പാർക്കുന്ന തെവിടെയാണെന്ന് അറിയാമോയെന്ന് മൃഗകുമാരൻ അവരോട് ചോദിച്ചു.

വൃദ്ധ തേങ്ങിക്കരയാനും നിലവിളിക്കാനും തുടങ്ങി.

"കുഞ്ഞേ, കുഞ്ഞേ," അവർ കരഞ്ഞുകൊണ്ടു പറഞ്ഞു. "നീ എന്തിന് ഇവിടെ വന്നു? നീ ഇവിടെ വരാൻ എങ്ങനെ ധൈര്യപ്പെട്ടു? ഒരപരിചിതൻ വന്നിട്ടുണ്ടെന്ന് മഹാനായ വായുരാജാവ് മണത്തറിയും. നീ ഇവിടെയുള്ള കാര്യം അദ്ദേഹത്തിനു മനസ്സിലാവും. അദ്ദേഹം നമ്മെ എല്ലാവരേയും കൊല്ലും. കുറച്ചു മുമ്പാണ് അദ്ദേഹം ഇവിടെ ഒരു യുവസുന്ദരിയെ കൊണ്ടുവന്നത്. സൂര്യനു കീഴിലുള്ള യാതൊന്നിനും അവളുടെ സൗന്ദര്യത്തോട് കിട പിടിക്കാൻ സാദ്ധ്യമല്ല. വായുരാജാവ് എത്ര ശക്തിയായിട്ടാണ് കിട വീശിയതെന്നോ. അദ്ദേഹത്തിന്റെ മോങ്ങലും ചൂളംവിളിയും മാത്രമേ കേൾക്കാൻ കഴിഞ്ഞുള്ളൂ. ചുറ്റുമുള്ള സർവ്വതും നിലംപരിശായി."

"ആ പെൺകുട്ടിയെത്തന്നെയാണ് ഞാൻ തിരക്കുന്നത്." മൃഗകുമാരൻ പറഞ്ഞു. "മഹാനായ വായൂരാജാവിന്റെ പാർപ്പിടം എനിക്കു കാട്ടിത്തരണം."

"അങ്ങനെതന്നെ," വൃദ്ധ സമ്മതിച്ചു. എങ്കിലും അവർ ഭയന്നുവിറയ്ക്കുന്നുണ്ടായിരുന്നു. ശ്വാസം വിടാൻ തന്നെ വിഷമിച്ചു.

മൃഗകുമാരൻ താഴെയിറങ്ങി. ജീനിയും കടിഞ്ഞാണും ചാട്ടയും രാക്ഷസന്റെ ഇരുചെവികളിലും ഒളിച്ചുവച്ചശേഷം വൃദ്ധയുടെ പിറകെപോയി.

ബബഖാൻജൊമി അവരുടെകൂടി പോയില്ല. അയാൾ അവിടെല്ലാം ചുറ്റിനടന്ന് എല്ലാം പരിശോധിച്ചു. മനസ്സിൽ തോന്നിയതു ചെയ്തു. വായുരാജാവിന്റെ കോഴിക്കുഞ്ഞുങ്ങളെയെല്ലാം പിടിച്ചുതിന്നുകപോലും ചെയ്തു.

വൃദ്ധ മൃഗകുമാരനെ മഹാനായ വായുരാജാവിന്റെ കൊട്ടാരത്തിന്റെയടുക്കൽ കൊണ്ടാക്കിയശേഷം പോയി.

അന്നു രാവിലെ വായുരാജാവ് നായാട്ടിനു പോയതിനാൽ സുന്ദരിയായ യെലേന കൊട്ടാരത്തിൽ ഒറ്റയ്ക്കിരുന്നു കരയുകയായിരുന്നു.

മൃഗകുമാരൻ അവളുടെ മുറിയുടെ വാതിലിനടുത്തു വന്നു. അതു ചവുട്ടിത്തുറന്ന് അകത്തു കടന്നു.

"എങ്ങനെ ഇവിടെ വന്നു?" സുന്ദരിയായ യെലേന ചോദിച്ചു. "എന്റെ സാധുവായ വരന് എന്തുപറ്റി?"

അവൾ മൃഗകുമാരനെ ആശ്ലേഷിക്കുകയും ചുംബിക്കുകയും ചെയ്തു. നടന്ന കാര്യങ്ങൾ മുഴുവൻ അവൻ അവളോടു പറഞ്ഞു.

"നിന്നെ ഇവിടുന്നു കൊണ്ടുപോകാനാണു ഞാൻ വന്നത്," അവൻ പറഞ്ഞു.

"അതൊരിക്കലും സാദ്ധ്യമല്ല!" സുന്ദരിയായ യെലേന പറഞ്ഞു. "മഹാനായ വായുരാജാവ്-അയാൾ തുലയട്ടെ! -നമ്മെ രണ്ടുപേരെയും കൊല്ലും!"

മഹാനായ വായുരാജാവിന്റെ കൊട്ടാരത്തിലേക്കുള്ള വഴി കാട്ടിക്കൊടുത്ത വൃദ്ധയുടെ അടുക്കലേക്ക് മൃഗകുമാരൻ പോയി. സുന്ദരിയായ യെലേനയെ അവിടന്നു കൊണ്ടുപോകാനും മഹാനായ വായുരാജാവിനെ നീക്കം ചെയ്യാനുമുള്ള വഴിയെക്കുറിച്ച് അവരുടെ ഉപദേശം തേടി.

വൃദ്ധ പറഞ്ഞു:

"അടുത്ത തവണ മഹാനായ വായുരാജാവ് നായാട്ടിനു പോകുമ്പോൾ വേഗം വീടിന്റെ ഒരു കോണ് പൂക്കൾക്കൊണ്ട് അലങ്കരിക്കണമെന്നും അദ്ദേഹം തിരിച്ചുവരുമ്പോൾ അത്രനേരം അദ്ദേഹത്തെ കാണാതിരുന്നതിൽ ദുഃഖം അഭിനയിക്കണമെന്നും ആദ്യംതന്നെ സുന്ദരിയായ യെലേനയോടു പോയിപ്പറയൂ."

പിറ്റേന്നു രാവിലെ മഹാനായ വായുരാജാവ് കൊട്ടാരത്തിൽനിന്ന് ഇറങ്ങിയ ഉടനെ സുന്ദരിയായ യെലേന തോട്ടത്തിൽ പോയി കുറെ പൂക്കൾ പറിക്കുകയും ഒരു കൊച്ചുകുട്ടിയെപ്പോലെ അവകൊണ്ട് വീടിന്റെ ഒരു കോണ് അലങ്കരിച്ച് സമയം പോക്കുകയും ചെയ്തു.

രാജാവ് വൈകുന്നേരം മടങ്ങിവന്നപ്പോൾ അവളെ കണ്ട് അതിശയിച്ചു.

"നീ എന്താണ് ഒരു കൊച്ചുകുട്ടിയെപ്പോലെ പൂക്കൾക്കൊണ്ട് കളിക്കുന്നത്?" അദ്ദേഹം ചോദിച്ചു.

"ഞാൻ വേറെ എന്തു ചെയ്യാനാണ്?" അങ്ങ് ഇവിടെ ഇല്ലാത്തപ്പോൾ നേരം പോകാൻ എന്തെങ്കിലും ചെയ്യണ്ടേ. അങ്ങയുടെ ആത്മാവിനെ ഒളിച്ചുവച്ചിരിക്കുന്നത് എവിടെയാണെന്ന് എന്നെ കാണിച്ചുതന്നിരുന്നെങ്കിൽ ഞാൻ ഇങ്ങനെ ഒറ്റയ്ക്കിരുന്ന് മുഷിയുകയില്ലായിരുന്നു."

"എന്റെ ആത്മാവ് നിനക്കെന്തിനാണ്. എന്റെ സുന്ദരി?"

"അങ്ങെന്താണ് ഇങ്ങനെ ചോദിക്കുന്നത്? അത് എവിടെയാണെന്ന് അറിയാമായിരുന്നെങ്കിൽ എനിക്ക് ഒന്നുമില്ലെങ്കിലും അതിനെ ചുംബിച്ചു താലോലിച്ചു കൊണ്ട് അങ്ങയുടെ തിരിച്ചുവരവും കാത്ത് ഇരിക്കാമായിരുന്നു. ഞാൻ അങ്ങയുടെ ഭാര്യയാണെന്ന് മറക്കരുത്.

അതെവിടെയാണെന്ന് ദയവുചെയ്ത് എന്നോടു പറയൂ."

"ശരി." മഹാനായ വായുരാജാവ് പറഞ്ഞു. "നിനക്ക് അതറിയാൻ ആഗ്രഹമുള്ളതിനാൽ ഞാൻ പറയാം."

അവളെ കൊട്ടാരത്തിന്റെ മേൽക്കൂരയിലേക്കു കൂട്ടിക്കൊണ്ടുപോയിട്ട് അദ്ദേഹം പറഞ്ഞു:

"ദൂരെ വെളിപ്രദേശത്ത് ഒരു മാൻ നിൽക്കുന്നതു കണ്ടോ? മൂന്ന്പേർ അവന് പുല്ല് വെട്ടിക്കൊടുക്കുന്നുണ്ട്. പക്ഷേ അവൻ അതു മുഴുവൻ വേഗം തിന്നുന്നതുകൊണ്ട് അവർ അവന് ഒപ്പമെത്താൻ വിഷമിക്കുകയാണ്. ആ മാനിന്റെ തലയ്ക്കകത്തു മൂന്ന് കൊച്ചുപെട്ടികളുണ്ട്. എന്റെ ആത്മാവിരിക്കുന്നത് അവയ്ക്കുള്ളിലാണ്."

"പക്ഷേ ആരെങ്കിലും ആ മാനിനെ കൊല്ലുകയില്ലേ?" സുന്ദരിയായ യെലേന ചോദിച്ചു.

"ഇല്ല കാരണം, എന്റെ അമ്പും വില്ലും കൊണ്ടു മാത്രമേ അവനെ കൊല്ലാനൊക്കൂ." രാജാവു പറഞ്ഞു. "ആ പെട്ടികളിലോരൊന്നിലും ഓരോ കിളിയുണ്ട്. അവയിൽ ഒരെണ്ണത്തിനെ കൊന്നാൽ ഞാൻ പാദം മുതൽ മുട്ടുവരെ കല്ലായിത്തീരും. രണ്ടാമത്തേതിനെ കൊന്നാൽ ഞാൻ അരവരെ കല്ലാകും. മൂന്നാമത്തേതിനെ കൊന്നാൽ ഞാൻ മരിക്കും. എന്റെ ആത്മാവ് എവിടെയാണെന്ന് ഇപ്പോൾ മനസ്സിലായില്ലേ?"

പ്രഭാതമായി. മഹാനായ വായുരാജാവ് എന്തോ കാര്യം പ്രമാണിച്ച് പുറത്തുപോയി. സുന്ദരിയായ യെലേന അദ്ദേഹത്തിന്റെ വില്ലും അമ്പുകളുമെടുത്ത് മൃഗകുമാരനെ ഏല്പിക്കുകയും മഹാനായ വായുരാജാവിനെ എങ്ങനെ കൊല്ലാൻ കഴിയുമെന്ന് അവനു പറഞ്ഞുകൊടുക്കുകയും ചെയ്തു.

മൃഗകുമാരൻ ആഹ്ലാദിച്ചു. അവൻ അമ്പും വില്ലുമെടുത്ത് മാൻ മേഞ്ഞുകൊണ്ടുനിന്നിരുന്ന വെളിപ്രദേശത്തേക്കു പോയി. ഒരു അമ്പെയ്തു മാനിനെകൊന്നും ഓടിച്ചെന്ന് അതിന്റെ തല വെട്ടിപ്പിളർന്ന് പെട്ടികൾ പുറത്തെടുത്തു.

മാൻ ചത്തു വീണയുടനെ എന്തോ കുഴപ്പം പിണഞ്ഞിട്ടുണ്ടെന്നു മഹാനായ വായുരാജാവിനു തോന്നി, അദ്ദേഹം ധൃതിയിൽ വീട്ടിലേക്കു മടങ്ങി.

പക്ഷേ മൃഗകുമാരൻ ആദ്യത്തെ കിളിയുടെ കഴുത്തു ഞെരിച്ചു. ഉടൻ മഹനായ വായുരാജാവിന്റെ കാലുകൾ കല്ലായിത്തീർന്നു. രണ്ടാമത്തെ കിളിയുടെ കഴുത്തു ഞെരിച്ചപ്പോൾ മഹാനായ വായുരാജാവിന് ദേഹമാകെ ഒരു മരവിപ്പ് അനുഭവപ്പെട്ടു. വളരെ പ്രയാസപ്പെട്ടാണ് അദ്ദേഹം പടിവരെ വലിഞ്ഞിഴഞ്ഞു വന്നത്.

മഹാനായ വായുരാജാവ് സുന്ദരിയായ യെലേനയോടു പറഞ്ഞു:

"സുന്ദരിയായ യെലേന! നീ എന്നെ വഞ്ചിച്ചു!" ഇങ്ങനെ പറഞ്ഞു കൊണ്ട് അദ്ദേഹം കോവണി കയറാൻ തുടങ്ങി. പക്ഷേ മൃഗകുമാരൻ മൂന്നാമത്തെ കിളിയെ കൈയ്യുള്ളിലാക്കി.

"നിങ്ങൾ വരുത്തിവെച്ച ദ്രോഹത്തിനുള്ള പ്രതിഫലമാണിത്!" എന്നു വിളിച്ചുപറഞ്ഞുകൊണ്ട്

അവൻ മൂന്നാമത്തെ കിളിയുടെ കഴുത്തു ഞെരിച്ചു. മഹാനായ വായുരാജാവ് നിലത്തേക്ക് മരിച്ചുവീണു. മൃഗകുമാരൻ സുന്ദരിയായ യെലേനയുടെ അടുത്തു ചെന്ന് അവർക്ക് യാത്ര പുറപ്പെടാനുള്ള സമയമായെന്നു പറഞ്ഞു.

"അങ്ങനെയാവട്ടെ", സുന്ദരിയായ യെലേന പറഞ്ഞു. "പക്ഷേ ആദ്യംതന്നെ ഈ കൊട്ടാരത്തിന്റെ ഒമ്പതു മുറികളിലൂടെ കടന്നു പോകണം. പത്താമത്തെ മുറിയിൽ മഹാനായ വായുരാജാവിന്റെ കുതിരയെ കെട്ടിയിട്ടിരിക്കുന്നതു കാണാം. അതിന് വായുവിന്റെ വേഗതയുണ്ട്. ഞൊടിയിടയിൽ അതു നമ്മെ വീട്ടിലെത്തിക്കും."

മൃഗകുമാരൻ മഹാനായ വായുരാജാവിന്റെ കുതിരയെ കണ്ടു. അവൻ ബബഖാൻജൊമിയെ വിളിച്ച് അയാളുടെ ചെവികൾക്കുള്ളിൽനിന്ന് കുതിരക്കോപ്പെല്ലാം പുറത്തെടുത്തു. അവൻ രാക്ഷസന്റെ പുറത്തിരുന്നു. സുന്ദരിയായ യെലേനയെ കുതിരപ്പുറത്തിരുത്തി. എന്നിട്ട് വീട്ടിലേക്കു പറന്നു.

ഇങ്ങനെയാണ് സുന്ദരിയായ യെലേനയും രാജകുമാരനും വീണ്ടും ഒന്നിച്ചത്. അവരുടെ വിവാഹം ആർഭാടമായി ആഘോഷിച്ചു. അതു സാദ്ധ്യമാക്കിയതിന് എല്ലാവരും മൃഗകുമാരനോട് നന്ദി പറഞ്ഞു.

ഈ സമയമത്രയും രാജകുമാരന്റെ പിതാവും മൃഗകുമാരന്റെ വളർത്തച്ഛനുമായ വൃദ്ധരാജാവ് തന്റെ മക്കൾ മരിച്ചുപോയെന്ന് കരുതി തീവ്രദുഃഖത്തിലാണ്ടു കഴിയുകയായിരുന്നു. അദ്ദേഹം തന്റെ രാജ്യത്തൊട്ടുക്ക് ദുഃഖാചരണം നടത്താൻ കല്പിക്കുകയും കരഞ്ഞുകരഞ്ഞ് കാലം കഴിക്കുകയും ചെയ്തു.

വധൂഗൃഹത്തിലെ സദ്യ കഴിഞ്ഞ് രാജകുമാരനും മൃഗകുമാരനും സുന്ദരിയായ യെലേനയും ബബഖാൻജൊമിയുടെ പുറത്തുള്ള കൊച്ചുവീട്ടിൽ കയറി വീട്ടിലേക്കു തിരിച്ചു.

സുന്ദരിയായ യെലേനയോടുള്ള പ്രേമം കാരണം കണ്ണുനീർപ്പുഴ ഒഴുക്കിയരാക്ഷസനെ കടന്നുപോകുമ്പോൾ മൃഗകുമാരൻ പറഞ്ഞു:

"അല്ലയോ രാക്ഷസാ, നിനക്ക് സുന്ദരിയായ യെലേനയെ കാണണമെന്നുണ്ടോ?"

"ഹാ! മൃഗകുമാരാ! അവളെ നോക്കാൻ ആരു സമ്മതിക്കും?"

രാക്ഷസൻ പറഞ്ഞു.

"അവൾ ഇവിടെയുണ്ട്, വേണമെങ്കിൽ നോക്കിക്കൊള്ളൂ." മൃഗകുമാരൻ പറഞ്ഞു.

രാക്ഷസൻ നോക്കി. സുന്ദരിയായ യെലേനയുടെ സൗന്ദര്യത്താൽ കണ്ണു കാണാതായിത്തീർന്ന അയാൾ ശോഷിച്ചുശോഷിച്ച് അവരുടെ മുമ്പിൽ മരിച്ചുവീണു.

മൃഗകുമാരനും കൂടെയുള്ളവരും യാത്ര തുടർന്നു. ഒമ്പതു തലയുള്ള രാക്ഷസന്മാരുടെ ഒഴിഞ്ഞ വീട്ടിൽ രാത്രി ചെലവഴിച്ചശേഷം അവർ വീണ്ടും പുറപ്പെട്ടു.

അഞ്ചു മാസത്തെ യാത്ര ശേഷിച്ചപ്പോൾ അവർ ഒരു കാട്ടിനരികിൽ വിശ്രമിക്കാനിരുന്നു.

രാത്രി പെട്ടെന്ന് മൂന്നു പ്രാവുകൾ പറന്നുവന്ന് ഒരു മരക്കൊമ്പിൽ ഇരുന്നു. ഒരു പ്രാവ് പറഞ്ഞു:

"തന്റെ മകൻ സുന്ദരിയായ യെലേനയേയും കൊണ്ട് വരുന്നുവെന്നറിയുമ്പോൾ വൃദ്ധനായ രാജാവ് സമ്മാനമായി അയാൾക്കൊരു തോക്കു കൊടുത്തയയ്ക്കും. തോക്കിൽനിന്ന് വെടിപൊട്ടി രാജകുമാരൻ കൊല്ലപ്പെടും. പക്ഷേ ഇപ്പറയുന്നത് ആരെങ്കിലും കേട്ട് പുറത്തുപറഞ്ഞാൽ അയാൾ കല്ലായിത്തീർന്ന് മരിക്കും."

"അത് അങ്ങനെതന്നെ സംഭവിക്കും!" മറ്റു രണ്ടുപ്രാവുകൾ ഏറ്റു പറഞ്ഞു.

രണ്ടാമത്തെ പ്രാവ് പറഞ്ഞു.

"തന്റെ മകൻ അടുത്തെത്തിയെന്ന് അറിയുമ്പോൾ വൃദ്ധനായ രാജാവ് മകന് കൊടുക്കാൻ ഒരു കുതിരയുമായി അയാളെ കാണാൻ പുറപ്പെടും. ആ കുതിര രാജകുമാരനെ പുറത്തുനിന്നു താഴെയിട്ട് കൊല്ലും."

"അത് അങ്ങനെതന്നെ സംഭവിക്കും!" മറ്റു രണ്ടുപ്രാവുകൾ ഏറ്റുപറഞ്ഞു. "പക്ഷേ ഇപ്പറയുന്നത് ആരെങ്കിലും കേട്ട് പുറത്തുപറഞ്ഞാൽ അയാൾ കല്ലായിത്തീർന്ന് മരിക്കും." അവ തുടർന്നു പറഞ്ഞു.

മൂന്നാമത്തെ പ്രാവു പറഞ്ഞു:

"വധൂവരന്മാർ വീട്ടിലെത്തുമ്പോൾ ഗ്വെലെഷപി എന്ന ഭയങ്കര രാക്ഷസൻ രാത്രി വന്ന് അവരെ രണ്ടുപേരെയും കഴുത്തുഞെക്കി കൊല്ലും. പക്ഷേ ഇപ്പറയുന്നത് ആരെങ്കിലും കേട്ട് പുറത്തുപറഞ്ഞാൽ അയാൾ കല്ലായിത്തീർന്ന് മരിക്കും."

ഇത്രയും പറഞ്ഞിട്ട് അവ പറന്നുപോയി.

മൃഗകുമാരൻ അതെല്ലാം കേട്ടു. പക്ഷേ പുറത്തു പറഞ്ഞില്ല.

പ്രഭാതമായി. അവർ രാക്ഷസന്റെ കൊച്ചു വീട്ടിൽ കയറി യാത്ര

തുടർന്നു.

മകൻ ജീവനോടെ സുഖമായി ഇരിപ്പുണ്ടെന്നും സുന്ദരിയായ യെലേനയോടൊപ്പം വീട്ടിലേക്കു വരുന്നുണ്ടെന്നും അറിഞ്ഞ വൃദ്ധനായ രാജാവ് സമ്മാനമായി അയാൾക്കൊരു തോക്കു കൊടുത്തയച്ചു. പക്ഷേ രാജകുമാരന് അതു തൊടാൻപോലും കഴിയുന്നതിനുമുമ്പ് മൃഗകുമാരൻ ഓടിച്ചെന്ന് അതു പിടിച്ചു വാങ്ങി ദൂരെയെറിഞ്ഞു.

"എന്റെ അച്ഛൻ സമ്മാനമായി എനിക്കൊരു തോക്കു കൊടുത്തയച്ചിട്ട് മൃഗകുമാരൻ എന്നെ അതു തൊടാൻ സമ്മതിച്ചില്ല." അങ്ങേയറ്റത്തെ നിരാശയോടെ രാജകുമാരൻ സ്വയം പറഞ്ഞു.

അവർ വീണ്ടും യാത്ര തുടർന്നു. വൃദ്ധനായ രാജാവ് മകന് ഒരു കുതിരയെ കൊടുത്തയച്ചു. പക്ഷേ അതിനെ തൊടാൻ മൃഗകുമാരൻ രാജകുമാരനെ അനുവദിച്ചില്ല. അവൻ അതിനെ തിരിച്ചയയ്ക്കുകയാണു ചെയ്തത്. ഇത് രാജകുമാരനെ കൂടുതൽ സങ്കടപ്പെടുത്തി.

അവർ വീട്ടിലെത്തി. വൃദ്ധനായ രാജാവ് അവരെ സ്നേഹപുരസ്സരം സ്വീകരിച്ചു വിവാഹം ആഘോഷിക്കാൻ ഒരു സദ്യകൂടി നടത്തപ്പെട്ടു.

അതു കഴിഞ്ഞ് മൃഗകുമാരൻ കൊട്ടാരത്തിൽനിന്ന് പുറത്തിറങ്ങി ബബഖാൻജൊമിയോടു പറഞ്ഞു:

"നിന്റെ വിശ്വസ്തസേവനത്തിനു നന്ദി. നീ പോയി ഇഷ്ടമുള്ളയിടത്ത് സമാധാനമായി താമസിച്ചോ."

രാക്ഷസൻ പോയി. പക്ഷേ മൃഗകുമാരൻ ആരും കാണാതെ മണിയറയ്ക്കകത്തു കടന്ന് വാതുക്കൽ കാത്തുനിന്നു. വധൂവരന്മാർ ഉറക്കമാണ്. പക്ഷേ മൃഗകുമാരൻ ഉണർന്നിരുന്നു. അവർ വാളൂരിപ്പിടിച്ച് തയ്യാറായി അവർക്കു കാവൽ നിന്നു. തന്റെ വളർത്തുസഹോദരന്റെ ജീവൻ തന്റെ കൈകളിലാണെന്ന് അവനറിയാമായിരുന്നു.

കൃത്യം പതിരാത്രി ഗ്വെലെഷപി എത്തി. അവൻ വധൂവരന്മാർ ഉറങ്ങിക്കിടക്കുന്ന മെത്തയുടെ അടുത്തേക്ക് പതുങ്ങിച്ചെന്നു. വാ പൊളിച്ചുകൊണ്ട് അവരെ ഞെക്കിക്കൊല്ലാൻ തുടങ്ങുമ്പോഴേയ്ക്കു മൃഗകുമാരൻ വാൾ വീശി ഒറ്റവെട്ടിന് ആ രാക്ഷസനെ കൊന്നു. പിന്നീട് അവന്റെ ദേഹം തുണ്ടംതുണ്ടമായി വെട്ടിനുറുക്കി മെത്തയുടെ കീഴിലിട്ടു.

നേരം പുലർന്നു. രാത്രി നടന്നതൊന്നും അറിയാതെ വധൂവരന്മാർ ഉണർന്നെണീറ്റു

പക്ഷേ മണിയറ വെടിപ്പാക്കാനെത്തിയ ഭൃത്യന്മാർ മെത്തയുടെ കീഴിൽ മാംസത്തുണ്ടങ്ങൾ കിടക്കുന്നതുകണ്ടു. രാജാവ് വളരെയേറെ കോപിച്ചു. ആരോ തന്നെ പരിഹസിച്ചുചെയ്തതാണെതെന്ന് അദ്ദേഹം വിചാരിച്ചു.

അവർ അതേപ്പറ്റി പറയുകയും ആലോചിക്കുകയും അതു ചെയ്തതാരാണെന്ന് തമ്മിൽത്തമ്മിൽ ചോദിക്കുകയും ചെയ്തു. കുറ്റം മുഴുവൻ മൃഗകുമാരന്റേതാണെന്ന് അവർ തീരുമാനിച്ചു. കാരണം രാജാവു കൊടുത്തയച്ച തോക്ക് ദൂരെയെറിയുകയും കുതിരയെ തിരിച്ചയയ്ക്കുകയും ചെയ്തുകൊണ്ട് അവൻ രാജകുമാരനെ അവഹേളിച്ചില്ലേ? മണിയറയിൽ മാംസത്തുണ്ടങ്ങളിട്ട് അവരെയെല്ലാം പരിഹാസപാത്രമാക്കിയത് മൃഗകുമാരനല്ലാതെ മറ്റാരാകാനാണെന്ന്?

മൃഗകുമാരൻ പറഞ്ഞു:

"നിങ്ങൾക്കു നന്മ വരണമെന്നു മാത്രമേ എനിക്ക് ഉദ്ദേശമുണ്ടായിരുന്നുള്ളൂ. നിങ്ങൾ സുഖമായി ജീവിക്കുമ്പോൾ ഞാൻ മരിക്കണമെന്ന് നിങ്ങൾക്ക് ആഗ്രഹമുണ്ടോ?"

പക്ഷേ അവർക്ക് അവനോട് കടുത്ത അമർഷമാണു തോന്നിയത്. മാംസത്തുണ്ടങ്ങൾ എങ്ങനെ വന്നുവെന്നു പറയാൻ അവർ അവനോട് ആവശ്യപ്പെട്ടു.

"ശരി," മൃഗകുമാരൻ പറഞ്ഞു. "നിങ്ങൾ അറിയാൻ ആഗ്രഹിക്കുന്നതു ഞാൻ പറയാം. പക്ഷേ നിങ്ങൾക്കു സന്തുഷ്ടി കൈവരുത്താൻ വേണ്ടി വളരെയേറെ പ്രയത്നിച്ച ഒരാളിന്റെ മരണത്തിന് നിങ്ങൾ ഇടവരുത്തിയെന്നു മനസ്സിലാവുമ്പോൾ നിങ്ങൾ ദുഃഖിക്കരുതെന്നേ എനിക്കു പ്രാർത്ഥനയുള്ളൂ. ഇനി കേട്ടോളൂ. നമ്മൾ കാട്ടിനരികിലുള്ള പാടത്തിൽ വിശ്രമിച്ചുകൊണ്ടിരുന്നപ്പോൾ മൂന്നു പ്രാവുകൾ രാത്രി പറന്നുവന്ന് ഒരു മരക്കൊമ്പിലിരുന്നു സംസാരിച്ചുതുടങ്ങി. ആദ്യത്തെ പ്രാവു പറഞ്ഞു: "വധൂവരന്മാർ അടുത്തെത്തുമ്പോൾ വൃദ്ധനായ രാജാവ് മകന് ഒരു തോക്കു കൊടുത്തയയ്ക്കും. അതിൽനിന്നു വെടി പൊട്ടി അയാൾ കൊല്ലപ്പെടും. പക്ഷേ ഇക്കാര്യം പുറത്തു പറയുന്നയാൾ കല്ലായിത്തീരും."

ഈ വാക്കുകൾ നാവിൽ നിന്നു വീണമാത്രയിൽ മൃഗകുമാരൻ പാദം തൊട്ട് മുട്ടുവരെ കല്ലായി.

അവൻ മുമ്പ് സംസാരിക്കാതിരുന്നതിന്റെ കാരണം ഇപ്പോഴാണ് അവർക്കു മനസ്സിലായത്. അവനോട് സംസാരിക്കാതിരിക്കാൻ അവർ കേണപേക്ഷിച്ചു. അവർ പറഞ്ഞു:

"മൃഗകുമാരാ, കൂടുതലൊന്നും പറയേണ്ട, കൂടുതലൊന്നും പറയേണ്ട!"

പക്ഷേ മൃഗകുമാരൻ പറഞ്ഞു:

"ഇല്ല, ഞാൻ പറഞ്ഞു തുടങ്ങിയ സ്ഥിതിക്ക് മുഴുവനും പറയും. കേട്ടോളൂ. രണ്ടാമത്തെപ്രാവും പറഞ്ഞു: 'വൃദ്ധനായ രാജാവ് മകന് ഒരു കുതിരയെ കൊടുത്തയയ്ക്കും. രാജകുമാരൻ അതിന്റെ പുറത്തുനിന്നു വീണ് കൊല്ലപ്പെടും.

പക്ഷേ ഇക്കാര്യം പുറത്തുപറയുന്നയാൾ കല്ലായിത്തീരും"

മൃഗകുമാരൻ അരവരെ കല്ലായി.

"നിർത്തു! കൂടുതലൊന്നും പറയരുത്!" അവരെല്ലാവരും കേണു പറഞ്ഞു.

"ഇല്ല," മൃഗകുമാരൻ പറഞ്ഞു. "നിങ്ങൾ എന്നെ നേരത്തെ വിശ്വസിച്ചില്ലല്ലോ. ഇനി പറഞ്ഞിട്ടു കാര്യമില്ല. അതുകൊണ്ടു കേട്ടോളൂ. മൂന്നാമത്തെ പ്രാവു പറഞ്ഞു: "രാത്രി വധൂവരന്മാർ മണിയറയിൽ പോകുമ്പോൾ ഗൈവലെഷപി വന്ന് അവരെ കഴുത്തു ഞെക്കി കൊല്ലും..."

കൂടുതൽ എന്തെങ്കിലും പറയാൻ കഴിയും മുമ്പ് മൃഗകുമാരൻ പൂർണ്ണമായി കല്ലായിത്തീർന്നു.

വൃദ്ധരാജാവും രാജകുമാരനും വളരെയേറെ കരഞ്ഞു. പക്ഷേ അതുകൊണ്ട് ഫലമുണ്ടായില്ല.

സുന്ദരിയായ യെലേനയ്ക്ക് ഗർഭമുണ്ട്. പക്ഷേ അതുപോലും രാജകുമാരന് സന്തോഷമരുളിയില്ല.

"എന്തു വിലകൊടുത്തും എനിക്ക് എന്റെ വിശ്വസ്തസ്നേഹിതനും സഹോദരനുമായ മൃഗകുമാരന്റെ ജീവൻ തിരിച്ചുകൊണ്ടുവരണം!" രാജകുമാരൻ വിചാരിച്ചു.

അയാൾ ഇരുമ്പുകാലുറകൾ ധരിച്ച് ഒരു ഇരുമ്പുവടിയുമെടുത്ത് ഊരുചുറ്റാനിറങ്ങി. അയാൾ പലേടത്തും ചുറ്റിനടന്നു. കണ്ടവരോടൊക്കെ തന്റെ വളർത്തുസഹോദരനെ എങ്ങനെ ജീവിപ്പിക്കാമെന്ന് അറിയാമോ എന്നു ചോദിച്ചു. ഒരു ദിവസം അയാൾ തളർന്ന് ഒരു കാട്ടിനരികിൽ വിശ്രമിക്കാനിരുന്നു. പെട്ടെന്ന് ആ കാട്ടിൽനിന്ന് ഒരു വൃദ്ധൻ ഇറങ്ങിവന്നു. മറ്റുള്ളവരോടു ചോദിച്ച കാര്യം രാജകുമാരൻ അയാളോടു ചോദിച്ചു.

വൃദ്ധൻ പറഞ്ഞു:

"വീട്ടിൽ പോകൂ. എന്തെന്നാൽ, നിന്റെ വളർത്തുസഹോദരനെ ജീവിപ്പിക്കാൻ കഴിയുന്നത് നിന്റെ വീട്ടിൽത്തന്നെയുണ്ട്."

പക്ഷേ അപ്പറഞ്ഞതിന്റെ അർത്ഥം രാജകുമാരനു മനസ്സിലാവാത്തതിനാൽ വൃദ്ധൻ വീണ്ടും പറഞ്ഞു:

"നിനക്ക് സ്വർണ്ണമുടിയുള്ള ഒരു കുഞ്ഞുമോൻ ജനിച്ച കാര്യം അറിഞ്ഞില്ലേ? നിന്റെ വളർത്തസഹോദരനെ ജീവിപ്പിക്കണമെന്നുണ്ടെങ്കിൽ നിന്റെ മകനെ ബലികൊടുത്തേ തീരൂ. അവനെ തൊട്ടിലിൽവച്ച് കൊല്ലുക. അവനെ വേവിച്ചിട്ട് ആ വെള്ളം നിന്റെ വളർത്തുസഹോദരന്റെ ദേഹത്തൊഴിക്കുക. അപ്പോൾ അവൻ ജീവിക്കും."

വൃദ്ധന്റെ വാക്കുകൾ കേട്ട് രാജകുമാരൻ വീട്ടിലേക്കു തിരിച്ചു.

അയാൾ സ്വയം പറഞ്ഞു:

"കുഞ്ഞുങ്ങൾ എനിക്ക് ഇനിയുമുണ്ടാകും. പക്ഷേ മൃഗകുമാരനെ പ്പോലുള്ള ഒരു സ്നേഹിതനും സഹോദരനും വേറെയുണ്ടാവുകയില്ല."

അയാൾ വീട്ടിൽ വന്നപ്പോൾ മകൻ തൊട്ടിലിൽ കിടക്കുന്നതു കണ്ടു. അവന്റെ സ്വർണ്ണമുടിച്ചുരുളുകൾ വെട്ടിത്തിളങ്ങി. അവൻ ആകാശത്തിലെ ചന്ദ്ര ബിംബത്തെപ്പോലെ ശോഭിച്ചു.

തന്നോടു ചെയ്യാൻ പറഞ്ഞ കാര്യം രാജകുമാരൻ സുന്ദരിയായ യെലേനയെ അറിയിച്ചു. അതു ചെയ്യേണ്ടതാണെന്ന് അവളും സമ്മതിച്ചു.

"കാരണം, മൃഗകുമാരനെ വീണ്ടും ജീവിപ്പിക്കാൻ നമ്മൾ വേണ്ടതെല്ലാം ചെയ്യണം." അവൾ പറഞ്ഞു. "എന്തു വില കൊടുത്തും സ്നേഹിതന്മാരോടു കൂറു പുലർത്തണം."

വൃദ്ധൻ പറഞ്ഞതുപോലെ അവർ ചെയ്തു. മൃഗകുമാരൻ അനങ്ങി, കണ്ണുതുറന്നു. അവനു വീണ്ടും ജീവൻ കിട്ടി.

രാവിലെ സുന്ദരിയായ യെലേന മകന്റെ തൊട്ടിലിനടുത്തേക്കു പോയി. അവൾ ഒരമ്മയാണ്. സൗഹൃദത്തിനുവേണ്ടി അവൾ തന്റെ മകനെ ബലികൊടുത്തെങ്കിലും അവളുടെ ഹൃദയം അവനെ ഓർത്ത് പൊട്ടിക്കരഞ്ഞു. പെട്ടെന്ന് തൊട്ടിലിനകത്ത് ഒരു അനക്കം കണ്ടു. തുണിയെടുത്തു മാറ്റിയപ്പോഴുണ്ട്, അതാ അവളുടെ മകൻ ജീവനോടെ സുഖമായി കിടക്കുന്നു!

എല്ലാവരും ആഹ്ലാദിച്ചു.

അവർ ഒരു പശുവിനേയും പതിനഞ്ച് ആടുകളേയും കശാപ്പുചെയ്തു. അവയെ അതേപടി കനലിൽ ചുട്ടെടുത്തു. പതിന്നാലു ദിവസം അവർ നിർത്താതെ രാപകൽ തിന്നു മദിച്ചു.

www.ingramcontent.com/pod-product-compliance
Lightning Source LLC
LaVergne TN
LVHW101233071026
849558LV00052B/12
* 9 7 8 9 3 8 9 8 0 4 1 5 7 *